அம்மணி

முதற்பதிப்பு: 2023

First Edition: 2023

Ammani

அம்மணி

Vaasanthi

வாஸந்தி

ISBN: 978-93-95643-95-5

Pustaka
EBooks | Audiobooks | Paperback

Pustaka Digital Media Pvt. Ltd.
#7-002, Mantri Residency,
Bannerghatta Main Road, Bengaluru - 560 076
Karnataka, India
+91 7418555884

அம்மணி

வாஸந்தி

Pustaka
EBooks | Audiobooks | Paperback

அத்தியாயம்

1

காலையிலிருந்தே 'மூட்' சரியில்லை குருமூர்த்திக்கு. கொஞ்ச நாட்களாகவே சரியில்லை. ஏதோ அடிமனத்தில் இனம் புரியாத ஒரு சங்கடமான உணர்வு நெருடிக்கொண்டு வருகிறது. அதற்கான காரண காரியங்களை ஆராய நேரம் கிடைக்கவில்லை. ஆபீசில் வேலையும் பொறுப்பும் அப்படி. இங்கிருந்து வீட்டுக்குச் சென்றால் 'அப்பாடா' என்று காலை நீட்டிப் படுக்கலாம் என்றுதான் தோன்றுகிறதே தவிர...

டெலிபோன் ஒலித்தது. குருமூர்த்தி சுறுசுறுப்பானான். வீட்டைப் பற்றிய சிந்தனையில் அமிழ்ந்து போனால் பிசினஸ் படுத்துவிடும். ஒரு இரவுப் பொழுது போதும், சியாமளாவைச் சரிப்படுத்த. ஞாயிற்றுக்கிழமை சினிமாவுக்கு அழைத்துப் போகலாம். வெளியில் சாப்பிடப் போகலாம். புடவையோ, சென்டோ வாங்கிக் கொடுக்கலாம். ஒரு பெண்ணை வழிக்குக் கொண்டு வர வழிகளா இல்லை?

மேலே மேலே போன் கால்கள் வர, வீடும் சியாமளாவும் சுத்தமாக மனசிலிருந்து கழண்டு கொண்டார்கள்.

மதிய உணவு சமயத்தில் மீண்டும் வீட்டு ஞாபகம் வந்தது. டெலிபோன் செய்து பேசலாம் என்று நினைத்த சமயத்தில் பிசினஸ் பார்ட்னர்கள் அகர்வாலும் ராமமூர்த்தியும் வந்தார்கள்.

"இன்னிக்கு லஞ்ச் இருக்கே க்ளாரிட்ஜஸ்லே, ஞாபகமில்லையா?" என்றான் ராமமூர்த்தி.

“ஆ! மறந்து போயிட்டேன்” என்றான் குருமூர்த்தி. “வீட்டுக்குப் போகலாமோன்னு நினைச்சிட்டிருந்தேன்.”

“என்ன விசேஷம் வீட்டிலே?”

“விசேஷம்னு ஒண்ணுமில்லே. ஹோம் ஃப்ரண்ட்டு மூட் கொஞ்ச நாளா சரியாயில்லைன்னு அனுமானம்.”

அகர்வால் சிரித்தான்.

“எனக்கு என் விஷயத்தைப் பற்றி சந்தேகமேயில்லை. ஆனா மூடை சரி பண்ணிடலாம் என்கிற நம்பிக்கை எனக்கு உண்டு. நீதான் எனக்கு முக்கியம்னு நாலு தடவை சொல்லு. லொங்கு லொங்குன்னு நா மூச்சுவிட மறந்து சம்பாதிக்கிறது உனக்காகத்தான்னு சொல்லு. வெண்ணெயா உருகிடுவாங்க.”

ராமமூர்த்தி யோசனையுடன் இருவரையும் பார்த்தான். “என்ன பேசாமெ இருக்கே? உனக்கு இல்லையா பிரச்னை?”

“பிரச்னைன்னு சொல்லும்படியா இல்லே. அவளும் வேலைக்குப் போறதினாலே என்னைப் பத்திப் புகார் செய்ய அவளுக்கு நேரம் கிடைக்கறதில்லே” என்றான் ராமமூர்த்தி.

“நாமும் ஒய்பை வேலைக்கு அனுப்பிட வேண்டியது தான் குருமூர்த்தி” என்று அகர்வால் சிரித்தான்.

“பெண்டாட்டி வேலைக்குப் போனாலும் நிம்மதின்னு நினைக்காதே. குழந்தைங்களை சரியா கவனிக்க முடியறதில்லே. ஸ்கூல் டீச்சருங்க புகார் செய்யறாங்க. எதுவுமே இப்பப் பர்ஃபெக்ட் சிஸ்டம்மா இல்லே. எப்படியோ தகிடு தத்தம் பண்ணி சமாளிக்க வேண்டியதாயிருக்கு” என்றான் ராமமூர்த்தி.

“என் மனைவி உண்மையிலே ரொம்ப சிம்பிள்” என்றான் அகர்வால் பெருமையாக. “நா லேட்டா வீட்டுக்குப் போறேன், ஞாயிற்றுக்கிழமை கூட அவளோட இருக்க முடியறதில்லே. - எப்பவாவதுதான் கொஞ்சம் முணுமுணுப்பா. அதுவும் ஏதாவது ப்ரெசென்ட் வாங்கிக் கொடுத்தா ஒரேயடியா சரணாகதிதான். அதிகம் படிக்காத கிராமத்துப் பெண். இங்கிலீஷ் பேச

வரல்லேன்னு எனக்குச் சில சமயம் குறையாயிருக்கும். ஆனா அது ஒரு பெரிய மைனஸ் பாயின்ட் இல்லேன்னு தெரிஞ்சு போச்சு. சில பெண்கள் நச்சரிச்சு உசிரை எடுத்துடறாங்க. இவ அப்படி இருந்திருந்தான்னா பிசினஸ்லே மனசே லயிக்க முடியாது."

இவனுக்கு வேறு சினேகிதங்கள் உண்டு என்று குருமூர்த்திக்குத் தெரியும். அதைப் பற்றி அந்த அப்பாவி மனைவிக்குத் தெரியாமல் இருக்கும். பிரச்னை ஏற்படுத்தாதவளாக மனைவி வேண்டும் என்றே இவன் கிராமத்துப் பெண்ணைத் தேர்ந்தெடுத்திருக்கலாம்.

"கிளம்பு குருமூர்த்தி!" என்றான் அகர்வால். "எப்படிப்பட்ட 'மூட்' ஆனாலும் ராத்திரி சரி பண்ணிடலாம்."

அதை ஆமோதிப்பவன் போல் ராமமூர்த்தி சிரித்தான். குருமூர்த்திக்கு இதைப் பற்றி நிச்சயமில்லை. சியாமளாவை அத்தனை சுலபமாகத் திருப்திப்படுத்தி விட முடியும் என்று தோன்றவில்லை. கொஞ்ச நாட்களாக அவள் அதிகம் பேசுவதில்லை. விட்டேற்றியாக இருப்பதுபோல் இருக்கிறது. சில மாதங்களுக்கு முன்பு ரொம்ப முணுமுணுப்பாள். தன்னையும் குழந்தைகளையும் அவன் கவனிப்பதே இல்லை என்று ஏதாவது ஒரு வகையில் காண்பிப்பாள். இப்பொழுதெல்லாம் முணுமுணுப்பதில்லை. எரிச்சல் காண்பிப்பதில்லை. இவனிடம் கோபித்துப் புண்ணியமில்லை என்று அவள் முடிவுக்கு வந்திருக்கலாம். ஆனால் அவனது இயலாமையைப் புரிந்து கொண்டதான பாவம் அதில் இல்லை. ஒரு அலட்சியம் தெரிந்தது. உனக்காக நான் ஒன்றும் உருகிவிடவில்லை என்கிற விட்டேற்றித்தனம் தெரிந்தது. அவனிடமிருந்து ஒதுங்கி விட்டது போல் தோன்றிற்று. இதுதான் அவனுக்குக் கவலையை அளித்தது.

லேசாகப் பீதியை ஏற்படுத்தியது. தான் எதிலோ பலவீனப்பட்டுப் போனது போல. சாதாரணமாக அவன் வீட்டிற்குச் செல்லும் போது இரவு 9 அல்லது 9.30 ஆகிவிடும். முன்பெல்லாம் அவள் எழுந்து வந்து சாப்பாட்டைச் சூடாக்கி மேஜையில் வைத்துப்

பரிமாறுவாள். இப்பொழுது எல்லாவற்றையும் ஹாட்கேசில் வைத்து விடுகிறாள். அவன் சாப்பிடும் சமயத்தில் குழந்தைகளுடன் டி.வி. பார்க்கிறாள் அல்லது கதைப் புத்தகம் படிக்கிறாள். களைத்துப் போன நிலையில் அவனுக்குப் படுத்ததும் தூக்கம் வந்து விடும். தூக்கம் வராத சில இரவுகளில் அவளுடைய அண்மையைக் கைகள் நாடும். இப்பொழுது அதற்கு அவள் இடம் கொடுப்பதேயில்லை. வெடுக்கென்று உதறிக்கொண்டு கட்டிலின் கோடிக்குச் சென்று விடுகிறாள். அல்லது எழுந்து பக்கத்து அறைக்குப் போய்விடுகிறாள்.

இது கோபமா, வெறுத்துப் போயிற்றா அல்லது விட்டுப் போயிற்றா என்று குருமூர்த்திக்குக் குழப்பமாக இருந்தது. அல்லது மூன்று குழந்தைகளைப் பெற்ற பிறகு உடல் இச்சை போய்விட்டதா? முப்பத்தி இரண்டு வயதில் சன்யாசம் ஏற்பட்டு விடுமா? மூத்த பெண்ணிற்குப் பத்து வயது. பையனுக்கு ஆறு. கடைசிப் பெண் குழந்தைக்கு இரண்டு வயது. அவளுக்கும் களைப்பாக இருக்கலாம். உடல் நிலை சரியாக இல்லாமலிருக்கலாம். இன்று இரவு அகர்வால் சொன்னது போல எப்படியாவது அவளைச் சமாதானப்படுத்த வேண்டும். உன் கோபத்துக்குக் காரணம் நியாயமானதாக இருந்தாலும் இப்படி நீ விலகிப் போகலாமா என்று கேட்கவேண்டும். தாடையைப் பிடித்து நமக்கு வழக்கமில்லாவிட்டாலும் செய்தாக வேண்டும். வேலைக்குப் போக வேண்டும் என்று முன்பு ஆசைப்பட்டாள். அழகான மனைவியை வெளியில் அனுப்பினால் ஆபத்து என்கிற பயம் குருமூர்த்திக்கு. அதனால் அவளது முயற்சியைத் தடுத்தான். ராமமூர்த்தி நிம்மதியாக இருப்பதைப் பார்க்கும்போது சியாமளாவையும் அனுப்பியிருக்கலாம் என்று தோன்றிற்று.

“இன்னுமா வீட்டைப் பத்தின யோசனையிலே இருக்கே?” என்றான் ராமமூர்த்தி - குருமூர்த்தி எங்கோ கவனமாக இருப்பதைக் கண்டு.

குருமூர்த்தி விரைவில் தன்னைச் சமாளித்துக் கொண்டான். கிளாரிட்ஜஸ்சுக்குச் சென்று பிசினஸ் லஞ்சில் கலந்து கொண்ட பிறகு வீடும் மனைவியும் பிரச்னைகளும் பின்னுக்கு நகர்ந்தார்கள்.

லஞ்ச் முடிந்து கிளம்பும்போது கோவாவிலிருந்து வந்திருந்த இன்னொரு கம்பெனி அதிபர் ஃபர்னாண்டஸ், குருமூர்த்தியின் தோளைத் தோழமையுடன் அணைத்து, “உன் மனைவியும் குழந்தைகளும் சுகமா?” என்றார்.

“சுகமாகத்தான் இருக்க வேண்டும்!” என்று அவன் சிரித்தான்.

“ஏன் அப்படிச் சொல்கிறாய், இந்த ஊரில் இல்லையா?”

“இருக்கிறார்கள். எனக்குத்தான் அவர்களுடன் பேசக் கூடப் பொழுதிருப்பதில்லை. என் மனைவிக்கு என் மேல் ரொம்பக் கோபம். என்னைத் தவிர்க்கக்கூட ஆரம்பித்து விட்டாள்.”

“ஏய், அது சீரியசான விஷயம்!” என்றார் ஃபர்னாண்டஸ் யோசனையுடன். “அதுவும் ஒரு அழகான பெண் அந்த மனநிலையில் இருந்தால் ஆபத்து. பிசினெஸ், வேலை எல்லாத்தையும் மறந்து குடும்பத்தோட விடுமுறையைக் கழிக்க எங்கேயாவது போ. கோவாவுக்கு வாயேன்! தங்கற வசதியெல்லாம் நான் ஏற்பாடு செய்கிறேன்.”

“அதுவும் நல்ல யோசனைதான்!” என்றான் குருமூர்த்தி, சற்று யோசித்து. “குழந்தைகளுக்கு லீவு எப்பொழுது என்று விசாரித்து உங்களுக்குத் தெரிவிக்கறேன்.”

“குட்!” என்றார் ஃபர்னாண்டஸ் உற்சாகமாக. “போன் பண்ணு போதும். பாக்கியெல்லாம் என் ஏற்பாடு. கோவா ரொம்ப ரொமான்டிக் இடம். காதல் மலரும், வாடிப் போனதை உயிர்ப்பிக்கும்.”

குருமூர்த்தி சிரித்தான். மறுபடி ஆபீசுக்குத் திரும்புவதற்குள் மனசுக்குள் தீர்மானித்து விட்டான். ஒரு வாரம் லீவு எடுத்துக்கொண்டு குடும்பத்துடன் கோவாவிற்குச் செல்வது என்று. சியாமளாவிற்கு டெலிபோன் செய்து சொல்லலாமா வேண்டாமா என்று யோசித்து நேரில் சொல்வதுதான் நல்லது என்று தன்னைக் கட்டுப்படுத்திக் கொண்டான். முடிவு எடுத்த உடனேயே பிரச்னை தீர்ந்து விட்டது போலிருந்தது. நிம்மதியாக வேலை பார்க்க முடிந்தது. எல்லாவற்றையும் ஒரேயடியாக மறக்க முடிந்தது. வேலை முடிந்து நிமிரும்போது மணி எட்டு.

வழக்கத்தை விட இன்று சீக்கிரம் முடிந்தது என்ற திருப்தியுடன் அவன் கிளம்பினான். சியாமளாவுடன் பேச வேண்டிய பேச்சை ஒத்திகை பார்த்துக் கொண்டான். வீட்டை அடைந்து மணியை அழுத்தி எதிர்பார்ப்புடன் நின்று காத்திருந்தபோது உள்ளிருந்து தயக்கத்துடன், "யாரு?" என்று மகள் ராதிகா குரல் கொடுத்தாள்.

"நாதாம்மா, அப்பா வந்திருக்கேன்." கதவு சட்டென்று திறந்தது. ராதிகாவும் மகன் ராஜாவும் ஆர்வத்துடன் வெளியே வந்தார்கள். குருமூர்த்திக்கு அப்பால் பார்த்து,

"அம்மா எங்கே?" என்றார்கள்.

குருமூர்த்தி திடுக்கிட்டான்.

"அம்மாவா? அம்மா வீட்டிலே இல்லே?"

"இல்லையே!"

"எங்கே போனா?"

"தெரியாதே!" என்று ராதிகா விழித்தாள்.

"உங்ககூடப் போகல்லே?"

"எங்கூடவா? நா ஆபீஸ்லேர்ந்துன்னா வரேன்!"

குழந்தைகள் இருவரும் விழித்தார்கள்.

"எப்பப் போனா?"

"தெரியாது. நாங்க ஸ்கூல்லேந்து வரும்போதே இல்லே. பக்கத்து வீட்டிலே சாவி இருந்தது."

"நீங்க சாப்பிடல்லே?" என்றான் குருமூர்த்தி திகைத்து.

"சாப்பிட்டோம். டேபிள் மேல இருந்ததே."

"ராத்திரி சாப்பாடு?"

"இன்னும் இல்லே. அம்மா வந்து சமைக்கணும்."

குருமூர்த்தி மணியைப் பார்த்தான். ஒன்பது அடிக்கப் பத்து நிமிஷம். எங்கே போயிருப்பாள், கைக்குழந்தையை அழைத்துக் கொண்டு?

"அப்பா, பசிக்குது" என்றான் ராஜா.

குருமூர்த்திக்கு சியாமளாவின் மேல் எரிச்சலாக வந்தது. குழந்தைகளுக்குச் சாப்பாட்டு நேரம் என்கிற நினைப்புக் கூட இல்லாமல் எங்கே போய்விட்டாள்? சாப்பாட்டு மேஜையின்மேல் மத்தியானப் பதார்த்தங்கள் இருந்தன. தட்டை வைத்து ராஜாவுக்குத் தயிர்சாதம் போடுவதற்குள் தடுமாறிப் போனான். மிகுதி இருந்ததை ராதிகாவைச் சாப்பிட வைத்தான்.

இத்தனை நேரம் எங்கே உட்கார்ந்திருப்பாள் ஒரு பெண் என்று மகாக் கோபம் வந்தது. எங்கு சென்றாலும் வீட்டிற்கு போன் செய்து குழந்தைகள் சாப்பிட்டார்களா என்று கூடவா விசாரிக்கமாட்டாள்? யாரையாவது பார்க்கச் சென்று விபத்தில் குழந்தையுடன் மாட்டிக் கொண்டிருப்பாளோ? யோசனை விரிய விரிய அவனுக்குக் கலவரம் அதிகரித்தது. அவளுடைய தோழிகள் யாருக்காவது போன் செய்து பார்ப்போமா என்று யோசித்துப் பிறகு பேசாமலிருந்தான். உடையை மாற்றுவதா அல்லது சற்று நேரத்தில் போலீசுக்குத் தெரிவிக்கச் செல்ல வேண்டுமா என்ற யோசனையுடன் படுக்கையறைக்குச் சென்றான். டையை அவிழ்த்து அலமாரியில் வைக்கத் திறந்த போது, பளிச்சென்று இரட்டை பீரோவின் ஒரு பாதி காலியாக இருப்பது தெரிந்தது. சியாமளாவின் புடவைகள் இருந்த பகுதி - துப்புரவாகக் காலியாக இருந்தது.

***

அத்தியாயம்

2

'சிக்'கென்று குருமூர்த்தியை ஒரு பீதி கவ்விற்று. மூளை இயங்காமல் ஸ்தம்பித்துப் போனதில் கைகள் அந்தக் காலியாக வெறிச்சோடிக் கிடந்த அலமாரிப் பகுதிகளைக் குருட்டுத்தனமாக அளைந்தன. புடவைகளுக்கு நடுவில் சியாமளா வைக்கும் ப்ளவர் டஸ்ட் பைகள் இரண்டு தட்டுப்பட்டன. இயந்திரம் போல் அவற்றை எடுத்து அவன் முகர்ந்தான். அவளுடைய வாசனை. சியாமளாவின் கூடவே எப்பொழுதும் சுகந்தமாகச் சூழ்ந்திருக்கும் வாசனை. அது ப்ளவர் டஸ்ட் வாசனை என்று இப்பொழுதுதான் புரிந்தது. மீண்டும் அவற்றை முகர்ந்து அலமாரித் தட்டுக்களை மேலும் கீழும் பார்த்தான். உடைந்த வளையல்கள், கிழிந்த ரவிக்கை ஒன்று - மற்றப்படி காலி.

அந்த வெறுமை சுரீரென்று மூளையைத் தாக்கிற்று. எங்கே போயிருப்பாள்? கிளம்பிப்போய் விடும்படியாக நான் என்ன செய்தேன்?

யோசனை செய்யவே முடியாது போல மூளை திகைத்து நின்றது. சிறிது நேரத்துக்கு முன்பு அவளும் குழந்தையும் விபத்தில் அகப்பட்டுக் கொண்டிருப்பார்கள் என்கிற கவலையில் தான் தவித்தது எத்தனை பெரிய முட்டாள்தனம் என்று தோன்றிற்று. இப்படி வீட்டை விட்டு ஓடும்படியாக நான் என்ன தப்பு செய்து விட்டேன் என்று இப்பொழுது கோபம் வந்தது. குழந்தையையும் அழைத்துக் கொண்டு எங்கே போவாள்?

மெட்ராசிலிருக்கும் அண்ணன் வீட்டுக்குத்தான் ஓடியிருப்பாள். வேறு எங்கே போக்கிடம்? இத்தனைக்கும் அண்ணன் மனைவியுடன் இவளுக்கு ஒத்துவராது. அம்மா இருக்கிற தெம்பில் போயிருப்பாள்.

இப்பொழுது குருமூர்த்திக்குக் கோபமும் எரிச்சலும் அதிகமாயின. 'போகட்டும்!' என்று முணுமுணுத்துக் கொண்டான். 'ஒரு வாரத்துக்கு மேல பிறந்த வீட்டிலே அவளால் இருக்க முடியாது' என்று கறுவிக் கொண்டான். மெட்ராசுக்குத்தான் போயிருப்பாள் என்கிற யோசனை ஒரு வகையில் நிம்மதியை அளித்தது 'போகட்டும் கழுதை!' என்று செல்லமாகக் கடிந்து கொண்டான். இரண்டு நாள் கழித்து அவளுடைய அண்ணன் கந்தசாமிக்கு போன் செய்து பார்த்தால் விஷயம் தெரிந்து போகும். இங்கிருக்கும் வசதியெல்லாம் அங்கு கிடையாது. அலுத்துப் போய்த் திரும்பி வருவாள். இன்று அவள் தாடையைப் பிடித்துச் சரசமாட வேண்டும் என்று தான் கற்பனை செய்திருந்ததெல்லாம் நடக்காமல் போனது ஒரு தோல்வி போலப்பட்டது. நேற்று இந்த ஞானம் வந்திருந்தால் இன்று அவளுடைய அலமாரி காலியாய் வெறித்துப் பார்க்காது. நமக்கு எல்லா யோசனையுமே தாமதமாகத்தான் வரும் என்று நொந்து கொண்டபடி அவன் உடையை மாற்றி லுங்கிக்குள் நுழைந்தான்.

"அப்பா!"

அவன் திடுக்கிட்டு யதார்த்தத்துக்கு வந்தான்.

ராதிகாவும் ராஜாவும் கவலையில் கண்கள் அகல விரிய உள்ளே வந்தார்கள்.

"அம்மா ஏன் இன்னும் வரல்லே?" என்றான் ராஜா.

"அம்மா இன்னிக்கு வரமாட்டா. ஊருக்குப் போயிருக்கா!" என்றான் குருமூர்த்தி, பேண்டை ஹாங்கரில் மாட்டியபடி.

"ஊருக்கா? எந்த ஊருக்கு?" என்றாள் ராதிகா.

"மெட்ராசுக்கு."

"ஏன்?"

அவன் ஒரு விநாடி தடுமாறினான்.

"பாட்டிக்கு உடம்பு சரியில்லையா?" என்றாள் ராதிகா.

"ஆமாம்" என்றான் அவன் நிம்மதியுடன்.

"ஊருக்குப் போறேன்னு அம்மா சொல்லவேயில்லையே?" என்றாள் ராதிகா மறுபடி. "பக்கத்து வீட்டிலே கூடச் சொல்லல்லியே?"

பத்து வயதுக்கு இவளது யோசனை அதிகம் என்று குருமூர்த்தி நினைத்துக் கொண்டான்.

இந்தப் பெண்ணிடம் எதையும் சொல்லி மழுப்ப முடியாது. இருவரின் அருகிலும் சென்று தோழமையுடன் தோளில் கை வைத்து அணைத்து, பேசாமல் புன்னகைத்தான்.

"எங்கிட்டக்கூட அம்மா சொல்லல்லே."

"ஏன்?" அவன் மீண்டும் செயற்கையாகச் சிரித்தான்.

"என் மேல அம்மாவுக்குக் கோபம். தினம் தினம் ஆபீஸ்லேந்து லேட்டா வர்றேன். சினிமாவுக்கு அழைச்சிக்கிட்டுப் போகல்லே, புடவை வாங்கித் தரல்லே."

ஒரு புரிந்து கொண்ட புன்னகை நெளிந்தது ராதிகாவின் அதரங்களில்.

"ஏன் வாங்கித் தரல்லே?" என்றான் ராஜா.

"அதான் தப்புப் பண்ணிட்டேன். தெரியாம" என்றான் குருமூர்த்தி.

"பாட்டிக்கு உடம்பு சரியில்லேன்னு சொன்னியே?"

"தெரியாது எனக்கு. அப்படியிருக்கலாம்னு நினைக்கிறேன்."

ராதிகாவின் முகத்தில் குழப்பம் தெரிந்தது. அவனுக்குப் பரிதாபமாக இருந்தது. சியாமளாவின் மேல் கோபம் வந்தது. வேண்டுமென்றே அவனைப் பழிவாங்க நினைக்கிறாள்.

'குழந்தைகளையும் வீட்டையும் மேய்ச்சுப் பாரு, அப்பத்தான் என் அருமை தெரியும்!' என்ற அவளது வீராப்பு, குழந்தைகளின் எதிரில் அவனைப் பலவீனப்படுத்தியது.

"இப்ப ரெண்டு பேரும் போய்ப் படுங்க, அம்மா வந்துடுவா" என்று அவன் சமாதானப்படுத்தினான்.

"சீக்கிரம் வரச் சொல்லு" என்று ராஜா சொன்னபோது, கண்களில் ஏக்கமும் தொண்டையில் துக்கமும் தெரிந்தது.

"ஆகட்டும்" என்றான் அவன் சமாதானமாக. "நாம எல்லாரும் அம்மா வந்ததும் கோவாவுக்குப் போகலாம். ஒரு வாரம் ஜாலியா இருந்துட்டு வரலாம்."

"கோவான்னா?"

"அது ஒரு அழகான ஊரு. நீ இப்பத் தூங்கு, நல்ல பிள்ளையாட்டம்."

"நைட் டிரஸ் வேணுமே?"

"ராதிகா, நீ சித்த எடுத்துப் போடும்மா தம்பிக்கு" என்று அவன் தட்டிக் கொடுக்க, ராதிகா ராஜாவின் தோளை அணைத்தபடி அடுத்த அறைக்குச் சென்றாள்.

சியாமளா தன்னைக் குரூரமாகத்தான் தண்டிக்கிறாள் என்கிற கோபத்துடன் அவன் சமையலறைக்குச் சென்றான். மேஜைமேல் குழந்தைகள் சாப்பிட்ட பாத்திரம் அப்படியே இருந்தது. உடனடியாக சியாமளா திரும்பப் போவதில்லை என்று தெரிந்த பிறகு வேலை செய்வதைத் தவிர வேறு வழியில்லை என்று பாத்திரங்களை ஒழித்து சிங்க்கில் போட்டு மேஜையைச் சுத்தம் செய்தான். எத்தனை நாளைக்கு இந்த வேலையைச் செய்ய வேண்டியிருக்கும் என்று அவனுக்குத் திகைப்பு ஏற்பட்டது. பசித்தது. சாதம் ஏதும் மிச்சமிருக்கவில்லை. அரிசி டப்பா எங்கே என்று தெரியாது. அதைத் தேடிக் கண்டுபிடித்து சாதம் வடிப்பதற்குள் பசி காதை அடைத்து விடும் என்று தோன்றிற்று. அலமாரியைக் குடைந்ததில் இரண்டு நிமிஷ நூடுல்ஸ் ஒரு

பாக்கெட் இருந்தது. பின்னால் இருந்த செய்முறைக் குறிப்பைப் படித்து அதை நீருடன் காஸ் அடுப்பில் வைத்தான்.

நாளைக்கும் அதற்குப் பிறகும் என்ன செய்வது? டீ செய்துகூடப் பழக்கமில்லை. மனைவி என்பவள் எப்படிப்பட்ட நிர்வாகி, இதை நான் உணராமல், மதிக்காமல் போனதால்தான் அவள் இப்படிச் சொல்லாமல், கொள்ளாமல் கம்பி நீட்டிவிட்டாள். சாட்டையால் அடித்தால்தான் உன் மர மண்டைக்குப் புரியும் என்று. அதுவும் எப்படி? ஒரு அறிகுறி இல்லை; கண்ணீர் இல்லை; பயமுறுத்தல் இல்லை.

அவன் நூடுல்சை சாப்பிட்டபடி யோசித்தான். இப்படிச் செய்ய வேண்டும் என்று அவள் ரொம்ப நாளாகத் திட்டமிட்டிருக்க வேண்டும். சமயத்துக்காகக் காத்துக் கொண்டிருந்திருக்க வேண்டும். குழந்தைகளின் பரிட்சை முடிந்தது. கிளம்பிவிட்டாள்.

அவன் கணக்குப் போட்டுப் பார்த்துக் கொண்டான். இன்று மாலை ஜி.டி.யில் கிளம்பியிருப்பாள். நாளை மறுநாள் காலை சென்னை. அன்றே அவள் அண்ணனுடன் பேசி விமானத்தில் சென்று கெஞ்சிக் கூத்தாடி அழைத்து வந்து விடவேண்டும். நல்லவேளை அவளுடைய அம்மா உயிரோடு இருக்கிறாள். பழமைவாதி. மாப்பிள்ளைக்குப் பரிந்து மரியாதை காட்டுவாள்.

சியாமளாவுக்கு இத்தனை வக்கிரமான ஹாஸ்ய உணர்வு இருக்கும் என்று இதுநாள்வரை தெரியாது. நூடுல்சை வேண்டா வெறுப்பாகச் சாப்பிட்டு முடித்து பாத்திரத்தை சிங்கில் போடும்போது இதுவரை உணர்ந்தறியாத தனிமை அவனை ஆட்கொண்டது. கொஞ்ச நாட்களாகவே அவனுடன் சியாமளா கலகலப்பாகப் பேசாமல் இருந்தாலும் சோர்ந்து களைத்து வீடு வரும் சமயத்தில் அவள் இருப்பது எத்தனை பெரிய தெம்பு என்று இப்பொழுது தோன்றிற்று. இதை உணர்ந்து கொண்டதன் அடையாளத்தை அவளிடம் இன்றுவரை அவன் காட்டாததால்தான் அவளுக்கு இப்படிப்பட்ட கோபம் வந்திருக்கிறது.

குழந்தைகள் படுத்துத் தூங்கிவிட்டிருந்தார்கள். விலகியிருந்த போர்வையைச் சரிசெய்து விட்டு அவன் படுக்கச் சென்றான்.

குழந்தையில்லாமல் அறை வெறிச்சென்றிருந்தது. ஒருவர் அருகில் இருக்கும் போது எப்படி கண்ணிலேயே படாமல் போய் விடுகிறது என்று அவன் இப்பொழுது அவமானப்பட்டான்.

ஒருமுறை, அதுவும் ரொம்ப நாளைக்கு முன் ஒருமுறை சியாமளா அவனிடம் சொல்லியிருக்கிறாள். 'என்னை ஒரு மேஜை நாற்காலி மாதிரி நடத்தறீங்க, நா ஒரு மனுஷிங்கற நினைப்பு உங்களுக்கு இருக்கா?'

அவளது அந்தக் கோபம் இயல்பானதாக இருந்தது. பயப்படுத்தவில்லை. தட்டிக் கழித்து அலட்சியமாய்ச் சிரிக்க முடிந்தது. அல்லது, 'இதையெல்லாம் அப்புறம் சொல்லு. நா இப்ப பிசினஸ் பார்த்துகிட்டிருக்கேன்!' என்று தலை நிமிர்த்தாமல் பதில் சொல்ல முடிந்தது. ஆனால் இந்தக் கோபம் ரொம்ப நாளாயிற்று அவள் காட்டி. சமீபகாலமாக ஒரு அலட்சியம்தான் தெரிந்தது. அதுதான் பீதியைக் கிளப்பிற்று. இன்றைய செய்கை அந்த பீதியை ஊர்ஜிதப்படுத்திற்று.

இப்பொழுது என்ன சொல்லப் போகிறாள்? இனிமேல் உன்னோடு வாழமாட்டேன், டைவோர்ஸ் கொடு என்று சொல்லப் போகிறாளா? சே, அந்த அளவுக்கு அவள் போக மாட்டாள் என்று அவன் தனக்குள் சொல்லிக்கொண்டான். டைவோர்ஸ் வாங்கிக் கொண்டு தனியாக என்ன செய்வாள்? பி.ஏ. படித்திருக்கிறாளே தவிர உத்தியோகம் கிடைக்கும்படியான எந்தப் பயிற்சியும் இல்லை. அண்ணன் வீட்டில் எத்தனை நாட்கள் உட்கார்ந்திருக்க முடியும்? ஒரு வாரத்திற்கு மேல், அண்ணி அவளைத் தாங்க மாட்டாள்.

வெகுநேரத்துக்கு அவனுக்குத் தூக்கம் வரவில்லை. இப்படிப்பட்ட ஒரு நாடகத் திருப்பத்தை அவள் கொண்டு வருவாள் என்று நிச்சயம் அவன் நினைத்திருக்கவில்லை. இப்படி ஒரு கோபத்தைக் காண்பிக்கும்படியாக நான் என்ன குற்றம் செய்தேன் என்று அவன் சுயபச்சாதாபத்தில் இறங்கினான். அகர்வாலைப் போலக் குடியும் பெண் சினேகிதமும் கிடையாது.

எப்படியோ பெண்டாட்டியை சந்தோஷப்படுத்தும் சாமர்த்தியம் அகர்வாலுக்கு இருக்கிறது. என்னிடம் போலித்தனம் இல்லை. தாடையைப் பிடித்து மண்டியிடத் தெரியாது. அது ஒரு பெரிய குற்றமா?

சியாமளாவின் சிநேகிதிகள் யார், அவன் ஆபீசுக்குப் போகும்போது அவள் என்ன செய்கிறாள் என்று அவனுக்குத் தெரியாது. தெரிந்துகொள்ள வேண்டும் என்று ஆர்வமும் அவன் காட்டியதில்லை. அவனது உத்தியோக சம்பந்தமான விஷயங்களில் அவளும் ஆர்வம் காட்டியதில்லை. அவனும் சொன்னதில்லை. பாட்டுக் கச்சேரி, சினிமா எல்லாம் அவளுக்குப் பிடிக்கும். ராஜா பிறப்பதற்கு முன்பு வரை அவனுக்கும் அதற்கெல்லாம் நேரமிருந்தது. அவள் அப்பொழுதெல்லாம் உற்சாகமாகவே இருந்தாள் என்று இப்பொழுது நினைவுக்கு வந்தது. ராஜா பிறந்த பிறகு எப்படியோ அவனுடைய உலகம் மெல்ல மெல்லத் தனியாகப் போய் விட்டது, அவன் உணராமலே. அவளுக்காகவும் குழந்தைகளுக்காகவும் தனியாக நேரம் ஒதுக்க அவனால் முடியவில்லை.

நான் என்ன செய்யட்டும், குடும்பத்துக்காகத்தானே உழைக்கிறேன், இதை அவள் புரிஞ்சுக்க வேண்டாமா என்று அவனுக்கு இப்பொழுது சலிப்பு ஏற்பட்டது. அதுக்காகக் கோவிச்சுக்கிட்டுப் பிறந்த வீடு போயிடறதா, ஸ்கூலுக்குப் போற குழந்தைகளை அம்போன்னு விட்டுட்டு? ஒரு கடிதம் கூட எழுதி வைத்துவிட்டுப் போகவில்லை. அலமாரிகளில், தலையணைக்கடியில், டெலிபோன் அருகில், சமையலறையில் என்று அவன் எல்லா இடங்களிலும் தேடிப் பார்த்தான். எங்கும் இல்லை. ஒரு இரண்டு வரிகூட எழுதி வைக்காமல் போகும் அளவுக்கு வெறுத்துப் போயிற்றா? திமிரா? எத்தனை நாளைக்கு இந்த வீராப்புக் காட்டுவே? திரும்ப என் வாசலைத்தானே தட்டுவே? அவன் அதைக் கற்பித்துப் பார்த்துக் கொண்டு திருப்திப்பட்டுக் கொண்டான்.

மறுநாள் காலை விடிந்ததுமே குழந்தைகளின் சாப்பாட்டைப் பற்றின யோசனையும் அவர்களை ஸ்கூலுக்குத் தயார்ப்படுத்த

வேண்டிய பொறுப்பும் இதுவரை அவன் சந்தித்திராத சவாலாகத் தோன்றின. சற்றுத் தொலைவில் இருந்த கடைக்குச் சென்று ப்ரெட்டும் வெண்ணெயும், திடீர் சமையல் பாக்கெட்டுகள் மாதிரிக்கு இரண்டிரண்டும் வாங்கி வந்தான்.

"அவங்க அம்மாவுக்கு உடம்பு சரியாயில்லேன்னு திடீர்னு ஊருக்குப் போயிருக்கா சியாமளா!" என்று வேலைக்காரியிடம் சமாளித்தான். "கொஞ்சம் குக்கர்லே சாதம் பருப்பு வெச்சிடு!" என்று சொன்னபோது அவள் முகத்தைத் தூக்கி வைத்துக் கொண்டாள். ஸ்கூலிலிருந்து மதியம் குழந்தைகள் வீட்டுக்கு வரும்போது அவன் வேலையெல்லாம் விட்டுவிட்டு ஓடிவந்து அவர்களுக்குச் சாதம் போட்டு ஆபீசுக்குத் திரும்பினான். மாலை திரும்பியதும் அவர்களைத் தாசப்பிரகாஷுக்கு அழைத்துப் போனான். "அம்மா வந்ததும் மறுபடி இங்கே சாப்பிட வரலாம்" என்று குழந்தைகளிடம் சமாதானப்படுத்துவது போலச் சொன்னான்.

மறுநாள் மாலை ஆபீசிலிருந்து சென்னையில் இருக்கும் மைத்துனனுக்கு டெலிபோன் செய்தான். 'சியாமளா வந்து விட்டாளா?' என்று கேட்கக் கூச்சமாக இருந்தது. 'மெட்ராசுக்குப் போகணும்னு சியாமளா ரொம்ப நாளாச் சொல்லிக்கிட்டிருக்கா' என்று ஆரம்பித்தான். "பின்னே வாங்களேன் எல்லாரும். குழந்தைங்களுக்கு இனிமே லீவு தானே?" என்றான் கந்தசாமி. "சியாமளாகிட்டேர்ந்து ரொம்ப நாளா லெட்டரேயில்லேன்னு அம்மா சொல்லிட்டிருக்காங்க. சியாமளா எப்படியிருக்கா? சின்னது நல்லா இருக்கா?"

❋ ❋ ❋

அத்தியாயம்

3

படபடத்து எதிர்பார்ப்புடன் காத்து நின்ற மனதில் சட்டென்று ஏமாற்றம் பரவியது. அடிவயிற்றில் ஏதோ கழண்டு போனதுபோல வெறுமையில் துவண்டது.

"என்ன குருமூர்த்தி, எல்லாரும் சவுக்கியம்தானே?" என்றான் கந்தசாமி.

"சவுக்கியம்தான்" என்றான் குருமூர்த்தி, சமாளித்துக் கொண்டு. "சும்மாத்தான் போன் பண்ணேன், அம்மா நல்லா இருக்காங்களா?" என்று கேட்டு வைத்தான்.

கந்தசாமி அதற்குமேல் ஏதோ பேசிக் கொண்டு போனான், குருமூர்த்தி போட்ட போன்தானே என்கிற சாவதானத்தோடு.

கவனமேயில்லாமல் பதில் சொல்லிவிட்டு குருமூர்த்தி போனை வைத்தான். பகபகவென்று பீதியும் படபடப்பும் அவனை ஆட்கொண்டன. இரண்டு நாட்களாக சியாமளா நிச்சயமாக மதராசுக்குத்தான் போயிருப்பாள் என்கிற நினைப்புச் சற்று நிம்மதியை அளித்திருந்தது. வேலைக்காரியிடமும் ஆபீசிலும் சியாமளா திடீரென்று ஊருக்குப் போக வேண்டி வந்தது என்று சொல்லிச் சமாளிக்க முடிந்தது. குழந்தைகளை ஏமாற்ற முடிந்தது. அவள் சென்னைக்குப் போகவில்லை என்ற செய்தி அவன் நம்பிய ஆதாரத்தைத் தகர்த்தெறிந்தது. நிலைகுலைய வைத்தது. எங்கே போயிருப்பாள்? நிச்சயம் திட்டமிட்டு

வெளியேறியிருக்கிறாள். குழந்தை சாமான்கள் அவளுடைய துணிமணி எல்லாவற்றையும் மூட்டை கட்டிக்கொண்டு லாக்கரில் நகைகள் இருந்தன. அதையும் எடுத்துச் சென்றிருப்பாளோ என்னவோ. கவனிக்க வேண்டும்.

வேலையில் கவனம் செலுத்த முடியாமல் அவன் எழுந்தான். ராமமூர்த்தியிடமும் அகர்வாலிடமும் தன்னுடைய பிரச்னையைப் பற்றிச் சொல்வதா வேண்டாமா என்று யோசித்தான். எங்கே சென்றாள் என்று தெரியாமல் இவர்களிடம் இப்பொழுது சொல்வது வீண் வம்பைக் கிளப்பும் என்று தன்னைக் கட்டுப்படுத்திக் கொண்டான். எத்தனை நாட்கள் அவளா தனியாக இருக்க முடியும்? கையிருப்பு முடிந்ததும் தானே வீட்டிற்குத் திரும்புவாள். வேலை கிடைப்பது கஷ்டம் என்பது மட்டுமில்லை, குழந்தையை எங்கே விட்டுவிட்டுப் போவாள்?

“என்ன குருமூர்த்தி, வீட்டுக்குக் கிளம்பிட்டியா?” என்றான் அகர்வால்.

“ஆமாம். குழந்தைங்க தனியா இருப்பாங்க.”

“மதர் இன் லா எப்படி இருக்காங்களாம்?”

“என்னது?”

“என்னப்பா, அவங்களுக்கு உடம்பு சரியாயில்லேன்னு நீ சொன்னீலே?”

“ஓ ஆமாம், இப்ப பரவாயில்லையாம்.”

“பேசினியா?”

“யாரோட?”

“உன் வைஃபோட.”

“இல்லே, அவ அண்ணனோட பேசினேன்.”

“சீக்கிரம் அனுப்பிடச் சொல்லு”

“யாரை?”

“ஏய், என்ன ஆயிட்டது உனக்கு?” என்று அகர்வால் வியந்தான். “ரெண்டே நாள்லே ஆள் இப்படி அவுட்டாயிட்டியே? சியாமளாவைச் சீக்கிரம் அனுப்பச் சொல்லு.”

“அவ சீக்கிரம் வந்துடுவான்னு எனக்குத் தோணல்லே.”

“ஏன்?” குருமூர்த்தி உதட்டைப் பிதுக்கித் தோளைக் குலுக்கினான்.

“ஏன்? என்ன விஷயம்?”

அவன் மறுபடி தோளைக் குலுக்கினான். “என்ன விஷயம்னு எனக்கே தெரியல்லே, ஸீ யூ!” என்று விட்டு நிற்காமல் அவன் வெளியேறும்போது பின்னால் அகர்வாலின் பார்வை தன்மேல் பதிந்திருப்பதை அவனால் உணர முடிந்தது. ‘சியர் அப்’ என்று அகர்வால் வழக்கமாகச் சொல்வதை இன்று சொல்லவில்லை.

வீட்டிற்கு வண்டியைச் செலுத்திக் கொண்டு போகும்போது, ‘எங்கே போயிருப்பாள், எங்கே போயிருப்பாள்?’ என்கிற கேள்வி குடைந்த வண்ணம் இருந்தது.

எத்தனை அசட்டுப்பெண் என்று மனசு பரிதவித்தது. என்ன குறையாக இருந்தாலும் வாய் வார்த்தையாகச் சொல்வதில்லையா, இப்படி வீட்டை விட்டுக் கிளம்பி விடுவதா என்று அங்கலாய்த்தது. வீம்புக்காகச் சென்றிருந்தாலும், ஒருநாளும் தனியாக எங்கும் சென்று பழக்கமில்லாதவள். இப்பொழுது குழந்தையையும் எடுத்துக்கொண்டு எங்கு போய்த் தவிக்கிறாளோ என்று தோன்றிற்று. குழந்தையையும் தன்னையும் தீர்த்துக்கொள்ளும் எண்ணத்துடன் கிளம்பியிருப்பாளோ என்று இடை இடையில் கேள்வி எழும்பியது. சாமான் எல்லாவற்றையும் எடுத்துக்கொண்டு ஏன் கிளம்ப வேண்டும் என்று சமாதானப்படுத்திக் கொண்டான். யாராவது சினேகிதி வீட்டிற்குப் போயிருக்கலாம். மிக நெருங்கிய தோழியாக இருப்பாள் ஒருவேளை. இவள் தனது தனிமை உணர்வைப் பற்றிப் புலம்பியிருப்பாள். சினேகிதி பெண்ணுரிமை இயக்கவாதியாக இருப்பாள். இப்படிப்பட்ட புருஷனோடு நீயேன் இருக்க வேண்டும் என்று அவள் சொல்ல இவள் ரோஷத்துடன்

கிளம்பியிருப்பாள். புருஷனுக்கு அப்பொழுதுதான் புத்தி வரும் என்னும் வீம்பு வந்திருக்கும். ஹூம், இந்தப் பெண்ணுரிமைத் தீவிரவாதிகள் - என்று அவன் சபித்தான். கொஞ்சம் படிப்பும் பேச்சு சாமர்த்தியமும் இருந்துவிட்டால் தாங்கள் ஏதோ தனிப்பிறவிகள் என்கிற எண்ணம் வந்து விடுகிறது. கொடியைப் பிடிக்கும் துணிச்சல் வந்து விடுகிறது. போகட்டும், தனியாய் இருந்து பார்க்கட்டும். தன்னைப் போல் அலறிக் கொண்டு மண்டியிட்டு வருவாள். ஆனால் யார் அந்த சினேகிதி என்று புரியவில்லை.

அவன் வீட்டை அடைந்தபோது ராதிகா பொறுப்பாக ஹோம் வர்க் செய்து கொண்டிருந்தாள். ராஜா தூங்கிக் கொண்டிருந்தான். கன்னங்களில் கண்ணீர்க் கறை இருந்தது.

"ராஜா அழுதானா?"

"ஆமாம்," என்றாள் ராதிகா.

"அடிச்சியா?" என்றான் குருமூர்த்தி, கோபத்துடன்.

"இல்லேப்பா," என்றாள் ராதிகா பயந்து. "அம்மா வேணும்னு அழுதான்."

அவன் சோர்வுடன் சோபாவில் அமர்ந்தான். சற்றுநேரம் மகளையே பார்த்தபடி இருந்தான்.

"அம்மா எப்ப வருவா?"

"தெரியாது" என்றான் அவன் பலவீனமாக.

"ராதிகா, அம்மாவுக்கு ரொம்ப நெருங்கின ஃப்ரெண்டு யாருன்னு தெரியுமா?"

"யாரு?" என்று அவள் யோசனையில் ஆழ்ந்தாள்.

"எவ்வளவோ பேர், அகர்வால் ஆன்டி, ராமமூர்த்தி ஆன்டி..."

"அவங்கள்ளாம் இல்லே - போன்லே அடிக்கடி யாரோட பேசுவான்னு தெரியுமா?"

"தெரியும் சேகர் அங்கிள்."

அவன் திடுக்கிட்டான். "அது யாரது சேகர் அங்கிள்?" ராதிகா சிரித்தாள்.

"சேகர் அங்கிள் தெரியாது?" ரொம்பப் பழக்கப்பட்டவரைப்பற்றி பேசுவது போல் சொன்னாள்.

"தெரிஞ்சிருக்கலாம், நீ பெயரைத் தப்பாச் சொல்றியோ என்னமோ."

"இல்லே, அவர் பெயர் சேகர் அங்கிள்தான்."

அவன் தயங்கிக் கொண்டு கேட்டான் "நீ பார்த்திருக்கியா அவரை?"

"ஓ! பார்த்திருக்கேன்."

இங்கதான் நம்ம வீட்டிலே. ஒரு நாள் ஸ்கூல்லேந்து வீட்டுக்கு வந்தபோது பார்த்தேன். சோபாவிலே உட்கார்ந்துகிட்டிருந்தாங்க."

எப்படியிருப்பாங்க சொல்லு."

"சேப்பா, உசரமா, மீசை வெச்சுக்கிட்டிருப்பாங்க."

அவனுக்குச் சொரேலென்றிருந்தது. காரணம் புரியாமல் பொறாமை ஏற்பட்டது. அந்த ஆளுக்கு சியாமளா எங்கே போனாள் என்று தெரிந்திருக்குமா? யார் அவன்?

"அவர் எங்கேயிருக்கார்னு உனக்குத் தெரியுமா, ராதிகா?"

"தெரியாதே."

ராதிகா சற்று வினோதமாக அவனைப் பார்த்து, "ஏன்?" என்றாள்.

"சும்மா கேட்டேன்" என்று அவன் மழுப்பினான்.

"அவங்க போன் பண்ணாங்கன்னா நா கேட்டு வச்சிக்கறேன்" என்றாள் அவள் உதவியாக. பிறகு, "பசிக்குதுப்பா" என்றாள். குருமூர்த்தி பெருமூச்சுடன் எழுந்தான். உடையை மாற்றும்போது ஒரே குழப்பமாக இருந்தது.

"சேகர் அங்கிளைத் தெரியாது?"

குழந்தைகளுக்கு அவனை இத்தனை சகஜமாகத் தெரிந்திருக்கிறது. தினமும் போன் செய்பவனாக இருக்கும். வேடிக்கை, நான் வீட்டில் இருக்கும் நேரம் அவன் செய்ததில்லை. ஆனால் வீட்டிற்குத் தினமும் ஒன்பது மணிக்குத் திரும்புகிறவனுக்கு அவன் எப்படிப் பரிச்சயமாக முடியும்? சியாமளாவும் அவனைப்பற்றி ஏதும் சொன்னதில்லை. அவள் எதைப்பற்றியும் பேசி ரொம்ப நாளாகிவிட்டது என்று அவனுக்கு ஞாபகம் வந்தது. ஆனால் தினமும் அந்த சேகருடன் போனில் பேசி வந்திருக்கிறாள், என்று மிக இயல்பாக அவனைப் பற்றி ராதிகா குறிப்பிடுவதிலிருந்து தெரிகிறது. என்ன பேசுவாள்? பேசும்போது அம்மா சிரித்துக்கொண்டு பேசுவாளா, சந்தோஷமாகப் பேசுவாளா என்று ராதிகாவிடம் எப்படிக் கேட்பது? இந்த சினேகிதம் எப்படி ஏற்பட்டது? சியாமளாவின் மறைவுக்கும் அவனுக்கும் ஏதேனும் சம்பந்தமிருக்குமா என்று அவன் யோசித்தான். பிறகு தன் எண்ண ஓட்டத்தைக் கண்டு திடுக்கிட்டான். மூன்று குழந்தைகளுக்குப் பிறகு அப்படி ஒரு எண்ணம் ஒருத்திக்கு ஏற்படுமா? அப்படி அவளைச் சந்தேகிப்பது தனது சின்னத்தனம் என்று அவன் தனக்குள் வெட்கப்பட்டான். இரண்டு வயதில் குழந்தை வேறு. வேறு ஒருத்தனுடன் ஓடிவிடுவாளா? அக்கம்பக்கத்தில் வேலையில்லா இளைஞன் யாராவது சினேகிதமாயிருப்பான். ஒரு சாதாரண ஆபத்தில்லாத கிறுக்கனாக இருப்பான். சில வாலிபர்களுக்குத் தங்களைவிட வயதான பெண்களிடம் அபிமானம் உண்டாகும். பொழுது போகாததால் இவளும் அவனுடன் பேசிப் பொழுது கழித்திருப்பாள்.

அவன் யோசனையுடனேயே அரிசியைக் களைந்து குக்கரில் வைத்தான். பொரியல் செய்யலாம் என்று முட்டைக்கோஸை நறுக்கப்போய் கையை வெட்டி ரத்தம் கசிவதைக் கண்டு அனுதாபப்பட்டு, 'தயிர் சாதமே போதும்!' என்றாள் ராதிகா. இரண்டே நாள் போதில் தன் வாழ்வு எப்படித் தடம் புரண்டு போய்விட்டது என்று அவனுக்குத் திகைப்பு ஏற்பட்டது. சியாமளாவின் இந்தச் செய்கைக்கு விபரீதப் பரிமாணங்கள் இருக்குமோ என்று தோன்றியது. அவ்வப்போது எழுந்த கேள்வியை அவன் உடனடியாக அமுக்கினான்.

ராஜா சாப்பிடாமல் தூங்கப் போனால், அவனை எழுப்பி சியாமளா சாதம் ஊட்டுவாள். இப்பொழுது முயன்றபோது எவரெஸ்ட் ஏற்றம் போல் இருந்தது. பேசாமல் அவனைப் படுக்கையில் கிடத்திவிட்டுப் பேப்பரைப் படிக்கக்கூட முடியாமல் குருமூர்த்தி விளக்கை அணைத்துப் படுத்துக் கொண்டான்.

ராதிகா சொன்ன விவரம் கதைக்குப் புதிய திருப்பம் கிடைத்தது போல் இருந்தது. திரும்பத் திரும்பத் தன்னுடைய கவலை அர்த்தமற்றது என்று அவன் ஒதுக்கப் பார்த்தாலும் சமீப காலச் சியாமளாவின் நடவடிக்கைகளை மனசு எடைபோட்டுப் பார்த்தது. இரண்டு மூன்று மாதங்களாகவே அவனுடன் அவள் சரியாகப் பேசுவதில்லை. ஒரு அலட்சியப் போக்கு இருந்து வந்திருக்கிறது. அவளுடன் உடல் உறவு கொண்டு வெகு நாட்களாகிவிட்டன என்று அவனுக்கு ஞாபகம் வந்தது. வேறு ஒரு ஆணுடன் சினேகிதம் வைத்துக் கொண்டதால்தான் அவள் அவனிடம் பாராமுகமாக நடந்து கொண்டாளா?

அவனால் நம்ப முடியவில்லை. நம்ப விரும்பவில்லை என்பது அதிகப் பொருத்தமாக இருக்கும்.

அவள் அழகிதான், மூன்று குழந்தைகளுக்குத் தாய் என்று யாரும் சொல்ல முடியாது. ஃபர்னாண்டஸ்கூட அவளுடைய அழகைப் பற்றிக் குறிப்பிட்டார். ஆனால் அவளுக்கு இப்பொழுது வயது முப்பத்து இரண்டு. மூன்று குழந்தைகள். இத்தனை ஆண்டுகளுக்குப் பிறகு ஒருத்தி ஒருவனுடன் ஓடுவாளா?

நான் எப்படி அவளுடைய நடவடிக்கைகள் எதையுமே கவனிக்காமல் அப்படி ஒரு முட்டாளாக இருந்தேன்! எந்த விபரீதமும் நடக்காது என்கிற நம்பிக்கையினால். அவனுடைய அம்மா மாதிரி, பாட்டி மாதிரி, சியாமளாவும் வாயை மூடிக்கொண்டு தன்னுடைய கடமை குழந்தைகளைப் பேணுவதும் சமையலறையைக் கவனிப்பதும்தான் என்கிற எண்ணத்துடன் அடங்கியிருப்பாள் என்கிற நம்பிக்கையினால். அவள் திருப்தியில்லாமல் இருக்கிறாள் என்கிற சந்தேகமும் உறுத்தலும்

அவனுக்கு இருந்து வந்தனதான். ஆனால் அது இப்படி வக்கரித்துக்கொண்டு போகும் என்று அவன் கனவில்கூடக் கண்டதில்லை.

தினம் தினம் பேப்பரில் காணோம் பகுதியில் போட்டோக்கள் ஒன்றிரண்டு நிச்சயமாகக் காணப்படுகிறது. சாதாரணமாகச் சின்னப் பையன்கள், பெண்கள், அப்பாக்கள், அம்மாக்கள் அறிக்கையுடன்

தயவுசெய்து திரும்பிவந்து விடு, அம்மா சாகக் கிடக்கிறாள். 'எத்தனை பேர்கள் அதைப் பார்த்துத் திரும்புவார்கள் என்று அவனுக்குத் தெரியாது'. சியாமளாவுக்கும் ஒரு அறிக்கை விட்டால் என்ன?

'தயவுசெய்து உன் கோபத்தை மறந்து திரும்பி விடு. ராதிகாவும் ராஜாவும் சாப்பிட மறுக்கிறார்கள். நான் சாகக் கிடக்கிறேன்.'

வேறு ஒரு ஆணிடம் ஓடியிருப்பவளை ஒரு கணவன் இப்படி அழைப்பானா?

ஆணிடம் ஓடியிருப்பாள் என்று எப்படி நிச்சயமாக நினைப்பது?

அவனுக்கு இப்பொழுது சியாமளாவின் மேல் மிகமிகக் கோபம் வந்தது. அவளுடைய செய்கையைப் பற்றி ஒரு துப்புகூட அவனுக்குக் கிடைக்காமல் வைத்ததற்காக. தன்னை எப்படிப்பட்ட முட்டாளாக்கி விட்டாள் என்று ஆத்திரம் வந்தது. கையாலாகாத்தனமும் துக்கமும் சேர்ந்து அவனை அழுத்தியது. தலையணையில் முகத்தைப் புதைத்து விசித்து விசித்து அழ ஆரம்பித்தான்.

✵✵✵

அத்தியாயம்

4

வாழ்க்கை சுத்தமாக வெறுத்துப் போயிற்று, குருமூர்த்திக்கு. பெண்ணினத்தை இப்போது அடியோடு வெறுத்தான். அவன் வீட்டில் அவனுக்குத் தெரிந்த எல்லாப் பெண்களும் தேமே என்று இருந்தவர்கள். இருப்பவர்கள். சியாமளாவைப் போல் அடங்காப்பிடாரிகள் அவனுக்குப் பழக்கமில்லை. ஒரு பெண்ணுடன் பன்னிரண்டு வருஷங்கள் குடித்தனம் செய்திருக்கிறேன். அவளுடைய சுபாவமே தெரியாமல். பெண்ணின் மனசு ஒரு ஆழ்கடல் என்ற வர்ணனையை அவன் கதைகளில் படித்திருக்கிறான். அது ஒரு புதைகுழி என்று தோன்றிற்று இப்போது. ஆழம் தெரியாமல் காலை வைத்தால் புதையுண்டு போய்விட வேண்டியதுதான். சாதாரணமாகக் காலை வைப்பவர்கள் எல்லாம், தெரியாமல் வைப்பவர்கள்தான், அவனைப் போல. உண்மையிலேயே சியாமளா அவன் காலை வாரிவிட்டது போல் இருந்தது. பெண்ணை ஒரு புதிர் என்றும் மாயை என்றும் நம்பகமற்றவள் என்றும் அவனைப் போல ஏமாந்தவன் ஒருத்தன்தான் வர்ணித்திருப்பான்.

சியாமளா' கிளம்பிச் சென்று, "ஓடிச்சென்று" என்று சொல்வது அவனுக்கு அசிங்கமாக இருந்தது - இன்று ஒரு வாரத்துக்கு மேல் ஆகிவிட்டது. இன்னும் சங்கேதமாகக்கூட ஏதும் தகவல் கிடைக்கவில்லை - ராதிகா சொன்ன அரைகுறை விவரத்தைத் தவிர. வீடு திரும்பியதும், 'அந்தப் பயல் போன் பண்ணானா?'

என்று ராதிகாவைக் கேட்பதும், அவள் விழித்ததும், 'அதாம்மா யாரோ சேகர் அங்கிள்னியே!' என்று திருப்பிச் சொல்லி, அவள் உதட்டைப் பிதுக்குவதுமாக நடந்து வருகிறது. நேற்று வேண்டுமென்றே லீவு போட்டு வீட்டில் உட்கார்ந்தான். ஆபீஸ் நேரத்தில் 'அந்தப் பயல்' போன் செய்வான் என்கிற எதிர்பார்ப்பில். ஏதும் வரவில்லை. இது ஏதோ ராதிகாவின் கற்பனைக் கதையாக இருக்க வேண்டும் என்கிற லேசான சமாதானம்கூட ஏற்பட்டது. 'குழந்தை ஏதோ தெரியாம சொல்றா!' என்று சொல்லிக் கொண்டான். 'ஆணுக்கு எப்பவுமே கொஞ்சம் சந்தேக புத்தி!' என்று வெட்கப்பட்டான். என்னதான் என் மேல் சியாமளாவுக்குக் குறையாக இருந்தாலும் கொஞ்சங்கூடச் சந்தேகத்துக்கு இடம் கொடுக்காமல் – (ஒருவேளை அவனுக்குக் கவனிக்கும் சாமர்த்தியம் இல்லையா?) வேறு ஒரு ஆணுடன் உறவு வைத்துக் கொண்டிருப்பாளா? வேற்று ஆண் சினேகிதம் என்பது எத்தனை சீரியஸ் விஷயம்? அதைக் கண்டுகொள்ளாமல் இருக்க முடியுமா? முடியும். அவனுக்கு மண்டையில் எப்பவும் இருக்கும் ஒரே சிந்தனை, பிசினஸ்.

மூன்றாவது குழந்தைகூட ஏதோ நினைவில்லாமல் விளைந்த கருவாகத் தோன்றிற்று. எப்படி அதைச் சுமந்தாள் பெற்றாள் வளர்த்தாள் என்பதெல்லாம் ஞாபகமேயில்லை. அப்படியிருக்க அவள் மனத்துள் சாத்தான் செய்யும் வேலையெல்லாம் ஆராய்வது எப்படிச் சாத்தியம்? வீட்டிற்கு வரும்போது 9 – 91/2 மணி. சாப்பிட்டுப் படுத்ததும் தூக்கம். காலை எழுந்திருப்பது எட்டு மணிக்கு. ஒன்பது மணிக்கு மறுபடி ஆபீசுக்கு ஓட்டம். நிஜமாகவே அவள் ஒரு மேஜை நாற்காலி, நகராத, ஓடாத வஸ்து என்கிற நிம்மதியுடன் நாட்கள் நகர்ந்தன.

தில்லியில் அக்கம் பக்கத்தில் இருப்பவர்கள் எல்லாம் அதிநாகரிகமானவர்கள். அடுத்த ப்ளாட்டாக இருந்தாலும் கொலை நடந்தாலும் யாருக்கும் தெரியாது. சாதாரணமாக தில்லிக் கொலைகளைக் கண்டுபிடித்துச் சொல்வதெல்லாம் வேலைக்காரிகள்தான். அக்கம் பக்கத்தவர் இல்லை. பேப்பர்காரன்

வேலைக்காரிகளைத்தான் விவரம் கேட்டுப் பேப்பரில் போடுவான். கொலைகாரனைக் கண்டுபிடிக்கும் ஆர்வம் எப்படியும் போலீசுக்கு இல்லை. எந்தப் பெண் எவனுடன் பேசுகிறாள், போகிறாள் என்று கவனிப்பது ப்ளாட் வீடுகளில் கஷ்டம் என்று அவன் புரிந்து கொண்டான். ப்ளாட்டின் கதவு மூடினால் அது ஒரு கோட்டை. உள்ளே நடப்பது யாருக்கும் தெரியாது - வேலைக்காரிகளைத் தவிர.

அந்த சேகர் பயல் வேலைக்காரி இருக்கும் சமயத்தில் வரும் அளவுக்கு முட்டாளாக இருக்க மாட்டான். நிச்சயம். இருந்தாலும் வேலைக்காரிக்கு ஏதேனும் விஷயம் தெரிந்திருக்குமா? எப்படிக் கேட்பது? உன் எஜமானிக்கு ஏதானும் ரகசிய உறவு இருந்ததா என்றா? அதைவிட நாக்கைப் பிடுங்கிக் கொள்ளலாம். எதுவுமே தெரியாதது போல விளம்பரம் போட்டால்? 'ஹே, சியாமளா! எங்கே போனாய்?' பாணியில். ஊர் உலகத்துக்கெல்லாம் தெரிந்து போகும். போலீசில் தகவல் சொன்னால், அவர்கள் என்னையே சந்தேகிப்பார்கள். எத்தனையோ கணவன்கள் மனைவிகளைப் புதைத்துவிட்டுப் போலீசில் 'காணோம்' என்று பதிவு செய்கிறார்கள்.

சியாமளா சென்று பத்து நாட்கள் ஆகிவிட்டன. சமைப்பதும் குழந்தைகளைக் கவனிப்பதும், பால் இருக்கா தயிர் இருக்கா என்று பார்ப்பதும் மகா பயங்கரமாக இருந்தது. அவள் வந்துவிடுவாள் என்கிற நப்பாசையில் தான் படுமுட்டாளாகி நிற்பதுபோல் தோன்றிற்று. ஆபீசில் வேறு அகர்வாலும், ராமமூர்த்தியும் தினம் "உன் மாமியாருக்கு உடம்பு எப்படியிருக்கு?" என்று கேட்டுக் கழுத்தறுத்தார்கள். மாமியாருக்கு ஒரு கேடும் இல்லை என்று சிலசமயம் கத்த வேண்டும் போல் இருந்தது. இப்படிப்பட்ட அடங்காப்பிடாரிப் பெண்ணைப் பெற்றதற்காக மாமியாரின் மேல் கோபம் வந்தது. வீட்டை விட்டு ஓடிப்போனால் குறைந்தபட்சம் ஒரு கடிதமாவது எழுத வேண்டும் என்கிற அடிப்படை விவரத்தைக் கூடவா சொல்லிக் கொடுக்க மறந்தீர்கள் என்று கேட்க வேண்டும் போல் இருந்தது.

புருஷன் வேலையில் ஆழ்ந்து போனால் கொல்லைப்புறமாக ஓடிவிடுவதா? சியாமளா திரும்பி வருவாளா மாட்டாளா என்னும் சஸ்பென்ஸ்தான் அவனுக்குத் தாங்க முடியாததாக இருந்தது. காயை நறுக்கச் சொன்னால், அரிசியைக் களையச் சொன்னால், இந்தி வேலைக்காரி முணுமுணுத்தாள். 'இன்னும் நிறைய வீட்டுக்குப் போய் வேலை செய்ய வேண்டும்!' என்றாள். 'அம்மா வரும்வரை தான்' என்று அவன் சமாதானமாகச் சொன்னபோது, அவள் அவனை ஏளனமாகப் பார்த்தது போல, 'நம்புகிறாயா அதை, பைத்தியக்காரா!' என்று சிரித்தது போல அவன் நினைத்துக் கொண்டான். 'கூடச் சம்பளம் தரேன், என்றான்' அவசரமாக.

ஆனால் அதிகப்படி வேலைக்கு அவளுக்கு வணங்காது என்று தெரிந்து போயிற்று. திடீரென்று 'சுட்டி' - லீவு போட்டாள். சியாமளா வரப் போகிறாளா என்று காத்திருப்பது போல, வேலைக்காரி வரப்போகிறாளா என்று காத்திருக்க வேண்டியதாகி விட்டது.

அவனுடைய முக வாட்டத்தைக் கண்டு அகர்வாலும் ராமமூர்த்தியும் கவலைப்பட்டார்கள். மாமியாரைப் பார்த்துக்கொள்ள ஊரில் வேறு ஆள் இல்லையா என்று ஆத்திரப்பட்டார்கள். ட்ரிங்ஸ்சுக்கு அழைத்தார்கள். பலவீனப்பட்டுப்போன தருணத்தில் கண்ணில் நீர் மல்க அவன் சொன்னான்.

"சியாமளா என்னை விட்டுப் போயிட்டா!"

"வாட் டு யூ மீன்?" என்றார்கள் இருவரும்.

"அதுதான் உண்மை!" என்றான் அவன் சோகமாக. "அவ எங்கே போனான்னு தெரியல்லே. ஆனா ப்ளான் பண்ணி புடவை நகை எல்லாம் மூட்டை கட்டிண்டு போயிட்டா."

அவர்கள் நம்பாமல் அவனை விழி பிதுங்கப் பார்த்தார்கள்.

"குழந்தை?" என்றான் அகர்வால்.

"குழந்தையோடதான். பெரிசு ரெண்டு இங்கதான் இருக்கு."

"குழந்தையோட எங்கே போவாங்க?" என்றான் ராமமூர்த்தி. "யாராவது சினேகிதி வீட்டிலே இருக்காங்களான்னு விசாரிச்சுப் பார்த்தியா?"

"யாரை விசாரிக்கிறதுன்னே புரியல்லே ராமு" என்றான் குருமூர்த்தி பரிதாபமாக. "அக்கம் பக்கத்திலே யாருக்கும் ஒண்ணும் தெரியல்லே. ஊருக்குப் போயிருக்காளான்னு என்னைக் கேக்கறாங்க. வேலைக்காரிக்குத் தெரியுமோ என்னவோ, வாயைத் திறக்கறதில்லே. மெட்ராசுக்குப் போகல்லே. நான் போன் பண்ணிப் பாத்துட்டேன்." – அகர்வால் அவன் தோளை அணைத்தபடி, "குரு! ப்ளீஸ் என்னைத் தப்பா நினைக்காதே. எல்லா டைரக்ஷன்லேயும் யோசிக்கணும் என்கிறதுக்காகக் கேட்கறேன். ஆண் சினேகம் இருக்குமா?"

குருமூர்த்தி தலையைக் குனிந்து கொண்டான். "தெரியல்லே. இருக்கலாம்னு தோணுது."

"சீச்சீ! எப்படி?" என்றான் ராமமூர்த்தி. "மூணு குழந்தைகளுக்கப்புறமா?"

"ஏன் கூடாது?" என்றான் அகர்வால். பிறகு ஞாபகம் வந்தவனாய், "ஒரு வாதத்துக்காகச் சொல்றேன், குரு" என்று தொடர்ந்தான். "முப்பத்தி அஞ்சுக்குள்ளேதான் இருக்கும் சியாமளாவுக்கு? அழகு இளமை இன்னும் இருக்கு. ஆண் பிள்ளை ஐம்பது வயசுக்கு மேல சினேகிதம் வெச்சுக்கறான், பெண் பிள்ளை வெச்சுக்கக் கூடாதா?"

"கைக்குழந்தையோட ஓடுவாளா?" என்றான் ராமமூர்த்தி.

அகர்வால் தோளைக் குலுக்கி உதட்டைப் பிதுக்கினான்.

"என் வைஃப் சாதுன்னு நினைச்சேன், இப்ப நானும் உஷாராகணும் போலிருக்கு."

தன் விஷயத்தை இவர்கள் ஏதோ பொது விஷயம் போல் பேசுவதாகத் தோன்றிற்று குருமூர்த்திக்கு.

"ஏய், எனக்கு இப்ப வைஃப்கூட வேண்டாம். முதல்லே ஒரு ஹவுஸ் கீப்பர் வேணும், சமைச்சுக் குழந்தைகளைப் பார்த்துக்க."

“நா சொல்றேன் கேளு. உங்க மாமியாருக்கு எழுது. உங்க பெண் எங்கேயோ ஓடிப்போயிட்டா. உடனே ஒரு சமையல்காரி வீட்டோட இருக்கிற மாதிரி வேணும்னு சொல்லு. கிராமத்திலேர்ந்து யாராவது வந்தா வாயை மூடிக்கிட்டு செய்வாங்க.”

“சியாமளா லெட்டர் ஒண்ணும் எழுதி வெச்சிட்டுப் போகல்லியா?”

“இல்லே. வீட்டிலே தேடாத இடமில்லே. எல்லா சாமானையும் எடுத்துப் போட்டுத் திருப்பி வெக்கிறதே பெரிய வேலையாப் போச்சு. உண்மையிலேயே ஒரு ஹவுஸ் கீப்பர், வேலைக்காரி இருந்தா போதும்னு அலுத்துப்போச்சு. யாராவது கிடைச்சா கொஞ்சம் ரிலீப் இருக்கும்.”

“நா பாக்கறேன்” என்றார்கள், இருவரும்.

“ஆமாம், ஆண் சினேகிதம் இருக்கும்னு எப்படி நினைக்கிறே?” என்றான் அகர்வால்.

“சேகர்னு ஒரு ஆளோட சியாமளா தினமும் பேசுவான்னு என் டாட்டர் சொல்றா. அவன் யாருன்னே எனக்குத் தெரியல்லே.”

“மை காட்!” என்றான் அகர்வால். “பொம்பளைங்க ரொம்பதான் மாறிட்டாங்க. நாம என்னவோ நம்ம அம்மா, பாட்டி இருந்த ஞாபகத்திலேயே இருக்கோம்.”

“நான் கிளம்பறேன்” என்றான் குருமூர்த்தி. “குழந்தைகளுக்கு போர்ன்விட்டா கொடுக்கணும்.”

“இப்படித்தான் பேசிக்கிட்டே இருக்கும்போதே என் வைஃப் எழுந்திண்டு போவா!” என்று அகர்வால் சிரித்தான், குருமூர்த்தி கிளம்பியதும்.

உண்மையிலேயே சியாமளாவைக் கண்டுபிடிப்பதை விட ஒரு முழு நேர வேலைக்காரியைக் கண்டுபிடிப்பது அதிக முக்கியம் என்று குருமூர்த்தி தீர்மானித்துக் கொண்டான். முன்னூறு நானூறு கேட்டாலும் பரவாயில்லை. அநாவசியமான தொல்லைகளிலிருந்து தப்பிக்கலாம். வீட்டுக்குச் சென்றதும்

மாமியாருக்குக் கடிதம் எழுத வேண்டும். உங்கள் பெண்ணின் லட்சணத்தைத் தெரிந்து கொள்ளுங்கள் என்று.

அவன் வீட்டை அடைந்தபோது, "அப்பா, ராஜா சக்கரை பாட்டிலை உடைச்சுட்டான்!" என்றாள் ராதிகா. அவனுக்குச் சுர்ரென்று ஆத்திரம் வந்தது. இரண்டு பேரையும் ஒரு மொத்து மொத்தினான். "அம்மா வேணும்!" என்று ராஜா அழ ஆரம்பித்தபோது, குருமூர்த்திக்கே அழுகை வந்தது. இரண்டு பேரையும் சமாதானப்படுத்தி போர்ன்விட்டா கொடுத்து விளையாட அனுப்பிவிட்டு மாமியாருக்குக் கடிதம் எழுத உட்கார்ந்தான்.

"உங்கள் அருமைப் பெண் வீட்டை விட்டு எங்கோ போய்விட்டாள். குழந்தை சுமதியையும் தூக்கிக் கொண்டு போய்விட்டாள். எதற்குப் போனாள் எங்கே போனாள் என்று தெரியவில்லை. திட்டமிட்டுப் போயிருக்கிறாள். இன்னும் போலீசுக்குத் தகவல் தெரிவிக்கவில்லை. உடனடியாக வீட்டைப் பார்த்துக்கொள்ள எனக்கு ஒரு ஆள் தேவை. யாரையாவது அனுப்புங்கள். ரொம்பத் திண்டாடுகிறேன். சம்பளம் தாராளமாகக் கொடுப்பேன்."

கடிதத்தைத் தெருக்கோடியில் இருந்த தபால் பெட்டியில் போட்டுவிட்டுத் திரும்பியபோது வாசற்படிக்கருகில் ஒரு கடிதம் கிடந்தது. சியாமளாவின் கையெழுத்துத் தெரிந்தது. அவன் மிகுந்த படபடப்புடன் அதைப் பிரித்துப் படிக்க ஆரம்பித்தான்.

✵ ✵ ✵

அத்தியாயம் 5

அலுவலகக் கடிதம் போல், 'திரு. குருமூர்த்திக்கு' என்று கடிதம் ஆரம்பித்திருந்தது. சியாமளாதான் எழுதியிருக்கிறாளா என்று கையெழுத்தைப் பார்த்தான். சியாமளாதான். கடிதம் ஆரம்பித்த விதமே நறுக்கென்று மண்டையில் வெட்டிய மாதிரி இருந்தது. ராஜாவைப் பிரசவிக்கப் பிறந்தகம் சென்றிருந்த போது வாரா வாரம் கடிதம் வரும். 'மை டியரெஸ்ட்' என்று ஆரம்பிப்பாள். ஆங்கிலத்தில்தான் அபரிமிதமான காதலுக்கு வார்த்தைகள் உண்டு என்ற நினைப்பில். அந்தக் காதல் இப்போது வெளிநாடு போய்விட்டது போல் தோன்றிற்று.

மதம் பிடித்த குதிரையைப் போல் ஓடிய மனத்தை இழுத்துப் பிடித்து அவன் கடிதத்தைப் படிக்க ஆரம்பித்தான்.

"திரு. குருமூர்த்திக்கு,

நான் சொல்லாமல் கொள்ளாமல் வீட்டை விட்டுப் புறப்பட்டது அதிர்ச்சியாக இருக்கும். எனக்கு வேறு வழி தெரியாமல்தான் அப்படிக் கிளம்பினேன். நான் வேறு ஒருவரைக் காதலிக்கிறேன். தொடர்ந்து உங்களுடன் வாழ்வது போலித்தனமானது. அதற்கு இஷ்டப்படாமல் கிளம்பி விட்டேன். நீங்கள் நல்லவர்தான், ஆனால் உங்கள் மீது எனக்கு இப்பொழுது காதல் இல்லை. அப்படியிருக்க,

சேர்ந்து வாழ்வது அசிங்கம். எனது நேர்மையை நீங்கள் புரிந்து கொள்வீர்கள். உங்கள் குழந்தைகள் மேல் உங்களுக்குத்தான் உரிமை என்பதால் ராதிகாவும் ராஜாவும் உங்களிடம் இருக்கட்டும். சுமதியைப் பார்த்துக் கொள்வது உங்களுக்குக் கஷ்டம் என்பதால் என்னிடம் வைத்துக் கொண்டிருக்கிறேன். தயவுசெய்து என்னைத் திருப்பி அழைக்க முயற்சி செய்யாதீர்கள். போலீசில் புகார் எழுதி வைத்திருக்க மாட்டீர்கள் என்று நம்புகிறேன். நான் சுயபுத்தியுடன் இஷ்டப்பட்டுத்தான் கிளம்பியிருக்கிறேன்."

குருமூர்த்தி பலமுறை கடிதத்தைப் படித்தான். 'உங்கள் மீது எனக்குக் காதல் இல்லை.' பன்னிரண்டு வருஷங்களாக அவள் என்ன செய்து வந்தாள் என்று அவனுக்குப் புரியவில்லை. "நீங்கள் நல்லவர்தான். ஆகா, சர்டிபிகேட் கொடுக்கிறாள். நல்லவேளை, 'நீ கவனிக்கவில்லை, என்னை மேஜை நாற்காலியாய் வைத்திருந்தாய், என்னை மனுஷியாய் மதிக்கிறவனுடன் இனிமேல் இருக்கப் போகிறேன்' என்று எழுதவில்லை. போகட்டும். அதைவிடக் கேவலமாக அவன் நடத்தப் போகிறான். உன்னை வெறும் சதைப் பிண்டமாக மட்டுமே நினைக்கப் போகிறான். மாட்டிக்கொண்டு அவஸ்தைப் படு." எத்தனை சுலபமாகக் கழண்டு கொண்டு விட்டாள் என்று ஆத்திரமும் துக்கமும் அவமானமும் ஏற்பட்டன. அவன் கடிதத்தைத் திருப்பித் திருப்பிப் பார்த்தான். எந்த ஊர் முத்திரை என்று தெளிவாகத் தெரியவில்லை. அவன் சோர்வுடன் வீட்டிற்குள் நுழைந்தான். வீடு சூன்யம் பிடித்தது போல் அவனுக்குத் தோன்றிற்று. மிகப்பெரிய அவமானம் ஏற்பட்டது போல் இருந்தது. காதல் என்பது என்ன என்று இப்பொழுது குழப்பமேற்பட்டது.

'நான் இப்பொழுது வேறு ஒருவரைக் காதலிக்கிறேன்.' அதில் ஏதும் அழுத்தம் இருக்கவில்லை. 'என் அட்ரஸ் இப்பொழுது மாறியிருக்கிறது' என்பதைப் போல் இருந்தது. மொத்தக் கடிதமே

உணர்ச்சியற்ற பிசினஸ் கடிதமாகத் தோன்றிற்று. என்னைத்தான் உதறி விட்டுப் போனாள், குழந்தைகளையும் எப்படி உதறிவிட்டுப் போக முடிந்தது? பத்து மாதம் சுமந்து பெற்றவள் இப்படி விட்டேற்றியாகப் பேசுவாளா? அகர்வால் சொன்னது போல உலகம் தலைகீழாகத்தான் போய்விட்டது. சிறிது காலத்திற்குப் பின் உடற்கூறுகளிலேயே ரசாயன மாறுதல் ஏற்படலாம். பெண்களுக்குப் பதில் ஆண்கள் கருத்தரிக்கலாம்.

'எனது நேர்மையை நீங்கள் புரிந்து கொள்வீர்கள்.' 'ப்ளடி சீட்!' என்று அவன் பல்லைக் கடித்தான். என்னிடம் நீ நேரிடையாகச் சொல்லியிருந்தால், அது நேர்மை. எனக்கு ஒரு வாய்ப்பைக் கொடுத்திருந்தால் நேர்மை. திருடியைப் போலச் சாமானை மூட்டை கட்டிக்கொண்டு குழந்தைகளுக்குக்கூடச் சொல்லாமல் கிளம்பிச் சென்றது எப்படிப்பட்ட நேர்மை? அவனுக்கு ஒரு மாமா இருந்தார். முதல் மனைவியை ஒதுக்கி வைத்துவிட்டு இன்னொருத்தியைத் திருமணம் செய்து கொண்டார். ஆனால் ஊரறிய, மனைவிக்கு அட்வான்ஸ் நோட்டீஸ் கொடுத்து விட்டுச் செய்து கொண்டார்.

ஊராரும் மனைவியும் அவருக்குப் 'புத்தி' சொல்ல அவகாசம் இருந்தது. சினிமா பாணியில் மனைவி அழுதாள். காலைப் பிடித்தாள். அவர் மனசு மாறவில்லை என்பது வேறு விஷயம். அட்லீஸ்ட் யாருக்கும் அதிர்ச்சி ஏற்படவில்லை. திருடனைப் போல் அவர் ஓடவில்லை.

குருமூர்த்திக்கு வெறுத்துப் போயிற்று. பொதுவாக உலகம் போன போக்கை நினைத்து வருத்தமேற்பட்டது. தாய்க்குலம் இப்படி நடந்து கொண்டால் தரணி தாங்குமா என்று பச்சாதாபம் ஏற்பட்டது.

வாசலில் ராஜாவின் குரல் கேட்டது. அவன் எழுந்தான். சியாமளாவின் நினைவை அப்புறப்படுத்தியாக வேண்டும். குழந்தைகள் லேசில் மறக்க மாட்டார்கள். அவர்களைச் சமாதானப்படுத்துவதுதான் கஷ்டமாகிப் போகும்.

அவர்களை நினைத்து அவனுக்கு வருத்தமேற்பட்டது. எத்தனை மோசமாக என்னை சியாமளா ஏமாற்றிவிட்டாள் என்று மீண்டும் கண்களில் நீர் நிறைந்தது.

குழந்தைகள் விளையாடி விட்டுத் திரும்பி விட்டார்கள். அவர்களுக்கு பிஸ்கெட்டும் பழமும் கொடுத்தான். இரவுச் சமையலை ஆரம்பிக்க வேண்டும் என்று நினைவு வந்து சமையலறைக்குச் சென்று அரிசி களைய ஆரம்பித்தான். “அப்பா!” என்ற குரல் கேட்டுத் திரும்பினான். ராதிகா நின்றிருந்தாள்.

“என்ன? இன்னும் சமையல் ஆகல்லே!” என்றான் அவன் சோர்வுடன்.

“நா ஹேல்ப் பண்ணட்டுமா?” என்றாள் ராதிகா மெல்ல.

சட்டென்று அவன் நெகிழ்ந்து போனான்.

“பண்ணேன்!” என்றான். அவன் - புன்னகையுடன். ஆனா இன்னிக்கு வெறும் சாதம்தான். தயிர் சாதம். நாளைக்கு வேறு ஏதாவது பண்ணறேன். அப்ப ஹேல்ப் பண்ணு.”

“சரி” என்றாள் ராதிகா - சந்தோஷமாக. “அம்மா எப்ப வருவாங்க?”

“தெரியல்லே” என்றான் அவன் நிதானமாக. “அம்மாவுக்கு வர முடியல்லேன்னா போகட்டும், சமையலுக்கு ஒரு ஆளைப் போட்டுடலாம்.”

“அம்மா வந்துட்டா?”

“ஆள் வேண்டாம்.”

சியாமளா திரும்பி வந்தால் அவளை ஏற்றுக்கொள்ள முடியுமா என்று அவன் யோசித்துத் திடுக்கிட்டான். முதலாவது அவள் வரமாட்டாள். வந்தாலும் தன்னால் ஏற்றுக்கொள்ள முடியாது என்று தோன்றிற்று. ‘உன்னை நான் காதலிக்கவில்லை!’ என்று எழுத்து மூலம் தெரிவித்துவிட்டவளுடன், தொடர்ந்து எப்படிக் குடித்தனம் செய்வது?

இதைப் பற்றி இப்போது எதையும் நினைக்கக் கூடாது என்று அதை பலவந்தமாக மனத்திலிருந்து ஒதுக்கினான். ராதிகா பெரிய மனுஷியைப் போல அவனுக்குக் கூடக் கூட வந்து உதவினாள். ராஜாவைச் சமாதானப்படுத்திச் சாப்பிட வைத்தாள். இத்தனை நல்ல குழந்தைகளை விட்டுவிட்டு சியாமளாவிற்கு வீட்டை விட்டுச் செல்ல எப்படி மனசு வந்தது என்று அவனுக்கு நினைத்து நினைத்து ஆச்சரியம் ஏற்பட்டது. எந்த அளவுக்குச் சுயநலம் இருக்க வேண்டும் என்று கோபம் வந்தது. 'நீ வேறு ஒருத்தியிடம் காதல் கொண்டால் நீ என்ன செய்வாய்' என்று அவள் என்னை கேட்கலாம். அல்லது, 'நீ மட்டும் ஒரு நார்மல் கணவனைப் போல் இருந்திருந்தால், வேளைக்கு வீட்டுக்கு வந்து வெளியில் வாசலில் அழைத்துக் கொண்டு போய், ஆசையுடன் இரண்டு வார்த்தை பேசி என்னை மனுஷியாக நடத்தியிருந்தால் வேறு ஆணுடன் இப்படி ஒரு தொடர்பு ஏற்பட்டிருக்குமா' என்று கேட்பாள். அவளுடைய போக்கிற்கு நானே காரணமாக இருந்திருந்தாலும் சேதம் ஏற்பட்டதென்னவோ ஏற்பட்டதுதான்.

ராதிகாவைப் பார்க்கும் போது அடிவயிற்றைச் சங்கடப்படுத்தியது. இனிமேல்தான் இவள் பெரிய மனுஷியாவாள். அதற்குப் பிறகு இவளைக் கவனித்து வளர்க்க வேண்டும். எப்படிச் செய்யப்போகிறேன்? அந்தரங்க, பெண் சமாசாரங்களையெல்லாம் எப்படிச் சொல்லித் தருவேன்?

முதல் தேவை ஒரு வேலைக்காரி என்று அவன் தனக்குள் சொல்லிக் கொண்டான். நல்ல கிராமத்துப் பெண்ணாக இருந்தால் அகர்வால் சொல்வது போல வாயை மூடிக் கொண்டு சொன்ன வேலையைச் செய்வாள். பட்டிணத்து வேலைக்காரிகளுக்குச் சாமர்த்தியம் அதிகம். திரிசமன் அதிகம். சீக்கிரத்தில் இந்தி கற்றுக் கொண்டு பஞ்சாபிக்காரனுடன் சினேகிதம் செய்து கொண்டு கம்பி நீட்டி விடுவார்கள். கடவுளே! வேண்டாம். பொண்டாட்டியையே நம்மால கன்ட்ரோல்லே வைக்க முடியல்லே...

இரண்டு நாள் கழித்து கந்தசாமி மெட்ராசிலிருந்து போன் செய்தான்; ஏகப் பதட்டத்துடன்.

"என்ன குருமூர்த்தி, நீ எழுதினது உண்மைதானா, நாங்கள்ளாம் பதைச்சுப் போயிட்டம்!" என்றான்.

"இந்த மாதிரி விஷயத்திலே யாராவது பொய் சொல்லுவாங்களா, கந்தசாமி?" என்றான் அவன் எரிச்சலுடன்.

"என்னாலேயும் நம்ப முடியல்லே, குருமூர்த்தி."

"என்னாலேயும் நம்ப முடியல்லே."

"என்ன காரணம்னு தெரியல்லையா?" என்றான், கந்தசாமி - ஜாக்கிரதையாக.

"வேற சினேகிதம் ஏற்பட்டுப் போச்சு."

"வாட்?" என்றான் கந்தசாமி, அதிர்ந்து. "மூணு குழந்தைகளுக்கு அப்புறமா? பித்துப் பிடிச்சிடுத்தா அவளுக்கு?"

"என்னவோ தெரியாது, கந்தசாமி. இப்ப எனக்குத்தான் பைத்தியம் பிடிக்கும் போல இருக்கு."

"ரொம்ப வருத்தமாயிருக்கு, குருமூர்த்தி. என் தங்கையை நினைக்க அவமானமா இருக்கு. கழுதையை இழுத்து வந்து முதுகிலே நாலு வைக்கணும்னு ஆத்திரம் வருது."

"நீ எந்தக் காலத்திலேயோ இருக்கே, கந்தசாமி!" என்றான் குருமூர்த்தி சோர்வுடன். "பெண்கள் ரொம்ப முன்னேறிட்டாங்க. இப்ப அவங்களை ஒண்ணும் செய்ய முடியாது. இப்ப எனக்கு முக்கியமாத் தேவைப்படறது ஒரு வேலைக்காரி. எல்லாத்தையும் கவனிக்கும்படியா ஒரு ஹவுஸ் கீப்பர். ஆபீசுக்கும் போய் சமையலையும் குழந்தைகளையும் பாத்துக்கறதுக்குள்ளே நா கொலாப்ஸ் ஆயிடுவேன் போலயிருக்கு. என் சமையல் எனக்கே பிடிக்கல்லே."

கந்தசாமி சிரிக்கிறான் என்று தோன்றிற்று.

"ஆளுக்கு நா ஏற்பாடு பண்ணறேன், கவலைப்படாதே!" என்றான். "உன் லெட்டரைப் பார்த்த உடனேயே ஊர்லே இருக்கிற மாமாவுக்கு எழுதிப் போட்டேன். ஒரு அம்மா அங்கே இருக்காங்கன்னு கேள்வி. தகவல் கிடைச்சதும் உனக்கு போன் பண்றேன். சியாமளா விஷயத்தை என்ன செய்யப்போறே? நா அங்க வரவா?"

“வேண்டாம், நீ இப்ப வந்து என்ன செய்ய முடியும்? அவ எங்க இருக்கான்னு கூடத் தெரியல்லே.”

“இருந்தாலும் எப்படி விட முடியும் இதை?”

“அவ இருக்கிற இடம் தெரிஞ்சா ஏதாவது செய்யலாம். ஆனா அதனால ஒரு பிரயோஜனமும் இருக்காது. புத்தி சொல்லி கேட்டுக்கற வயசா?”

“இப்படி ஓடிப்போற வயசா?” என்றான் கந்தசாமி கோபத்துடன். பிறகு எஸ்டிடியில் பேசுவது அப்பொழுது தான் ஞாபகம் வந்தவன் போல, “சரி, நா லெட்டர் போட்றேன். அம்மா அதிர்ச்சியிலே இருக்காங்க. வேலைக்காரிக்கு நா ஏற்பாடு பண்ணறேன், டோன்ட் வொர்ரி!” என்று தந்தி பாஷையில் பேசிவிட்டு போனைக் கீழே வைத்தான்.

குருமூர்த்திக்குச் சற்று நேரம் வேலையில் புத்தி ஓடவில்லை. ‘மூணு குழந்தைங்களைப் பெத்த பிறகா?’ என்றுதான் எல்லோரும் கேட்கிறார்கள். ஒரு குழந்தை பெற்ற பிறகு ஓடலாம் என்பதுபோல. பிள்ளை பெறுவது விபத்து, காதல் எப்பொழுது வேண்டுமானாலும் பிறக்கலாம். காதலிக்காமலே குழந்தைகள் பெற்றிருக்கிறாள் என்று அர்த்தம். குழந்தைகளைக் காரணம் சொல்லி என் சந்தோஷத்தை நான் ஏன் கெடுத்துக்கொள்ள வேண்டும் என்கிற கட்சி அவளுடையது. குருமூர்த்தி தோளைக் குலுக்கிக் கொண்டான். இனிமேல் உன் வழி வேறு, என் வழி வேறு. என் குழந்தைகளைப் பார்த்துக் கொள்ளும் பொறுப்பு என்னுடையது, அது எத்தனை சிரமமான காரியமாக இருந்தாலும்.

இரண்டு நாள் கழித்து கந்தசாமியிடமிருந்து போன் வந்தது. “ஊரிலே நா சொன்ன ஆள் வந்துட்டாங்க. இன்னிக்கு ஜி.டி. யிலே அனுப்பறேன். ஸ்டேஷனுக்குப் போய் அவங்களை அழைச்சிட்டுப் போ” என்றான். அம்மணின்னு பேரு. மாநிறமா, குட்டையா, முப்பது வயசிருக்கும்.”

✲ ✲ ✲

அத்தியாயம்

6

இன்று காலையில் கண் விழித்ததும் சற்று உற்சாகமாக இருந்தது. இன்று வருகிறாள். பெயர் அவனுக்குப் பிடித்தது. ஆரோக்கியமான, தாய்மை லட்சணம் பொருந்திய கிராமத்துப் பெயர். கொஞ்சம் கேரள வாடை அடித்தது. மலையாளியாக இருக்கலாம். தமிழ் அவளுக்குத் தெரியாவிட்டால் எல்லாவற்றையும் விளக்குவது சிரமமாகப் போகும். சமைப்பதைவிடச் சிரமமான காரியமில்லைதான். ஸ்டேஷனுக்குச் சென்று அவளை எப்படிக் கண்டுபிடிப்பது என்று குருமூர்த்திக்கு யோசனையாக இருந்தது. கந்தசாமி கோச் நம்பரை நல்லகாலம் தெரிவித்திருந்தான்.

'மாநிறமாக, குட்டையாக - அவலட்சணமாகக் கூட இருக்கலாம். வீட்டை ஒழுங்காகப் பார்த்துக் கொண்டால் போதும்.'

ராதிகாவையும் ராஜாவையும் எழுப்பி, "சீக்கிரம் தயாராகுங்க. ஸ்டேஷனுக்குப் போகணும், இன்னிக்கு வர்றா" என்றான்.

'யாரது?' என்றான் ராஜா.

"உங்களைப் பார்த்துக்க, சமைக்க, எனக்கு உதவி செய்ய ஒரு ஆள் வர்றா - மெட்ராசிலேந்து."

"வேலைக்காரியா?"

"ஆமாம். ஆனா வேலைக்காரின்னு சொல்லாதே. அம்மணின்னு கூப்பிடு. பரவாயில்லே."

"நல்லா சமைப்பாளா?" என்றாள் ராதிகா.

"என்னைவிட நல்லா சமைப்பான்னு நினைக்கிறேன்" என்று குருமூர்த்தி சிரித்தான்.

ராதிகா சிரிக்காமல் அவனைக் கேட்டாள்.

"அம்மா திரும்பி வரப் போறதில்லையா?"

"அம்மா வரும்போது வரட்டும்" என்றான் குருமூர்த்தி லேசாக. "அதுவரைக்கும் வீட்டைப் பாத்துக்க ஆள் வேணும்னு கந்தசாமி மாமா அம்மணியை அனுப்பறாங்க."

மேற்கொண்டு சங்கடமான கேள்வி ஏதும் கேட்காமல் ராதிகா தயாரானாள்.

ஜி.டி. அதிக நேரம் சோதிக்கவில்லை. ஒரு மணி நேரம்தான் தாமதம். இறங்கும் கூட்டத்தைக் குருமூர்த்தி துழாவினான். அநேகமாக இறங்கும் பெண்கள் எல்லாருமே மாநிறமாக, குட்டையாக இருப்பதுபோல இருந்தது.

ஒரு பெண் சிறிய கைப்பை ஒன்றுடன் இறங்கினாள். ரயிலில் முதன் முதலாகப் பயணம் செய்பவள் போல அலங்க மலங்க விழித்தாள். குட்டை மாநிறம். பூசினாற்போல கிராமத்துச் செழிப்பு தெரியும் உடம்பு. குருமூர்த்திக்குச் சந்தேகமில்லை. நேராக அவளிடம் சென்றான்.

"நீங்கதான் அம்மணியா?" என்றான்.

அவள் அவனை எடை போடுவதுபோலப் பார்த்து, "நீங்க யாரு?" என்றாள்.

"குருமூர்த்தி" என்றான் அவன் தயக்கத்துடன்.

அவள் முகத்தில் லேசாகப் புன்னகை மலர்ந்தது. இடது கன்னத்தில் ஆச்சரியமாகக் குழி விழுந்து முகத்தையே மாற்றிற்று.

"ஆமாம். நாதான் அம்மணி." பிறகு குனிந்து ஆர்வத்துடன் ராதிகாவையும் ராஜாவையும் பார்த்து,

"இது ராதிகா, இது ராஜா, அல்லவா?" என்று சிரித்தாள்.

ராதிகாவும் ராஜாவும் அவளை விநோதமாகப் பார்த்துப் புன்னகைத்தார்கள். ரொம்பப் பழக்கப்பட்ட மாதிரி ராதிகாவின் கையைப் பிடித்துக் கொண்டாள். "அம்மணிக்கு இந்த ஊர் புதுசு. ஒருக்காக் காட்டிக் கொடுத்தா போதும். எல்லாம் பழகிக்குவேன், கேட்டியா!" என்றாள். தன்னிடம் இதை இவள் மறைமுகமாகச் சொல்கிறாள் என்று குருமூர்த்தி புரிந்து கொண்டான். சரியான கிராமாந்திரம்தான். ஆனால் குருமூர்த்திக்குப் பிடித்துவிட்டது. குழந்தைகளையும் வீட்டையும் பார்த்துக்கொள்ள இவளைப் போன்றவர்கள்தான் வேண்டும் என்று நினைத்துக் கொண்டான்.

"பாலக்காடா சொந்த ஊரு?" என்றான்.

"அச்சோ, என் பேச்சிலே தெரிஞ்சு போச்சா?" என்று சிரித்தாள். "சாரமில்லே, மெட்ராஸ் தமிழ் வரல்லேன்னாலும் வேலையெல்லாம் ஒழுங்காச் செய்வேன், போதுமா?"

காரணம் புரியாமல் குருமூர்த்திக்கு நிம்மதி ஏற்பட்டது. அதரங்களில் புன்னகைகூட மலர்ந்தது.

வீட்டை நோக்கிச் செல்லும்போது அவளுடைய குடும்பத்தைப் பற்றி மெல்ல விசாரித்தான்.

"எனக்கு யாருமே கிடையாது" என்றாள் அவள் சாதாரணமாக. "சின்ன வயசிலேயே அப்பா, அம்மா போயாச்சு. ஒரு அண்ணன்தான் இருந்தான். அவனும் சீக்காளி. அவனை நாதான் பார்த்திண்டிருந்தேன். அவனும் போயிட்டான், இரண்டு வருஷம் முந்தி."

"கல்யாணம் பண்ணிக்கல்லியா?"

"நானா? ஓ, பண்ணி வெச்சான் அண்ணா, ஒரு வருஷம் கூட தக்கல்லே. அவர் ஓடிப் போயிட்டார் யாரையோ இழுத்துண்டு."

குருமூர்த்திக்குத் தூக்கிவாரிப் போட்டது. தன்னால் இப்படி சியாமளாவைப் பற்றி வெளிப்படையாகப் பேச முடியுமா என்று ஆச்சரியமாக இருந்தது.

வீட்டை அடைந்ததும், "அழகான வீடு!" என்று சர்டிபிகேட் கொடுத்தாள்.

"குழாயடி எங்கே சொல்லுங்கோ. முதல்லே குளிச்சிட்டு வரணும். அதுக்கப்புறம் சமையல் ரூம் எங்கேன்னு சொன்னாப் போதும். நானே எல்லாம் பார்த்துக்குவேன்" என்றாள்.

அவளைக் கண்கள் அகலப் பார்த்துக் கொண்டிருந்த ராதிகாவைக் கூப்பிட்டு குருமூர்த்தி ஒரு ஸ்நான சோப்புக் கட்டியையும், துணிக்குப் போடும் சோப்பையும் அம்மணிக்குக் கொண்டு கொடுக்கச் சொன்னான்.

"அம்மணியைப் பிடிச்சிருக்கா?" என்று மெல்லக் கேட்டான்.

"பிடிச்சிருக்கு" என்று ராதிகா சிரித்தாள். "வேடிக்கையா பேசறா இல்லே?"

குருமூர்த்தி உதட்டைப் பிதுக்கினான். அது வேடிக்கைப் பேச்சில்லே, பேச்சே வேடிக்கை என்று சொன்னால் அதற்குப் புரியாது என்று தனக்குள் புன்னகைத்துக் கொண்டான். ரொம்ப அதிகமாகப் பேசுவாளோ என்று சந்தேகமாக இருந்தது. ஆனால் வெகுளித்தனமாகத்தான் தெரிந்தாள். இதுவரை உங்கள் மனைவி என்ன ஆனாள் என்று கேட்கவில்லை. கந்தசாமி சொல்லி அனுப்பினானோ என்னவோ.

குளிக்கப் போனபோது அவன் நெஸ்கஃபே காப்பி கலந்து தானும் குடித்து அவளுக்கும் மூடி வைத்தான்.

தலைக்குக் குளித்து அவள் சுத்தமாக வந்தாள். ஆரோக்கியமாகத் தெரிந்தாள். வீட்டு வேலை செய்வது அவளுக்குக் கஷ்டமான காரியம் இல்லை என்று அவன் திருப்திப்பட்டுக் கொண்டான்.

காப்பியை அவள் சந்தோஷமாக வாங்கிக் குடித்தாள்.

"அம்மணி, இனிமே சமையல் ரூம் உன் பொறுப்பு" என்றான் அவன். "எந்தெந்த சாமான் எங்கெங்கே இருக்குன்னுகூட எனக்குச் சரியாத் தெரியாது. நீதான் பார்த்துக்கணும்."

“ஓ, கவலைப்படண்டாம், நா பாத்துக்கறேன்” என்றாள், சுறுசுறுப்பாக.

“குழந்தைகளுக்கு இப்ப லீவு. இன்னும் ஒரு வாரத்திலே ஸ்கூல் திறக்கும். எனக்கு ஆபீசுக்கு ஒன்பது மணிக்குப் போகணும். ராத்திரி ஒன்பது மணி ஆயிடும் வரதுக்கு. நீதான் வீட்டையும் குழந்தைகளையும் பார்த்துக்கணும்.”

“நாதான் சொல்லிட்டேனே, கவலைப்பட வேண்டாம்னு!”

“உன் சம்பளத்தைப் பத்தி நா கந்தசாமிகிட்டப் பேசவேயில்லை.”

“ஓ, சாரமில்லே. என் வேலையை முதல்லே பாருங்கோ, அப்புறம் உங்க இஷ்டப்படி சம்பளம் கொடுக்கலாம்.”

“நா இப்ப ஆபீசுக்குப் போகணும்.”

“போங்கோ, சாப்பாடு?”

“ஆபீஸ்லேயே பார்த்துப்பேன். குழந்தைகளுக்கு என்ன வேணுமோ பண்ணிக் குடு. குக்கர்லே சமைக்கத் தெரியுமா?”

“தெரியும்.”

“காஸ்?”

“அதுவும் தெரியும். எங்க ஊர்லே அதையும் பார்த்திருக்கேன். அரைக்கிற மெஷின்தான் தெரியாது.”

“இங்கே அம்மியும் கல்லுரலும் கூட இருக்கு.”

“பின்னே என்ன வேணும்?” என்று அவள் சிரித்தாள், “கூட்டான் கீட்டான் வைக்கக் காய்கறி, தேங்காய் இருக்கா?”

“ஃப்ரிஜ்ஜிலே இருக்கும், ராதிகாவை எடுத்துத் தரச் சொல்லு.”

“சரி.”

அவன் நிம்மதியுடன் கிளம்பினான். அவன் கிளம்பும்போது தினமும் சோர்வுடன் கையசைக்கும் குழந்தைகள் இன்று உற்சாகமாக அசைத்தார்கள்.

“வேலைக்காரி வந்தாச்சா?” என்றான் ராமமூர்த்தி.

"வந்தாச்சு" என்று குருமூர்த்தி இணக்கமாகச் சிரித்தான். "பார்த்தா வேலைக்காரி மாதிரி இல்லே. நிர்வாகி மாதிரி இருக்கா."

"குட். அப்படித்தானே உனக்கு வேணும்?"

"வீட்டைப் பார்த்துக்க வேலைக்காரி கிடைச்சான்னு சியாமளாவைப் பத்தி விசாரிக்க மறந்துடாதே" என்றான் அகர்வால்.

"நா விசாரிக்க வேண்டிய அவசியமில்லே" என்றான், குருமூர்த்தி, சுரத்தில்லாமல். பிறகு சியாமளாவின் கடிதத்தைப் பற்றிச் சொன்னான். ஊர் சிரித்துப்போன பிறகு அதைப் பற்றி நெருங்கிய நண்பர்களான இவர்களிடம் சொல்வது கூச்சப்பட வேண்டிய விஷயமில்லை என்று தோன்றிற்று.

"நம்பவே முடியல்லே, குருமூர்த்தி" என்றான் அகர்வால் அதிர்ச்சியுடன்.

"டூ பேட்!" என்றான் ராமமூர்த்தி. "அவன் யாருன்னு தெரியுமா?"

"தெரியாது, தெரிஞ்சுக்கணும்னு எனக்கு ஆர்வமில்லே." அகர்வால் அவன் தோளை அனுதாபத்துடன் தட்டினான். "நினைச்சா பைத்தியக்காரத்தனமா இல்லே? மூணு குழந்தைகளைப் பெத்த ஆண் வேற ஒருத்தியோட போனா, அவள் அவனை ஏமாத்திட்டா, அவனுக்குப் பெரிய இழப்பு இல்லே. ஆனா இப்ப சியாமளாவை அவன் ஏமாத்தினான்னு வெச்சுக்கோ..."

"ஏமாத்தட்டும்!" என்றான், குருமூர்த்தி - ஆத்திரத்துடன். "அப்பத்தான் அவளுக்குப் புத்தி வரும்."

"புத்தி வந்து, உங்கிட்டே திரும்பினா ஏத்துப்பியா?"

குருமூர்த்தி மவுனமானான். "அவ திரும்பி வரமாட்டா. எந்த முகத்தை வெச்சுக்கிட்டு வருவா?"

"அட, வந்தான்னா?"

"நீ ஏத்துப்பியா, அகர்வால்? நீ, ராமு?"

"இதுக்குப் பதில் சொல்றது கஷ்டம்!" என்றார்கள், இருவரும்.

“இப்போதைக்கு எனக்கு எப்படியிருக்கு தெரியுமா? அவ கழுத்தை நெரிச்சுக் கொல்லணும் போல இருக்கு!” என்றான் குருமூர்த்தி.

“ரிலாக்ஸ், ரிலாக்ஸ்!” என்றான், அகர்வால் - மென்மையாக.

திடீரென்று குருமூர்த்திக்குத் துக்கம் சுருண்டு வந்தது.

“இப்படி பச்சைத் துரோகம் பண்ணவளை எப்படி மன்னிக்க முடியும், சொல்லு? வேலையிலே மூழ்கிப் போனேங்கறதைத் தவிர என்ன தப்பு பண்ணேன்?”

“மறந்துடு, குருமூர்த்தி!”

அவன் மறக்க முயன்றான். மீண்டும் வேலையில் மனசு பதிந்தால்தான் மறப்பது சாத்தியம். அந்த அம்மணியினால் புதுப் பிரச்னைகள் வரக் கூடாது.

வீட்டிற்கு இரவு சென்றபோது குழந்தைகள் உற்சாகமாக இருந்தார்கள். யஷிணி கைப்பட்டது போல வீடு துப்புரவாக இருந்தது.

அவன் லேசாகப் புன்னகைத்தபடி தன் அறைக்குச் சென்றான்.

ராதிகா பின்னால் சென்றாள்.

“நீங்க ரெண்டு பேரும் சாப்பிட்டாச்சா?”

“ஆச்சு.”

“‘சமையல் எப்படி?” என்றான். அவன் - ரகசியக் குரலில்.

“கவலைப்படவேண்டாம், ஏ ஒன்னாக்கும்!” என்றாள் ராதிகா.

அவன் வாய்விட்டுச் சிரித்தான் - வெகுநாள் கழித்து.

✵ ✵ ✵

அத்தியாயம்

7

அம்மணி வந்து இரண்டு மாதங்களாகி விட்டன. நினைக்க நினைக்க குருமூர்த்திக்கு ஆச்சரியமாக இருந்தது. வீட்டுடன் அவள் ஒன்றிப்போன விதம். வேலைக்கு வந்திருக்கும் ஒருத்திக்கு இப்படிக்கூட ஒரு பிடிமானம் வேலை பார்ப்பவர்களிடம் ஏற்படுமா என்று புரியவில்லை. வேலையைச் சுறுசுறுப்பாக மட்டும் செய்யவில்லை, சந்தோஷமாகச் செய்தாள். குழந்தைகளை ஆசையாகப் பார்த்துக் கொண்டாள். கண்டிப்பாகவும் இருந்தாள். சியாமளாகூட இப்படி அவர்களிடம் நடந்துகொள்ளவில்லை. இத்தனை அன்பைக் காட்டவில்லை.

சம்பளம் வாங்கும் ஒருத்தி எப்படி இப்படி இருக்கிறாள்? நிச்சயம் நடிப்பாக இருக்க வேண்டும் என்றார்கள், அகர்வாலும் ராமமூர்த்தியும். "ஓவர் ஸ்மார்ட்டா வேலைக்காரி இருந்தா ஆபத்து. ஜாக்கிரதையா இரு!" என்று எச்சரித்தார்கள்.

அவனுக்கு அதைப்பற்றியெல்லாம் நினைத்துப் பார்க்கவே களைப்பாக இருந்தது. சியாமளா திடுதிப்பென்று கிளம்பிப் போனதும் அவன் இந்த வீட்டையும் குழந்தைகளையும் சமாளிக்கத் திண்டாடிய திண்டாட்டம் அவனுக்குத்தான் தெரியும். சத்தியமாக விழி பிதுங்கிப் போயிற்று. வந்ததிலிருந்து வீட்டைப் பற்றியோ குழந்தைகளைப் பற்றியோ கவலை கொஞ்சமும் இல்லாமல் போயிற்று. சியாமளா இருந்தபோதாவது நடு நடுவில் அவளுடைய பாராமுகத்தை நினைத்து நமைச்சல் ஏற்படும்.

இப்பொழுது எந்தக் குற்ற உணர்வும் இல்லாமல் வேலையைக் கவனிக்க முடிந்தது.

சாமர்த்தியக்காரி என்றாலும், என்ன செய்துவிட முடியும். பணம் வைத்திருக்கும் பீரோ சாவி அவனிடம் தான் எப்பவும் இருக்கும். நெய்யாய், பாலாய் விழுங்கலாம். விழுங்கட்டும். அவனுக்கு நிம்மதியைத் தரும் வேலைக்காரி, கொஞ்சம் கூடச் சாப்பிட்டதனால் ஒன்றும் குறைந்துவிடாது.

வீட்டைப் பற்றின கவலை இருக்கவில்லையே தவிர, சியாமளாவின் நினைவு வராமல் இல்லை. உண்மையில் அவள் கூட இருந்தபோது அவளைப் பற்றி நினைத்ததை விட இப்பொழுது அதிகமாக அவள் நினைவு வந்தது. பீரோவைத் திறக்கும் போதெல்லாம், அவளுடைய பகுதி காலியாக இருப்பது கண்ணில்படும். குபீரென்று அவளுடைய ஞாபகம் வரும். அவளுடைய பளிச்சென்ற முகமும், மிருதுவான உடம்பும், அந்த உடம்பின் வாசனையும் நினைவுக்கு வரும். 'உங்களை நான் காதலிக்கவில்லை!' (இப்போது) என்ற வார்த்தைகளின் ஞாபகம் சாட்டையடி போல மூளையைத் தாக்கும். நிர்வாணமாக நிற்பது போல அவனை ஒரு அவமானம் சூழ்ந்து கொள்ளும். காலியான பகுதியில் அவன் தன்னுடைய துணிமணிகளையே பிரித்து வைத்தான். குழந்தையின் ஞாபகமும் இடையிடையில் வந்தது. எனக்குப் பிறந்த குழந்தையை இன்னொருத்தன் பிரியத்துடன் பார்த்துக் கொள்வானா என்று சஞ்சலமேற்பட்டது. அவன் யார் என்று இதுவரை தெரியவில்லை. ராதிகா குறிப்பிட்ட 'சேகர் அங்கிள்' பிறகு டெலிபோன் செய்யாததால், (யாரும் செய்யவில்லை என்று சொல்கிறாள்) அவன்தான் சியாமளாவின் காதலனாக இருக்க வேண்டும் என்று குருமூர்த்தி நினைத்துக் கொண்டான். மனைவியின் காதலன் தான் உயிருடன் இருக்கும் போதே மனைவிக்குக் காதலன் இருப்பது தனக்கு 'அவமானம் என்று அவனுக்கு அடிக்கடி, அதன் நினைவு வரும் போதெல்லாம் பதைத்தது'. மெல்ல மெல்ல இந்த இரண்டு மாதங்களில் பதட்டம் குறைந்து போயிற்று. நான் வேண்டாம் என்றால் போகட்டும்

கழுதை என்று வலுக்கட்டாயமாகச் சமாதானப்படுத்திக் கொண்டான். 'அவன் அடித்து விரட்டிவிட்டான் என்று காலைப் பிடிக்க வந்தாள் என்றால் நாம் என்ன செய்வோம்?' என்று சில சமயம் யோசிப்பதில் காரணம் புரியாத திருப்தி ஏற்பட்டது. நீ வேறு யாருடனாவது போ, இங்கே உனக்கு இடமில்லை என்று சொல்லிவிட வேண்டும் என்று தீர்மானித்துக் கொண்டான்.

உள்ளே குழந்தைகளை ஸ்கூலுக்குத் தயார் செய்து கொண்டிருப்பது தெரிந்தது.

"இன்னிக்கு டிபன் பாக்ஸ்லே குடுக்கறது அத்தனையும் சாப்பிடணும். ராஜா, கேட்டியா?" என்றாள்.

"நீ ரொம்ப ஜாஸ்தி வெக்கறே!" என்று ராஜா சிணுங்கினான்.

"ஐயே, நீ இன்னும் குழந்தை அல்லா! நன்னா சாப்பிட்டாத்தான் சூப்பர் மேன் மாதிரி ஆக முடியும்! நீ எல்லாத்தையும் காலி பண்ணிட்டு இன்னிக்கு வா. நம்ம ஊர் சூப்பர் மேன் கதை சொல்றேன்."

"யாரது நம்ம ஊர் சூப்பர் மேன்?"

"பீமன், கடோத்கஜன், இன்னும் எவ்வளவோ பேர்."

"இன்னிக்கே சொல்லணும்."

"ஓ, சொல்றேண்டா கோந்தை!"

"தலை வாரிவிடு!"

"வாடி கோந்தை. குட்டைத் தலைமயிரை வார எத்தனை நேரம்!"

குருமூர்த்தி தனக்குள் புன்னகைத்தபடி பல் துலக்கி முகம் கழுவச் சென்றான். வீட்டின் ஒவ்வொரு மூலையும் துப்புரவாக இருந்தது. வெளி வேலை செய்யக்கூட வேலைக்காரி வேண்டாம் என்று கண்டிப்பாக மறுத்து விட்டாள். அவளுடைய பொறுப்புகளைக் கணக்கிட்டு ஐந்நூறு ரூபாய் சம்பளம் தருவதாக குருமூர்த்தி முடிவு செய்தான். சம்பளம் கொடுத்ததும் கண்ணில் ஒற்றி வைத்துக் கொண்டாள்.

அவன் சாப்பாட்டுக் கூடத்துக்கு வந்தபோது குழந்தைகள் பளிச்சென்று தயாராகியிருந்தார்கள்.

“குட் மார்னிங், அப்பா!” என்றார்கள் சந்தோஷமாக. அம்மணியின் வருகை இவர்களுக்கும் சியாமளாவை மறக்கடித்து விட்டது என்று தோன்றிற்று.

“இன்னிக்கு நம்ம ஊர் சூப்பர் மேன் கதை சொல்லப் போறா!” என்றான் ராஜா.

“நீ டிபனை முழுக்க சாப்பிட்டாத்தான்!” என்று சிரித்தாள்.

அவள் அவனை நோக்கிக் குனிந்து சிரித்தபோது கன்னத்தில் விழுந்த குழியில் ராஜா கையை நுழைத்து “ஓட்டை” என்றான்.

பிறகு குருமூர்த்தியைப் பார்த்து, “அப்பா இங்கே ஓட்டை எப்படி ஆச்சு தெரியுமா?”

“அச்சோ, இதெல்லாம் அப்பாகிட்ட சொல்லுவாளா?” என்று கூச்சப்பட்டுச் சிரித்தாள்.

“சொல்லு!” என்று குருமூர்த்தி புன்னகைத்தான். “சாமி களிமண்ணாலே அம்மணியைப் பண்ணிண்டிருந்தார். மறந்து போய் மூளைக்குள்ளே ஜாஸ்தியா களிமண் வெச்சுட்டார். கன்னத்துக்குப் போறாம போயிட்டுது, குழி விழுந்து போச்சு.”

குருமூர்த்தி வாய் விட்டுச் சிரித்தான். ராதிகாவும் சிரித்தாள்.

“அம்மணி! உனக்கொண்ணும் களிமண் மூளையில்லே!” என்றாள்.

அம்மணி பொத்துக் கொண்டு வந்த சிரிப்பை அடக்குபவள் போல் வாயைப் பொத்திக் கொண்டு சமையலறைக்குள் நுழைந்து குருமூர்த்திக்குக் காப்பி கலந்து கொண்டு வந்து கொடுத்தாள்.

“பஸ் வந்துடும், கிளம்புங்கோ” என்று குழந்தைகளைக் கிளப்பி, செருப்பை மாட்டிக் கொண்டு, “குட்டிகளைக் கொண்டு விட்டுட்டு வர்றேன்” என்று குருமூர்த்தியிடம் சொல்லிவிட்டு வெளியேறினாள்.

குருமூர்த்தி எழுந்து ஜன்னல் வழியாகச் சற்று நேரம் அவர்கள் போவதைப் பார்த்தான். ராஜா சமர்த்தாக அம்மணியின் கையைப் பிடித்துக் கொண்டு நடந்தான். ராதிகா கலகலவென்று ஏதோ பேசிக் கொண்டு போனாள். சியாமளாவுடன் இவர்கள் இப்படிக் கலகலப்புடன் இருந்தார்களா என்று அவனுக்குத் தெரியாது. அதை நினைத்து இப்பொழுது அவமானமாக இருந்தது. சியாமளா இருந்தபோது அவன் தாமதமாக எழுந்திருப்பான். குழந்தைகள் பள்ளிக்குக் கிளம்பிப் போயிருப்பார்கள். இரவு அவன் வீடு திரும்பும் போது அநேகமாய் ராஜா தூங்கிப் போயிருப்பான். சியாமளா அவர்களுக்குப் பாட்டுப் பாடுவாளா, கதை சொல்லுவாளா, ஒன்றும் தெரியாது.

இப்பொழுது தன்னைப் போல் காலையில் விழிப்பு வந்து விடுகிறது. ஒரு வேலைக்காரி, அவளை மேற்பார்வை பார்க்க வேண்டியது தன்னுடைய பொறுப்பு என்று உள்ளுணர்வு உணர்ந்து கொண்டது போல

அம்மாவைப் பற்றி அம்மணியிடம் அவர்கள் பேசுவார்களா என்று அவனுக்குத் தெரியவில்லை. என்ன பேசுவார்களோ, அவள் எப்படிச் சமாதானப்படுத்துவாளோ, அவனுக்குத் தெரியாது. அவனிடம் சியாமளாவைப்பற்றிக் குழந்தைகள் பேசுவதில்லை. கொஞ்ச நாட்களாக. போன மாதம்கூடத் திடீர் என்று நினைவு வந்தவன் போல ராஜா கேட்டான்: “அம்மா எப்ப வருவாங்க?” இப்பொழுது கடந்த ஒரு மாதமாகக் கேட்ட நினைப்பு இல்லை, குருமூர்த்திக்கு. அம்மணியின் வரவினால்தான் இது சாத்தியமாயிற்று என்று அவன் நன்றியுடன் நினைத்துக் கொண்டான். சியாமளாவின் அம்மாவிற்குப் பெண்ணை அடக்கி வளர்க்கத் தெரியா விட்டாலும் நல்ல வேலைக்காரியாகப் பார்த்து அனுப்பத் தெரிந்ததை நினைத்து சந்தோஷம் ஏற்பட்டது.

வீட்டிற்குள் நுழைந்தபோது, “குழந்தைகள் கிளம்பிப் போயாச்சா?” என்று ஒரு அநாவசியக் கேள்வி கேட்டான்.

“ஓ, போயாச்சே!” என்றபடி அவள் பாக்கி வேலையைக் கவனிக்கத் திரும்பினாள்.

"குழந்தைகள்னாலே உனக்கு ஒண்ணும் தொந்திரவு இல்லையே?" என்றான், அவன் - தயங்கிக் கொண்டு.

அவள் வியப்புடன் அவனைப் பார்த்தாள்.

"ஓ, என்ன தொந்திரவு? குட்டிகள் மகா சமத்து! கேட்டியளா?"

மகா வெகுளித்தனமான அவள் பார்வையையும் பேச்சையும் கண்டு அவனுக்குச் சிரிப்பு வந்தது. இவள் ஒரு சாமர்த்தியக்காரியாக இருக்கலாம் என்று அகர்வால் பயமுறுத்துகிறான்.

"நா குளிக்கப் போறேன், அரை மணியிலே கிளம்பணும்" என்று அவன் எழுந்தான்.

"டிபன் எல்லாம் ரெடி. நீங்க தயாராகுங்கோ" என்றாள், அவள் உற்சாகமாக.

வெகுளியாக இருந்தாலும் - அவள் இதுவரை சியாமளாவைப் பற்றி ஒரு வார்த்தை கேட்கவில்லை, பேசவில்லை, நாட்டுப்புற வம்பு இல்லை. இந்த அவளது சுபாவீக நாகரிகம் அவனுக்குத் திருப்தி அளித்தது. கண்ணன் என் சேவகன் என்பதுபோல என் சேவகி என்று சொல்லலாம் போல இருந்தது.

லேசாகிப் போன மனசுடன் அவன் ஒரு பாட்டை முணுமுணுத்தபடி குளித்து ஆபீசுக்குத் தயாராகி வந்தான். மேஜை மேல் காலை ஆகாரம் தயாராக இருந்தது. சியாமளாவுக்கு இப்படிப் பூப்போல இட்லி பண்ண வராது என்று நினைத்தபடி சாப்பிட்டான். வாசல் ரேழியில் திடீரென்று ஒரு குழந்தை அழும் சத்தம் கேட்டது.

"அம்மணி, வாசல்லே யாரு பாரு?" என்றான்.

கதவைத் திறந்து பார்த்தாள். ஒரு குழந்தை அழுது கொண்டே உள்ளே நுழைந்தது. குருமூர்த்திக்குத் தூக்கிவாரிப் போட்டது. அவனது குழந்தை - சுமதி.

அடி வயிறு துவண்டது. சியாமளா திரும்பி வந்து விட்டாளா? சரேலென்று ஆவேசமாய்க் கோபம் பொங்கிற்று.

“யாரது இந்தக் குழந்தை? வேற யாரையும் காணுமே?” என்றாள். குருமூர்த்தி விருக்கென்று வெளியே போய்ப் பார்த்தான். யாரையும் காணவில்லை. இந்தக் குழந்தையும் வேண்டாம் என்று கொண்டு விட்டுப் போனாளா? குழந்தை அவன் கால்களைக் கட்டிக் கொண்டது. அவன் உணர்ச்சிவசப்பட்டு எடுத்து அணைத்து முத்தமிட்டான். பிறகு அம்மணியின் பக்கம் திரும்பி, நா தழுதழுக்க, “என் குழந்தை!” என்றான்.

“கவலைப்படாதீங்கோ, நா பார்த்துப்பேன்!” என்றாள் அவள் மெள்ள.

❋ ❋ ❋

அத்தியாயம்

8

வெகு நாட்களுக்கு குருமூர்த்திக்கு ஆறவில்லை. இப்படிப்பட்ட ஒரு சுயநலவாதியாக ஒரு பெற்றவள் இருப்பாள் என்று அவன் கேட்டதில்லை.

சினிமாக்களில், கதைப் புத்தகங்களில் அவன் கண்டிருக்கிறான். கல்யாணமாகாமல் கர்ப்பமாகி, ஒரு ஊர் பெயர் தெரியாத ஒரு சோமாறியினால் ஏமாற்றப்பட்ட பெண்கள், ஊர் வாய்க்குப் பயந்து, தற்கொலை செய்துகொள்ளப் பயந்து, பெற்றுவிட்ட கள்ளமறியாக் குழந்தைகளைக் கோயில் தாழ்வாரத்திலோ அல்லது அனாதாசிரமத்து முகப்பிலோ விட்டுவிட்டு ஓடிவிடுவதை, ஒரு பார்வையாளனாய், சினிமாவில் நடக்கும் ஒரு காட்சி என்கிற பிரக்ஞையுடன் அவன் பார்த்திருக்கிறான். சினிமா பார்த்தே பல ஆண்டுகள் ஆகிவிட்டன.

முன்பு பார்த்த சமயத்தில், அநேகமாக சியாமளாவுடன் தான் பார்த்த நினைவு. சிரித்துக் கொண்டே தலையாட்டியிருக்கிறான். “இதெல்லாம் சினிமாவிலேதான் நடக்கும். பெத்த எவளும் இப்படிக் குழந்தையைக் கடாசிட்டுப் போக மாட்டாள்.”

“ஏன் போக மாட்டா? வேற வழியில்லேன்னா அவ என்ன செய்வா?” என்று சியாமளா பதிலுக்குக் கேட்டதாக இப்பொழுது அவனுக்கு லேசாக ஞாபகத்திற்கு வந்தது.

அதை நானே செய்து காட்டுகிறேன் என்று அவள் நினைவுபடுத்துவது போல் தோன்றிற்று. ‘குழந்தையை

விட்டுவிட்டு வந்தால்தான் நீ என்கூட இருக்கலாம்!' என்று காதலன் சொல்லியிருக்கலாம். அல்லது தனது புதிய காதல் வாழ்க்கைக்குக் குழந்தை கூட இருப்பது இடைஞ்சல் என்று இவளே நினைத்திருக்கலாம். அவனுக்கு வீட்டைப் பார்த்துக்கொள்ள ஒரு நல்ல வேலைக்காரி கிடைத்து விட்டாள் என்கிற தெம்பில் விட்டுவிட்டுப் போயிருக்கலாம்.

இங்கேதான் எங்கோ பக்கத்தில் இருக்கிறாள் போலிருக்கிறது. அவன் எப்படிச் சமாளிக்கிறான் என்று மறைந்திருந்து பார்க்கிறாள். நினைக்க நினைக்க அவனுக்கு வெறுத்துப் போயிற்று. நீ விட்டுவிட்டுப் போனதால் என் குழந்தைகள் அனாதைகளாகி விட மாட்டார்கள் என்று ரோசத்துடன் அவன் தனக்குள் அடிக்கடி சொல்லிக் கொண்டான். உன்னை விட நான் அவர்களை நன்றாக வளர்ப்பேன் என்கிற வீம்பு அவனுள் வளர்ந்தது. 'நீயும் ஒரு தாயா?' என்று சினிமா பாணியில் தினம் தினம் காலையில் கண் விழித்ததும், சுமதி வந்து சேர்ந்த சில நாட்களுக்குக் கேள்வி எதிரில் நின்றது. பிறகு மெல்ல மெல்ல மறைந்து மறந்து போயிற்று, அம்மணி என்கிற அதிசயத்தால்.

ஒரு அதிசயம் மட்டுமில்லை. ஒரு அற்புதம். ரத்தமும் சதையுமுள்ள பெண்தானா என்று அவனுக்குச் சந்தேகம் சில சமயங்களில் நிழலாய்ப் படியும். அவன் திண்டாடும் திண்டாட்டத்தைப் பார்த்து எந்த யக்ஷிணியாவது அவன்மேல் இரக்கப்பட்டு மனித உருவில் வந்திருக்குமோ என்று தோன்றும். இந்த எண்ணம் அவனுள் ஆழமாய்ப் பதிந்து அடி மனத்தில் ஒரு பயத்தை உண்டு பண்ணும். நிச்சயம் ஒரு மானுட வேலைக்காரி இப்படி ஒரு குன்றாத உற்சாகத்துடன் வேலை செய்ய மாட்டாள். சியாமளா அப்படி அம்போ என்று குழந்தைகளை விட்டுப் போனதற்கு இவள் மட்டும் ஆபத்பாந்தவளாய் வந்து நின்றிருக்காவிட்டால் வீடு நாறிப் போயிருக்கும். முக்கியமாகக் குருமூர்த்திக்குப் பித்துப் பிடித்திருக்கும். அம்மணியின் சுபாவம் தெரிந்துதான், இவள் தன்னைவிட நன்றாகப் பார்த்துக் கொள்வாள் என்று சியாமளா மூன்றாவதாகச் சுமதியையும் கொண்டு விட்டு

விட்டாள். சுமதியைக் கண்டு அன்று தனக்கு ஏற்பட்ட திகைப்பும் குழப்பமும் கிட்டத்தட்ட தினமும் குருமூர்த்திக்கு ஞாபகம் வருகிறது.

அந்த நிமிஷத்தில் அபய ஹஸ்தம் காட்டும் தெய்வத்தைப் போல இரண்டே வாக்கியம்தான் சொன்னாள். "நா பார்த்துப்பேன், கவலைப்படாதீங்கோ."

அவன் சற்று நேரம் நம்ப முடியாதவனைப் போல அவளைப் பார்த்தான். எந்த வேலைக்காரி இப்படிச் சுமைகளைச் சந்தோஷத்துடன் ஏற்பாள்? - அதோடு, சங்கடப்படுத்தும் ஒரு கேள்வி இல்லை 'இத்தனை நாள் குழந்தை எங்கே இருந்தது? யார் பாத்துண்டது? உங்க பெண்டாட்டி எங்கே? ஏன் இப்படித் திருட்டுத்தனமா வெச்சுட்டுப் போறா?'- ஊஹும். அம்மணியின் நாவிலிருந்து ஒரு அசம்பாவிதக் கேள்வி வரவில்லை. முற்றும் அறிந்த முனியாக அவள் இருக்கவேண்டும் என்கிற சம்சயம் அவனுக்கு அப்போதுதான் தோன்றிற்று.

அன்று இரவு அவன் வீட்டிற்குச் செல்லும்போது ராதிகாவும் ராஜாவும் கேட்கப் போகிற கேள்விகளுக்கு எப்படிப் பதில் சொல்வது என்கிற யோசனை மனத்தில் பிரதானமாக நின்றது.

அவன் வீட்டுக்குள் நுழைந்தபோது குழந்தைகளின் உற்சாகக் குரல் கேட்டது. சுமதிகூடக் குஷியாக விளையாடிக் கொண்டிருந்தது.

"மெட்ராஸ் ஒத்துக்கல்லேன்னு அம்மா சுமதிப் பாப்பாவை அனுப்பிச்சுட்டாங்க!" என்றாள் ராதிகா அவனைக் கண்டதும்.

அவன் சட்டென்று அம்மணியை நிமிர்ந்து பார்த்தான். "தட்டு வெக்கட்டுமா? சாப்பிட வரேளா?" என்றாள், அம்மணி.

இந்தப் பெண்ணுக்கு எப்படி நன்றி சொல்வது என்று புரியாமல் அவன் திக்குமுக்காடிப் போனான்.

வீட்டு வேலையைச் செய்வது போலவே குழந்தை வளர்ப்பதையும் அவள் லாவகமாகச் செய்தாள். இந்தியும்

ஆங்கிலமும் தெரியாததால் சியாமளா கவனித்த வெளிவேலையைக் கவனிக்கவில்லையே தவிர, சியாமளாவுக்காக ஏங்கும் நிலையில் குழந்தைகளை வைக்கச் சந்தர்ப்பம் கொடுக்காமல் வீட்டைப் பார்த்துக் கொண்டாள்.

அவன் முன்னெப்போதையும் விட அதிக உற்சாகத்துடனும் சுறுசுறுப்புடனும் வேலை செய்வதாக அகர்வாலும் ராமமூர்த்தியும் கிண்டல் செய்தார்கள்.

"பெண்டாட்டி ஓடிப் போறது ரொம்ப நல்ல விஷயம் மாதிரி இருக்கு, உன்னைப் பார்த்தா!" என்றான் அகர்வால்.

குருமூர்த்தி சிரித்தான்.

"ஒரு வேடிக்கை தெரியுமோ? நா இப்ப நிஜம்மாவே நிம்மதியாயிருக்கேன். சியாமளா என்னை விட்டுப் போயிட்டான்னு தெரிஞ்ச உடனே அதிர்ச்சியாயிருந்தது. அவ இல்லாம எப்படியிருக்கப் போறேன்னு சுய பச்சாதாபம், அவளை நா சரியா நடத்தல்லேன்னு குற்ற உணர்வு எல்லாம் ஏற்பட்டது. இன்னொருத்தனோட இருக்கான்னு தெரிஞ்ச உடனே என்னை அவ கேவலப்படுத்தின மாதிரி அவமானம் ஏற்பட்டது. இப்ப அவளுடைய ஞாபகமே வர்றதில்லே. உண்மையிலே நமக்குத் தேவை ஒரு நல்ல வேலைக்காரி. நம்மகிட்டேந்து சம்பளத்தைத் தவிர வேற ஒண்ணும் எதிர்பார்க்காத வேலைக்காரி. நா இப்ப ராத்திரி எத்தனை லேட்டானாலும் பயமில்லாம வீட்டுக்குப் போறேன்!"

"ஏய், தாம்பத்யத்தைப் பத்தி இத்தனை வக்கிரமா பேசாதே" என்றான் ராமமூர்த்தி. "சியாமளா மேல இருக்கிற கோபத்தாலே இப்படிப் பேசறே."

"இப்ப எனக்கு அவ ஞாபகம்கூட வர்றதில்லே, ராமு!"

"பெண்டாட்டி இல்லாம எத்தனை நாளைக்கு இருக்கப் போறே? உன்னுடைய உணர்ச்சிகளுக்கும் ஒரு அவுட்லெட் வேண்டாமா? சியாமளா போயிட்டான்னா ஒரு பிரமீளாவைப் பார்த்துக் கல்யாணம் செஞ்சுக்கோ" என்றான் அகர்வால்.

"ஐயோ! மாட்டேன்" என்றான் குருமூர்த்தி அவசரமாக. "அப்புறம் அவ இந்த மூணு குழந்தைகளையும் சரியா பார்த்துக்கறாளான்னு கவனிச்சுக்கிட்டே இருக்கணும். சரியா கவனிக்கல்லேன்னா அவளைத் துரத்திடவும் முடியாது. நல்ல வேலைக்காரிதான் பெஸ்ட்."

"டேய், குருமூர்த்தி, உனக்கும் இன்னும் சின்ன வயசுதான். பிரும்மசாரி வாழ்க்கை வாழ்ந்துட முடியும்னு நினைக்கிறியா? அதுக்கு ஏதாவது யோசனை பண்ணி வெச்சிருக்கியா?"

"இப்போதைக்கு அந்த யோசனை எதுவும் தோணல்லே" என்றான், குருமூர்த்தி கூச்சத்துடன்.

"என்னுடைய யோசனையை வேணுங்கற போது கேளு" என்றான், அகர்வால், சிரித்துக் கொண்டே. "இப்பல்லாம் ரொம்ப ஜாக்கிரதையா இருக்கணும். இந்தியாவிலேயும் எய்ட்ஸ் வேகமா பரவிகிட்டு வருது."

சியாமளா ஓடிப்போனது இப்பொழுது கிட்டத்தட்ட ஒரு வேடிக்கை விஷயமாகப் போய்விட்டது. அவர்களிடையே அம்மணி போல ஒரு உதவியாள் அவனுக்குக் கிடைத்திருக்காவிட்டால் நிலைமை தலைகீழாகியிருக்கும் என்று குருமூர்த்தி இடை இடையில் நினைத்துக் கொண்டான். ஒருவேளை குழந்தைகளை ஹாஸ்டலில் சேர்த்திருப்பான், அல்லது அவசரமாக ஒரு இரண்டாம் கல்யாணம் செய்து கொண்டிருப்பான்.

இரண்டாவது மனைவியைப் பற்றி யோசிக்கவே பயமாக இருந்தது. தனக்கும் மனைவிகளுக்கும் ராசியில்லை என்று தோன்றிற்று. மனைவிகளுக்கு எதிர்பார்ப்பு அதிகம். மடத்தனமான ஆசைகள் அதிகம். அவனுக்கு அதற்கு நேரமும் இல்லை. பொறுமையும் இல்லை. இந்த ஏற்பாடுதான் சரி. சாஸ்வதமாக இருப்பாளா? மனைவியையே நம்பமுடியவில்லை. ஒரு வேலைக்காரியை நம்ப முடியுமா? ஆயுசு முழுக்க அவனையும் அவன் குழந்தைகளையும் பார்த்துக்கொள்ள வேண்டும் என்று அவளுக்கு என்ன தலையெழுத்து? - நாளைக்கே மூட்டையைக்

கட்டிக்கொண்டு அவள் கிளம்ப மாட்டாள் என்று என்ன நிச்சயம்? அம்மணி அவனை ஏமாற்றமாட்டாள் என்று அவன் தனக்குள் சொல்லிக் கொண்டான். தர்க்கரீதியான காரணம் எதுவும் இல்லாவிட்டாலும் அவள் நம்பகமானவள் என்ற மூர்க்கமான எண்ணம் ஏற்பட்டிருந்தது.

அவள் வந்து விளையாட்டுப் போல ஆறு மாதங்கள் ஓடிவிட்டன. இன்று முதல் முறையாக அவனுக்கு இரவு தூக்கம் வரவில்லை. ஃப்ரிஜ்ஜிலிருந்து நீர் குடிக்கலாம் என்று சாப்பாட்டு அறைக்குச் சென்றான்.

சாப்பாட்டு அறையில்தான் நிலத்தில் பாயின் மேல் படுத்திருப்பாள். அவன் ஓசைப்படுத்தாமல் ஃப்ரிஜ்ஜைத் திறந்து நீர் குடித்தான். பிறகு கீழே படுத்திருக்கும் அந்த ஆரோக்கியமான உடம்பைச் சில கணங்கள் சலனத்துடன் பார்த்து முடிவு செய்ய முடியாமல் நின்றான்.

அவள் கண்களைத் திறந்தாள்.

“வாங்கோ” என்றாள் இயல்பாக - ‘நா பார்த்துப்பேன், கவலைப்படாதீங்கோ’ என்று அன்று சொன்ன அதே குரலில்...

✲ ✲ ✲

அத்தியாயம்

9

அது வெகு இயல்பாக நடந்தது. காலையில் கண் விழித்ததும் 'ஓ இப்படி நடந்ததே!' என்கிற குற்ற உணர்வும் லஜ்ஜையும் ஏற்படாத வகையிலான இயல்பு. அவனுடைய எல்லா உணர்வுகளையும் புரிந்துகொண்ட லாகவத்துடன், சரளத்துடன் நடந்து கொண்டது அவனுக்கு ஆச்சரியமான சந்தோஷத்தையும் ஒரு வகையில் நிம்மதியையும் தந்தது.

நீ என் எஜமானன், அதனால் நீ வேண்டுவதைக் கொடுக்க வேண்டியது என் கடமை என்கிற அடிமைத்தனம் அவளது இணங்கலில் இல்லை. சந்தோஷமாகப் பகிர்ந்து கொள்ளும் தோழமை தெரிந்தது. என்னிடம் எதைக் கேட்கவும் கூச்சப்படாதே என்கிற தாராளத் தன்மை தெரிந்தது.

காலையில் எழுந்ததும் அவள் எப்படி நடந்துகொள்வாளோ என்கிற ஒரு நமைச்சல் அவனுக்கு அன்று இருந்தது. அவள் போக்கில் எந்த மாற்றமும் இல்லை. ஏமாற்றினீர்கள் என்கிற குற்றச்சாட்டு இல்லை. புதிய உறவு ஏற்பட்டதன் மயக்கம் இல்லை. பிந்தைய இரவு நடந்தது ஏதோ கனவில் நடந்ததாக நினைப்பவள் போல வளைய வந்தாள்.

அதைப் பற்றிச் சங்கேதமாகக்கூட ஏதும் வெளிப்படுத்தாதது அவனுக்கு வியப்பைத் தந்தது. சவுகர்யமாக இருந்தது. அவள் ஆரோக்கியமாக இருந்தாள். சுத்தமாக இருந்தாள். சியாமளாவை

நெருங்கும்போது கூட இப்படி ஒரு நிறைவு தனக்கு ஏற்பட்டதில்லை என்று அவன் நினைத்துக் கொண்டான். ஏதோ ஒரு மனக்கிலேசம் அந்த நிறைவைத் தராமல் தடுத்திருக்க வேண்டும். பரஸ்பரக் குற்ற உணர்வு, பரஸ்பர எதிர்பார்ப்பு, அது நிறைவேறாத பரஸ்பர ஏமாற்றம். இதுவே ஒரு சுவராக முளைத்துப் போனதை அவன் உணர்ந்து கொள்ளாததால்தான் அவள் திடும்மென்று ஒருநாள் மறைந்து போனது அதிர்ச்சியைத் தந்தது. உண்மையில் அவள் தன்னைவிட்டு விலகிப்போய் வெகுநாட்கள் ஆகியிருந்தது இப்பொழுது புரிந்தது. வேலைக்கு வந்திருப்பவள். நாளை அவள் வேறு ஒருத்தனோடு ஓடிப் போனாலும் அவனுக்கு அதிர்ச்சியோ அவமானமோ ஏற்படாது. அவளைப் போல ஒரு நல்ல வேலைக்காரி கிடைக்க மாட்டாள், என்கிற குறையைத் தவிர.

அவன் தன்னையறியாமல் ஒரு பாட்டை விசிலடித்தபடி அன்று வேலையைப் பார்த்தான். இடையில் அகர்வால் கேள்விக்குறியுடன் அவனை நிமிர்ந்து பார்த்தான். பிறகு அர்த்த புஷ்டியுடன் ராமமூர்த்தியின் பக்கம் திரும்பிப் புன்னகைத்தான்.

"என்ன ரெண்டு பேரும் சிரிச்சுக்கிறீங்க?" என்றான் குருமூர்த்தி ரோசத்துடன்.

"என்ன, பாட்டெல்லாம் அமர்க்களப்படுது?" என்றான் அகர்வால்,

"என்னய்யா இது. ஒருத்தனுக்குப் பாடணும் போல இருந்தா பாடக் கூடாதா?"

"ஓ, பாடலாமே. இத்தனை நாளா உனக்குப் பாடத் தோணினதில்லையேன்னுதான் ஆச்சரியப்படறோம்."

குருமூர்த்தி சிரித்தான்.

"சம்சார சாகரத்திலே உழலும்போது பாட வராது!"

"பிக்கல் பிடுங்கல் இல்லேங்கறியா இப்ப? உன் பொறுப்பு அதிகமா இல்லே ஆகியிருக்கு?"

"அம்மணின்னு ஒரு அதிசயம் என் வீட்டிலே இருக்கா, எல்லாப் பொறுப்பையும் எடுத்துக்கிட்டா. ஒரு நாள் வீட்டுக்கு வந்துதான் பாரேன்."

"ஓ.கே." என்றான் அவன் உற்சாகமாக.

மத்தியானம் வீட்டிற்கு டெலிபோன் செய்தான். "ஹலோ கோன் ஹை?" என்றாள் உரத்த குரலில்.

"நாதான் குருமூர்த்தி பேசறேன்," என்றான் அவன் நிதானமாக.

"என்ன விஷயம்? சொல்லுங்கோ," என்றாள் அவள் பதைத்து.

"எதுக்கு இப்படிக் கத்தறே?" என்று அவன் அதட்டினான்.

"எனக்கு - போன்லே - பேசிப் பழக்கமில்லே, கேட்டியளா?" என்றாள் அவள் சற்று அடங்கி.

"பாக்கி எல்லாம் மட்டும் பழக்கமா?"

"என்னது? சித்த உரத்துப் பேசுங்கோ!"

"ஒண்ணுமில்லே, இன்னிக்கு சாயங்காலம் இரண்டு சினேகிதங்களை வீட்டுக்கு அழைச்சிட்டு வர்றேன். டிபனும் காப்பியும் தயார் பண்ணணும்."

"பக்கவடாம் போடட்டுமா, நல்ல காரமா?"

"சரி." திடீரென்று நினைவு வந்தவன் போல், "இதப் பார், வெளியாட்களுக்கு முன்னாலே சித்த பளிச்சினு இருக்கணும். எண்ணெய் வழிஞ்சுண்டு இருக்கக் கூடாது!" என்றான்.

"ஏ...ய்" என்று மலையாள பாணியில் அவள் நீட்டினாள். "அது தெரியாதா? இதெல்லாம் எனக்குச் சொல்லித் தரண்டாம்."

அவள் பேசும் விதமே அவனுக்குச் சிரிப்பு வந்தது. அந்தப் பேச்சில் நாசூக்கு இல்லை. ஆனால் எந்த வகையிலோ ஒரு தன்னம்பிக்கை இருந்தது. அதற்கு ஒரு செக்ஸ் அப்பீல் இருந்தது. இதுதான் அவனை இரவில் அவளிடம் இழுத்துச் சென்றது என்று தோன்றிற்று. பயந்த சுபாவமுள்ளவளாக இருந்தால் அருகில் செல்ல இவனுக்குத் தைரியம் வந்திருக்காது.

குய்யோ முறையோ என்று அலறி ஊரைக்கூட்டி மானத்தை வாங்கும் வர்க்கம் இல்லை இவள். ‘ஐயே, எனக்குத் தெரியாதா? இதெல்லாம் சொல்லித் தரண்டாம்!’ என்னும் வர்க்கம் இவள்.

அகர்வால் உள்ளே நுழைந்ததும், குருமூர்த்தி தன்னைச் சமாளித்துக் கொண்டான்.

“ராமமூர்த்தியோட வரப்போறேன்னு அம்மணிகிட்டச் சொன்னேன். ஏதோ அமர்க்களமா டிபன் பண்ணி வைக்கறேன்னு சந்தோஷமா சொல்றா.”

“பார்க்க எப்படியிருப்பா?” என்றான் அகர்வால், மெல்லிய குரலில்.

குருமூர்த்திக்குச் சுரீரென்று கோபம் வந்தது.

“அவ எப்படியிருந்தா என்ன? ஒரு நல்ல வேலைக்காரிக்கு எத்தனை லட்சணம் இருக்கணுமோ அந்த அளவுக்கு உண்டு.”

“உனக்கு ஏன் இப்படிக் கோபம் வருது?”

“கோபம் இல்லே. எரிச்சல். உனக்குப் புத்தி கோணலாத்தான் எப்பவும் இருக்கும் என்கிற எரிச்சல்.”

“சாரி ஸார், இவ்வளவு தீவிரமா நா சொன்னதை நீ எடுத்துக்கக் கூடாது.”

தனக்கு ஏன் அப்படிக் கோபம் வந்தது என்று குருமூர்த்திக்கும் வெட்கமேற்பட்டது. அகர்வால் எமகாதகன். ஒரு சிறு அசைவிலேயும் புரிந்து கொள்வான்.

மாலை வீட்டிற்குச் சென்றபோது வாசலில் குழந்தைகள் சுத்தமான உடையில் விளையாடிக் கொண்டிருந்தார்கள். புல்தரையில் சுமதிக்கு விளையாட்டுக் காட்டியபடி பளிச்சென்றிருந்தாள். முன்பு அகலமாகக் குங்குமம் இட்டுக் கொள்வாள். இப்பொழுது அளவான ஸ்டிக்கர் பொட்டு ஏறியிருந்தது. முன்பு ப்ளவுஸ் தொளபுளா. இப்பொழுது கச்சிதமாக இருந்தது. அவர்களைப் பார்த்து, ‘வாங்கோ!’ என்று புன்னகைத்தாள். இடது கன்னத்தில் ஆழமாகக் குழி விழுந்தது. அவள் உருவத்தில் இருந்த

மாற்றத்தைக் கண்டு வியந்தபடியே குருமூர்த்தி, "இவள்தான்" என்று மற்றவர்களுக்கு அறிமுகப்படுத்தினான்.

அவள் கை கூப்பி, "நமஸ்காரம்!" என்றாள். "வாங்கோ!" என்றாள் இருவரையும், வீட்டு எஜமானியைப் போல.

எல்லாரும் வாயை மூடிக்கொண்டு உள்ளே நுழைந்ததும், "உட்காருங்கோ, டிபன் காப்பி கொண்டு வரேன் சரியா?" என்றாள்.

ராமமூர்த்தி குருமூர்த்தியைப் பார்த்துப் புன்னகைத்தான்.

"சுத்த நாட்டுப்புறம்!" என்றான் குருமூர்த்தி ஆங்கிலத்தில்.

"அதுதான் ஐடியல்!" என்று அகர்வால் சிரித்தான். அவன் என்ன அர்த்தத்தில் சொல்கிறான் என்று குருமூர்த்தியால் புரிந்துகொள்ள முடியவில்லை.

அவன் எழுந்து சமையலறைக்குச் சென்று, ப்ளேட்டில் வைத்து டிரேயில் எப்படிக் கொண்டு வர வேண்டும், காப்பியைப் பிறகு சூடாகக் கலந்து கொண்டு வர வேண்டும் - ஆகிய விவரங்களைச் சொல்லி விட்டு வந்தான்.

அவள் கொண்டு வரும்போது ஒவ்வொரு பிளேட்டையும் கையிலேயே தூக்கிக் கொண்டு வந்தாள்.

"ப்ளேட்டை இப்படிக் கொண்டு வருவாங்களா? டிரேயிலேன்னா கொண்டு வரச் சொன்னேன்?" என்று அவன் கடுகடுத்தான்.

"ஓ, எனக்கு ஓரமேயில்லே!" என்றாள் அவள்.

இவளும் இவளுடைய மலையாளமும் என்று அவனுக்கு எரிச்சல் ஏற்பட்டது.

நீரைக் கொண்டு வந்து வைத்தபோது, டம்ளருக்குள் அவளுடைய விரல் இருந்ததைக் கண்டு, அவன் அதைக் கொண்டு கொட்டி, டம்ளரை மறுபடி நிறைத்து, டிரேயில் வைத்து, "இப்படிக் கொண்டு வரணும்" என்றான்.

"ஓ, சரி" என்றாள் அவள் இயல்பாக. "ஒருக்கா சொன்னா போதும். புரிஞ்சிப்பேன்!" என்றாள்.

இவளிடம் கோபித்து எதுவும் லாபமில்லை என்று அவன் நண்பர்களுடன் அமர்ந்தான்.

"பக்கோடா ஏ-ஒன்!" என்று அகர்வால் கேட்டுக் கேட்டு வாங்கிச் சாப்பிட்டான். "காப்பி இந்த மாதிரி சாப்பிட்டதில்லை!" என்றான் அம்மணியைப் பார்த்து இந்தியில்.

அவள் புரியாமல் தலையசைத்தாள்.

"ஏய், இவள் ஒரு பொக்கிஷம், அவள் நாட்டுப்புறமாவே இருக்கட்டும் பரவாயில்லே. அப்பத்தான் ஓடிப் போகாம இருப்பாள். இவளை மாற்றப் பார்க்காதே!" என்று அகர்வால் மெல்லிய குரலில் குருமூர்த்தியிடம் பிறகு சொன்னான்.

"பார்த்தா நம்பகமான பெண்ணாகத்தான் தெரியறா. கடவுள் கிருபையினாலேதான் இவ வந்திருக்கான்னு நினைச்சுக்கோ. குத்தம் ரொம்பச் சொன்னியானா மிரண்டு ஓடிப் போயிடுவா!" என்று ராமமூர்த்தி சொல்லிவிட்டுப் போனான்.

உண்மையில் இன்று எல்லார் எதிரிலும் அம்மணியின் மேல் அவனுக்கு ஏன் கோபம் வந்தது என்றே அவனுக்குப் புரியவில்லை. அவர்களிடம் அவள் நல்ல சர்டிபிகேட் வாங்க வேண்டும் என்று ஏன் நினைத்தான்? அவனுக்குப் புரியவில்லை.

மன்னிப்புக் கோருகிற மாதிரி அன்றிரவு மீண்டும் அவளிடம் சென்றான். எதுவுமே நடக்காத மாதிரி அவள் நகர்ந்து இடம் கொடுத்தாள். பிறகு தினசரி அது வழக்கமாகிப் போயிற்று.

❋ ❋ ❋

அத்தியாயம்

10

வாழ்க்கை இப்பொழுது படிமானத்துக்கு வந்துவிட்டது. ஆச்சரியமாக இருந்தது குருமூர்த்திக்கு. பெருமையாகக் கூட இருந்தது. மண வாழ்க்கையில் எப்படிப்பட்ட அதிர்ச்சி ஏற்பட்டிருக்கிறது, அவனுக்கு! எவ்வளவு பேர் அப்படிப்பட்ட அதிர்ச்சியிலிருந்து மீண்டு வரக் கூடியவர்கள்?

அவனால் முடிந்திருக்கிறது. அதுவும் அதிகச் சேதமில்லாமல். அவனைச் சுற்றியிருந்த சமூகத்தில் மனைவி இன்னொருத்தனுடன் ஓடிவிட்டாள் என்பது தலைகுனிவு தான். அவனது ஆண்மைக்கு ஒரு சவால்தான். தாங்கிக்கொள்ள முடியாத விஷயம். அவனைக் கண்டு மற்றவர்கள் படும் அனுதாபம், பச்சாதாபம், நல்லவேளையாக அவன் அக்கம் பக்கம் அதிகப் பழக்கம் வைத்துக்கொள்ள முடியாத அளவுக்கு அவனுக்கு வேலை அதிகமாக இருந்தது.

சியாமளாவின் நினைவு எப்போதாவதுதான் வருகிறது, குழந்தைகளுக்குக்கூட. சில சமயங்களில் சுமதி கைக்கு அடங்காமல் அழுவதாக சொல்கிறாள். அம்மாவின் ஞாபகமாக இருக்க வேண்டும். இரண்டரை வயதுக் குழந்தைக்கு அம்மாவின் நினைவு இல்லாமல் இருக்குமா, பெற்றவள் அத்தனை கிராதகத்தனமாய்க் கடாசி விட்டுப் போனாலும்?

பெறாத, குழந்தைகள் மேல் அன்பு பொழிவது தான் ஆச்சரியம். குழந்தைகளின் மேல் மட்டுமல்ல. அவனுக்குச்

செய்யும் பணிகளிலும் சிரத்தைக்கும் மரியாதைக்கும் மேல் அன்பு தெரிந்தது. அவளுடைய சுபாவமே அப்படி. காசுக்காகச் செய்பவளாகத் தெரியவில்லை. குழந்தைகள் கூட இதை உணர்ந்திருந்தார்கள். ராஜாவுக்கும் ராதிகாவுக்கும் அம்மணி இருந்தாலே போதும் என்கிற அளவுக்கு அவளிடம் ஒட்டிக் கொண்டிருந்தார்கள். சியாமளாவைப் பற்றி சுத்தமாகக் கேட்பதில்லை, அவர்களிடம் விவரமாக ஒரு நாள் அவன் எடுத்துச் சொன்ன பிறகு.

அதுகூட அம்மணி சொல்லித்தான் அவனால் செய்ய முடிந்தது. அவர்கள் வெளியில் விளையாடும் சமயத்தில் ஒரு நாள் அவனிடம் சொன்னாள்.

"நா ஒரு விஷயம் சொல்லணும், கேட்டியளா? தப்பா நினைக்கண்டாம்!" என்றாள்.

"என்ன?" என்றான் அவன் வியப்புடன்.

"அவ அம்மா இனிமே வர மாட்டான்னு குட்டிகள்கிட்டச் சொல்லிடணும் நீங்கள். எத்தனை நாளைக்கு மூடி மறைச்சு ஏமாத்த முடியும்?"

அவன் பேசாமல், படித்துக் கொண்டிருந்த புத்தகத்துக்கு மீண்டும் பார்வையைத் திருப்பினான். அவனுடைய பர்சனல் விஷயத்தில் வேலைக்காரி ஸ்தானத்தில் இருப்பவள் பேசுவது சற்று அத்துமீறலாக இருந்தது.

"நா கேட்டது தப்புன்னா மன்னிச்சுக்குங்கோ!" என்றாள் அவள் மெல்ல. "ராதிகாவுக்கு விவரம் தெரியற வயசாயிடுத்து. இப்பச் சொன்னா புரியும். காலங்கடத்தினா அனாவசியமா கோபம் வரும்."

'எனக்குத் தெரியும். நா பாத்துக்கறேன்' என்றான் அவன் விரைப்புடன். இவள் தன்னைப் பற்றி என்ன நினைத்துக் கொண்டிருக்கிறாள் என்று எரிச்சல் ஏற்பட்டது. இவளுடன் படுப்பதால் என்னுடைய மனைவி என்கிற ஸ்தானத்தை வகிப்பதாக நினைக்கிறாளா என்று கோபம் வந்தது.

அவனுடைய மனநிலையைப் புரிந்து கொண்டவள் போல் அவள் அவன் எதிரில் அன்று பிறகு வரவேயில்லை.

அன்று விடுமுறையாதலால் மாலை குழந்தைகளை "இந்தியா கேட் போகலாம், காரிலே ஏறிக்கிங்க" என்றான். சுமதியையும் அழைத்துக் கொண்டு அம்மணியும் ஏறிக் கொண்டாள். அவளது உடையலங்காரம் இப்பொழுது மாறியிருந்ததை அவன் கவனித்தான். அடக்கமாக இருந்தாலும் பட்டிணப் பூச்சு இருந்தது."

"நீ வீட்டிலேயே இரு" என்றான் குருமூர்த்தி. திடுக்கிட்டவளாய் நிமிர்ந்து பார்த்தாள். பிறகு சட்டென்று முகத்தில் பிரசன்னம் பரவ, 'அப்ப சரி!' என்றாள் மெல்லிய புன்னகையுடன்.

"அம்மணி ஏம்ப்பா வேண்டாம், பாவம்!" என்றாள் ராதிகா.

"சாரமில்லே மோளே, சுமதிக் குட்டியை கவனிச்சுக்கோ. கேட்டியா?" என்றாள் அம்மணி.

பட்டிக்காடாக இருந்தாலும் இவளுக்குச் சூட்சுமம் அதிகம் என்று குருமூர்த்தி தனக்குள் வியந்து கொண்டான்.

இண்டியா கேட்டில் சற்று நேரம் அவர்களை விளையாட விட்டுப் பிறகு ஆளுக்கொரு ஐஸ்க்ரீமைக் கையில் கொடுத்து அவன் மெள்ளப் பேச ஆரம்பித்தான்.

"அம்மணியை உங்களுக்குப் பிடிச்சிருக்கா? நல்லா கவனிச்சுக்கறாளா?"

"ஓ ரொம்பப் பிடிச்சிருக்கு!" என்றாள் ராதிகா.

"அவ பேசறதுதான் புரிய மாட்டேங்குது" என்றான் ராஜா.

"அது பரவாயில்லே. உனக்குச் சாப்பாடு, பால் எல்லாம் ஒழுங்கா தராளா?"

"இனிமே அவதான் உங்களையெல்லாம் பார்த்துக்குவா" என்றான் அவன் சாதாரணமாக.

ராதிகா அவனைக் கூர்ந்து பார்த்தாள். "அம்மா?" என்றாள், சந்தேகத்துடன். "அம்மாவை நீ கூப்பிடப் போறதில்லையா?"

குருமூர்த்தி சங்கடத்துடன் தலையைக் குனிந்து கொண்டான்.

“நா கூப்பிட்டாலும் அம்மா வர மாட்டா.”

“ஏன்?”

“உங்க அம்மாவுக்கு என்னைக் கண்டா பிடிக்காம போயிட்டது.”

சற்று நேரம் குழந்தைகள் பேசாமல் இருந்தார்கள். “அம்மா மெட்ராசுக்குப் போகல்லே.”

“பின்னே ஏன் பொய் சொன்னே?” என்றான் ராஜா கோபத்துடன்.

“சாரி!” என்றான் அவன் உண்மையாக. “எனக்கே தெரியல்லே, அவ எங்க போயிருக்கான்னு. அதனாலே அப்படிச் சொன்னேன்.”

“இப்பத் தெரியுமா, அம்மா எங்கேன்னு?” என்றாள் ராதிகா.

அவன் இல்லை என்பது போலத் தலையசைத்தான்.

“ஆனா லெட்டர் போட்டிருக்கா, எங்கேயிருந்தோ. நா திரும்பி வர மாட்டேன். நீங்கதான் குழந்தைகளைப் பார்த்துக்கணும்னு.”

ராஜாவின் கண்களில் நீர் நிறைவதைக் கண்டு, குருமூர்த்தி பதைத்து அவனை அணைத்துக் கொண்டான்.

“எனக்கும் வருத்தமாயிருக்கு. என்ன செய்யட்டும்?” என்றான். “சின்னப் பையனாயிருந்தா அழுதிருப்பேன். நா பெரியவன். உங்கம்மா போயிட்டதுனாலே உங்களை நா கவனிக்காம இருக்க முடியாது. அவளுக்கும் மேல உங்களை நல்லா கவனிச்சுப்பேன். நீங்க நல்ல பசங்களா வளரணும். நல்லா படிக்கணும். எனக்கு நீங்கள்தான் ஹெல்ப் பண்ணணும்.”

அவர்கள் புரிந்து கொண்டவர்கள் போல் தலையாட்டினார்கள்.

“தனியா உங்களைக் கவனிக்க முடியாம திண்டாடினதாலே உங்க பாட்டி ஊரிலேந்து இந்த அம்மணியை வேலைக்கு அனுப்பிச்சாங்க.”

ராதிகா சற்று நேரம் பேசாமல் இருந்தாள்.

"சுமதியை யார் அனுப்பிச்சது?"

"யாரும் அனுப்பலலே" என்றான் குருமூர்த்தி கசப்புடன். "வீட்டைப் பார்த்துக்க ஒரு ஆள் இப்பக் கிடைச்சது தெரிஞ்சவுடனே உங்கம்மா கொண்டு வந்து விட்டுட்டுப் போயிட்டா."

ராதிகாவின் முகத்தில் தெரிந்த அதிர்ச்சியைப் பார்த்து அவனுக்குப் பாவமாக இருந்தது.

"வீட்டுக்கு வந்தா?" என்றாள் ராதிகா.

"வீட்டுக்குள்ளே வரல்லே. வாசல்லேயே விட்டுட்டுப் போயிட்டா."

குருமூர்த்தி நிலைமையைச் சமாளிக்கச் சிரித்தான். "பரவாயில்லே, இப்ப ஒண்ணும் மோசமில்லே, சுமதியும் நம்மகூட இருக்கறதுதான் நல்லது. பாத்துக்கறதுக்காகத்தான் அம்மணி இருக்காளே."

"ஆமாம். அம்மணி ரொம்ப நல்லவ."

"அம்மா ரொம்ப மோசம்!" என்றான் ராஜா.

"இதப் பார், அப்படியெல்லாம் சொல்லக் கூடாது. அம்மாவுக்கு என்னைக் கண்டா பிடிக்காம போச்சு. அதனாலே அவ கிளம்பிப் போனா. திருப்பி அதைப் பத்திப் பேசக்கூடாது. ஓ.கே. என் மேல தப்பிருந்திருக்கும். நா சரியா கவனிக்கல்லே உங்கம்மாவை."

"அம்மா எங்கே இப்ப?"

"தெரியாது."

அவர்கள் இன்னும் யோசனையுடனேயே அமர்ந்திருந்தார்கள். இவர்களிடம் இப்பொழுது இதைப் பற்றிச் சொன்னது விவேகம்தானா என்று அவனுக்குக் கவலையாகப் போயிற்று.

"இதப் பாருங்க, உங்ககிட்ட இதையெல்லாம் ஏன் சொன்னேன்னா, உங்க ஹெல்ப் எனக்கு வேணும். திடீர்னு உங்கம்மா கிளம்பிப் போனதாலே நா தடுமாறிப் போயிட்டேன்.

அம்மணி வந்ததாலே சமாளிச்சேன். அவளோடு நீங்க சினேகமா இருக்கணும். அப்பத்தான் அவ இருப்பா."

"நீதான் சினேகமா இல்லே!" என்றாள் ராதிகா. "இப்ப இந்தியா கேட்டுக்கு ஏன் அழைச்சிட்டு வரல்லே?"

அவன் சிரித்தான். "உங்களோடு பேசணும்னுதான். வேலைக்காரி எதிர எப்படிப் பேச முடியும்?"

"அவ வேலைக்காரி மாதிரி இல்லே" என்றாள் ராதிகா.

"அவ நம்ம ஃப்ரண்டு மாதிரி!" என்றான் ராஜா.

குருமூர்த்திக்கு ஆச்சரியமாக இருந்தது. அம்மணியிடம் இவர்களுக்கு ஏற்பட்டுப்போன நெருக்கத்தைக் கண்டு அவன் மெல்லிய நிம்மதியுடன் சிரித்தான்.

"குட்! அப்படித்தான் வேலைக்கு இருக்கிறவங்களைப் பத்தி நினைக்கணும். இருந்தாலும் வீட்டு விஷயத்தைப் பத்தியெல்லாம் அவங்களுக்கு எதிர பேசறது நல்லதில்லே. அதனாலேதான் அவளை விட்டுட்டு வந்தேன். இனிமே அம்மாவைப் பத்தி எந்தப் பேச்சும் பேசக் கூடாது. அம்மாவை நினைச்சு வருத்தமும் படக்கூடாது. ஓ.கே?" என்றான்.

குழந்தைகள் பதில் சொல்லாமல் உட்கார்ந்திருந்தார்கள்.

"என்ன பதில் பேசாம இருக்கீங்க?" என்றான் அவன் ஏமாற்றத்துடன். "என் மேல உங்களுக்கு நம்பிக்கையில்லையா? உங்கம்மாவுக்குதான் என்னைக் கண்டா பிடிக்கல்லே. உங்களுக்கும் பிடிக்கல்லியா?"

"அதெல்லாம் இல்லே" என்றாள் ராதிகா மெல்ல. "அம்மாவைப் பத்திப் பேசல்லே, ஆனா நினைக்காம இருக்க முடியாது."

குருமூர்த்தி மெல்லிய அனுதாபத்துடன் அவளை அணைத்துக் கொண்டான்.

திடீரென்று ராஜா துக்கம் தொண்டையை அடைக்கக் கேட்டான்,

"அம்மா போயிட்டத்துனாலே நீ இன்னொரு கல்யாணம் பண்ணிப்பியா?"

குருமூர்த்தி திடுக்கிட்டான். கடவுளே, என்னவெல்லாம் கற்பனைகள் இந்தக் குழந்தைகள் மனத்தில் தோன்றுகின்றன!

"இல்லே. இரண்டாம் கல்யாணம் பண்ணிக்க மாட்டேன். உங்களையெல்லாம் பார்த்துக்க அம்மணி வந்துட்டதாலே அதுக்கு அவசியமில்லே."

ராஜா அவனருகில் நகர்ந்து தொடை மேல் கையை ஊன்றி அமர்ந்து மெல்லக் கேட்டான்.

"அம்மணியைப் பண்ணிப்பியா?"

"என்னது?" என்றான் குருமூர்த்தி கவனமில்லாமல்.

"கல்யாணம்?"

குருமூர்த்திக்குத் தூக்கிவாரிப் போட்டது. பிறகு சிரித்தான்.

"சீச்சீ, உளறாதே. அவ உங்களையெல்லாம் பார்த்துக்க வந்திருக்கிற வேலைக்காரி."

பிறகு பேச்சை மாற்ற எண்ணி, ராதிகாவின் மடியில் இருந்த சுமதியின் கன்னத்தைக் கிள்ளி,

"உனக்கு அம்மணியைப் பிடிச்சிருக்கா?" என்று சிரித்தான்.

"இல்லை" என்கிற மாதிரி அது தலையை அசைத்தது.

"பாவம், அம்மணி!" என்று ராதிகா சிரித்தாள்.

✲ ✲ ✲

அத்தியாயம் 11

இந்தியா கேட்டில் அன்று குழந்தைகளுடன் அந்தரங்கமாகப் பேசியது எத்தனை விவேகமான விஷயம் என்று குருமூர்த்தி அடிக்கடி நினைத்துச் சந்தோஷப்பட்டுக் கொண்டான். அதற்குப் பிறகு குழந்தைகள் அதிக நெருக்கத்துடன் அவனுடன் பழகினார்கள். 'அந்த நெருக்கத்தில் கருணையோ அனுதாபமோ கலந்திருந்தது', சியாமளா செய்தது அநியாயம் என்று நினைத்தவர்கள் போல. ஆனால் அவளைப் பற்றிப் பேசவே பேசாமல் சாமர்த்தியமாக நடந்து கொண்டார்கள். அதை நினைத்து அவனுக்கு ஆச்சரியமாக இருந்தது. இதையும் அம்மணி அவர்களுக்குச் சொல்லிக் கொடுத்திருப்பாளோ என்று தோன்றிற்று.

அவர்களுக்கும் அம்மணிக்கும் இடையே ஒரு ரகசிய ஒப்பந்தம் இருந்தது போலத் தோன்றிற்று. பழைய நினைவுகளைக் கிளறி அவனைச் சங்கடப்படுத்தக்கூடாது என்ற ஒப்பந்தம். அல்லது அவர்களே சமர்த்துக் குழந்தைகள் ஆனதால் (அம்மணி அடிக்கடி சொல்லும் வார்த்தை) விவேகத்துடன் நடந்து கொள்கிறார்களோ என்னவோ. எதுவாக இருந்தாலும் அது அவனை ஆச்சரியப்பட வைத்தது. பெருமை கொள்ள வைத்தது.

சியாமளா கிட்டத்தட்ட நினைவிலிருந்து நழுவிப் போனாள். மாலை வேளைகளில் அபூர்வமாக வேலை முடிந்து வீட்டிற்கு

வரும் சமயத்தில், கன்னாட் பிளேசிலும், இந்தியா கேட்டிலும் உல்லாசமாகக் கைகோத்தபடி செல்லும் ஜோடிகளைப் பார்க்கும் போது மட்டும் அடி வயிறு துவண்டு ஒரு ஆதங்கப் பெருமூச்சு வரும். இனிமேல் தன் வாழ்வில் அப்படி வெளியில் ஒரு துணைவியுடன் போக முடியுமா என்று தோன்றும். 'அம்மணியைக் கல்யாணம் செய்துப்பியா?' என்று அன்று ராஜா வெகுளித்தனமாய்க் கேட்ட கேள்வி திடும்மென்று ஸ்டியரிங் வீலுக்கு எதிரே கொக்கி மாதிரி நிற்கும். அவன் அதைப் பதட்டத்துடன் ஒதுக்கித் தள்ளுவான். இருட்டில் யாருக்கும் தெரியாமல் உறவு கொள்வது தவிர்க்க முடியாமற்போன, ஒரு அவசியமாகிப் போன சுகம். அதற்குச் சட்ட அங்கீகாரம் அவளே எதிர்பார்க்கவில்லை. இந்த உறவு, இரண்டு பேரின் கட்டுப்படுத்தப்பட்ட உணர்வுகளுக்கு ஒரு வடிகால் மட்டுமே என்று இருவருக்கும் தெரியும். அவனைப் பொறுத்தவரையில் அவளுடைய பணிகளில் அவனை மகிழ்விப்பதும் ஒன்று. மனைவி என்கிற அந்தஸ்து அவளுக்குத் தேவையில்லை. அவனையும் அவளையும் பிரித்த அந்தஸ்து வித்தியாசத்தைப் பற்றி அவளுக்குப் பூரணமாகத் தெரியும். அவனுக்கு அதைப் பற்றி எந்தக் குற்ற உணர்வும் இருக்க வேண்டியதில்லை. நேரமிருக்கும் நாட்களில், ஞாயிற்றுக் கிழமைகளில் சமநிலையில் அரசியல் பேசவும், ரசனைகளைப் பகிர்ந்துகொள்ளவும் ஒரு சினேகிதி இல்லை என்கிற குறை சில சமயம் எட்டிப்பார்க்கும். ஆனால் மீண்டும் ஒரு திருமணம் செய்து கொள்வது புத்திசாலித்தனமில்லை என்று அவன் நினைத்துக் கொண்டான். மூன்று குழந்தைகளை வைத்திருப்பவன் பித்துப் பிடித்தால்தான் மீண்டும் ஒரு கல்யாணத்துக்கு இசைவான். எந்த படித்த அழகிய நாகரிகமான பெண் (இந்த லட்சணங்கள் இல்லையென்றால் அவனுக்கு மனைவி தேவையில்லை! வரும்போதே சுமைகளை ஏற்க வருவாளா?) சுமைகளை ஏற்க விரும்புகிறாளோ இல்லையோ, நிச்சயம் நிறைய எதிர்பார்ப்புடன் வருவாள். இந்த எதிர்பார்ப்பு என்பது திருமண பந்தத்தின் சாபக்கேடு என்று அவன் நினைத்துக் கொண்டான். இந்த எதிர்பார்ப்புதான் அவன்

தாம்பத்தியத்தை மறைமுகமாகத் தாக்கிற்று. சியாமளாவின் எதிர்பார்ப்பு - அதனால் ஏற்பட்ட ஏமாற்றம்தான் அவளை வேறு ஒருவனிடம் இழுத்துச் சென்றது. ஒரு மனைவி என்பவள் அடங்கி இருப்பவள் என்கிற எதிர்பார்ப்புதான் அவளுடைய நடவடிக்கையைப் பற்றிச் சந்தேகம் வரமுடியாதபடி அவன் கண்களை மறைத்தது. திருமணமில்லாத பந்தத்தில் எதிர்பார்ப்பு இல்லை. ஏமாற்றம் இல்லை. அம்மணியை வெளியில் வாசலில் சினேகிதியைப் போல் அழைத்துப் போக முடியாதுதான். ஆனால் அவனது உடல் வேட்கையை அவள் தணிப்பாள், பிரச்னையேற்படுத்தாத வகையில். நன்றியுடன் குழந்தைகளையும் வீட்டையும் பார்த்துக் கொள்வாள்.

வீட்டு நிர்வாகம் என்பது உண்மையில் அவளுடைய ராஜ்யமாகிவிட்டது. என்ன செலவானாலும் என்ன ஏது என்று அவன் தலையிடுவதில்லை, சிக்கனமாகவேதான் அவள் செலவழிக்கிறாள் என்ற நம்பிக்கையில். சமையல் மெனுவிலிருந்து குழந்தைகளுக்குச் சட்டைத் துணிமணி வாங்குவது வரை அவள் தீர்மானிக்கிறாள். அவள் பாலாய்க் குடிக்கலாம், நெய்யாய் விழுங்கலாம். தட்டிக் கேட்க யாரும் இல்லை. இன்னும் வேறு என்ன வேணும் அவளுக்கு? ஏறத்தாழ ஒரு மனைவிக்கு இருக்கும் எல்லாச் சுதந்திரமும் அல்லவா அவளுக்குக் கொடுத்திருக்கிறான்? சுபாவத்தில் தன்னம்பிக்கை உள்ளவள், இந்த சுதந்திரத்தினால் அதிகத் தன்னம்பிக்கையுடன் தென்படுகிறாள். லேசாகப் பேச்சிலும் (இப்பொழுது மெதுவாகப் பேசுகிறாள்) வெகுவாக உடையிலும் (முன்பு 'பாடி' அணிந்தவள் இப்பொழுது 'ப்ரா' அணிகிறாள்) பட்டணத்து நாகரிகம் புகுந்திருக்கிறது. ரொம்ப ஸ்டைல் வந்து விடாமல் இருக்க வேண்டும். எவனையாவது கவர்ந்து ஓடிவிடக் கூடிய ஆபத்து இருக்கிறது. அவளது ஆரோக்கியமான கிராமிய உடம்பிற்கு நிறையக் கவர்ச்சி இருந்தது. ஒரு கிலோ அதிகமாக எடை போட்டால் குண்டு என்று சொல்லக்கூடிய தளதளப்பான உடம்பு, கோயில் சிற்பம் போல. சற்றுக் குட்டையான உருவம் என்றாலும் அதுவே அதிகக் கவர்ச்சி ஒரு ஆணுக்கு.

பாத்ரூம் கண்ணாடியில் முகத்தைப் பார்த்தபடி 'ஷேவ்' செய்து கொண்டிருந்த குருமூர்த்தி, டெலிபோன் ஒலி கேட்டுச் சுய நினைவுக்கு வந்தான். விரைந்து டெலிபோனுக்குச் செல்வதற்குள் அம்மணி ரிசீவரை எடுத்திருந்தாள்.

"அலோ, கவுன் ஹை?"

அவனுக்குச் சிரிப்பு வந்தது. இந்தியும் தெரியாமல் இங்கிலீசும் தெரியாமல் ஏதோ தகிடுதத்தத்தில் அவள் சமாளித்து வருவது ஒரு பெரிய தமாஷ்.

"தோடா டெஹ்ரோ!" (கொஞ்சம் பொறு)

குருமூர்த்தி அவசரமாக டெலிபோனை வாங்கிக் கொண்டான், 'யாரை வா, போன்னு பேசறே?' என்று கண்டித்தபடி.

"எனக்குத் தெரிஞ்ச இந்தி அம்பட்டுத்தான்!" என்று புன்னகைத்தபடி அவள் நகர்ந்தாள். மறுமுனையில் ஃபர்னாண்டஸ்ஸின் குரல் கேட்டது. குருமூர்த்தி வியப்பான சந்தோஷத்துடன், "எப்ப வந்தீங்க?" என்றான்.

"நேற்று மாலையில் வந்தேன்" என்றார் ஃபர்னாண்டஸ். "ஆமாம், நீ கோவா வரப்போவதாகச் சொன்னாயே, என்ன ஆயிற்று. தகவலே காணோம்?"

"ப்ளான் பண்ண முடியவில்லை, ஃபர்னாண்டஸ். வீட்டில் நிறைய ப்ராப்ளம்ஸ் ஏற்பட்டுவிட்டது" என்றான் அவன்.

"ஓ! ஐ ஆம் ஸோ சாரி. நான் ஏதோ அரைகுறையாகக் கேள்விப்பட்டேன், உன் மனைவியைப் பற்றி. அது உண்மைதானா?"

"என்ன கேள்விப்பட்டீர்கள்?" என்றான் அவன் ஜாக்கிரதையாக.

"உன்னை விட்டுப் பிரிந்து விட்டாள் என்று."

"ஆமாம்" என்றான் அவன் மெல்லிய குரலில். நல்லவேளை, ஃபர்னாண்டஸ் நாகரிகமானவர். வேறு ஒருத்தனுடன் ஓடிவிட்டாளாமே என்று கேட்கவில்லை.

"வெரி சாரி!" என்றார் ஃபர்னாண்டஸ் மறுபடி. "எப்படி மானேஜ் பண்ணுகிறாய்? குழந்தைகள் யார்கிட்ட இருக்கு?"

"எங்கிட்டதான். ஒரு நல்ல ஹவுஸ் கீப்பர் கிடைத்திருக்கிறாள். நல்லவேளை, அதனால் மானேஜ் செய்கிறேன்."

"எந்த ஹவுஸ் கீப்பரையும் இப்ப நம்ப முடியாது!" என்றார் ஃபர்னாண்டஸ். "நீ ஜாக்கிரதையாக இருக்கணும். திடீர்னு வீட்டைத் திறந்து போட்டு ஓடிவிடுவார்கள்."

"ஓடினால், வேறு ஆள் பார்க்க வேண்டியதுதான். நான் இந்த நிலையில் வேறு என்னதான் செய்ய முடியும்?" என்றான் அவன் ஆயாசத்துடன். "மனைவியையே நம்ப முடியாத இந்த நாட்களில் ஹவுஸ் கீப்பரை எப்படி நம்ப முடியும்?"

"உனக்காக நான் ரொம்ப அனுதாபப்படுகிறேன், குருமூர்த்தி."

"ப்ளீஸ். வேண்டாம். எனக்கு இப்பப் பழகிவிட்டது."

"குட். வேற வழியில்லை. இப்பவும்தான் ஒரு ஹாலிடே வாயேன் கோவாவுக்கு, குழந்தைகளோடு."

"இப்பவா?" என்று அவன் சிரித்தான். "ஹவுஸ் கீப்பரையும் அழைச்சிட்டு வர வேண்டியிருக்கும்."

"வாயேன். அதனால என்ன? தனி ஏற்பாடு செஞ்சுடலாம். கிறிஸ்துமஸ் லீவுக்கு வாங்களேன்."

"ஓ.கே. யோசனை செய்யறேன்" என்று அவன் போனைக் கீழே வைத்தான். நிமிர்ந்தபோது அம்மணி சமையலறைப் பக்கம் நகர்வது தெரிந்தது. அவன் போனில் பேசியதைக் கேட்டுக் கொண்டிருந்திருக்க வேண்டும். அவனுக்கு லேசாக எரிச்சல் வந்தது, இவளுக்கு என்ன புரியும் அவனுடைய ஆங்கிலப் பேச்சு? அதைத் தவிர எஜமான் யாருடனோ பேசும்போது ஒரு வேலைக்காரிக்கு அங்கு என்ன வேலை?

அவன் லேசான கடுகடுப்புடன், "நா சீக்கிரம் ஆபீசுக்குப் போகணும். சாப்பாட்டை எடுத்து வெச்சுட்டு, உன் வேலையைப்

பாரு. போன் எடுக்கறதோ மத்தவங்க பேசும்போது கேட்கறதோ அவசியமில்லே” என்று விட்டுத் தன் அறைக்குச் சென்றான்.

அவள் பதிலே சொல்லாமல் தலையைக் குனிந்தபடி சமையலறைக்குள் புகுந்து கொண்டாள். அவனுக்குக் குளிக்கும் போதும் உடை உடுத்திக் கொள்ளும் போதும் தொடர்ந்து நமநமவென்று இனம் புரியாத நமைச்சல் எடுத்தது. என்னதான் அவள் இந்த வீட்டிற்கு மிக அவசியமான ஆளாக இருந்தாலும் தன்னுடைய நிலையை அவள் என்றும் மறந்துவிடக் கூடாது என்று அவன் தீவிரமாக நினைத்துக் கொண்டான். மறந்து விட்டாளானால், அப்படி அவள் மறந்து விடும் நிலைக்கு அவன் அவளுக்கு இடம் கொடுத்து விட்டதாக அர்த்தமாகும். பிறகு வெளியில் அநாவசிய சங்கடங்கள் முளைக்கும்.

அவன் டையை அணிந்து ஷூவைப் போட்டுக் கொண்டு கீழே வந்தபோது மேஜை மேல் தட்டு வைக்கப்பட்டு, காலை ஆகாரம் தயாராக இருந்தது. சாப்பாட்டு மேஜைக்கு ஓரமாக அவனுடைய டிபன் கூடை இருந்தது.

“மத்தியானச் சாப்பாடு இல்லே இன்னிக்கு!” என்றான் அவன் அதைப் பார்த்து. அம்மணியை எங்கும் காணும். அவன் அதைக் கவனியாதவன் போல் அவள் செய்து வைத்திருந்த தோசையையும் சட்டினியையும் சாப்பிட்டான். சாம்பாரில் உப்பிருக்கவில்லை.

“அம்மணி! அம்மணி!” என்று கூப்பிட்டான். ஆளைக் காணோம். ‘என்ன அத்தனை ரோசம் கழுதைக்கு!’ என்று கோபம் வந்தது. தானே எழுந்து சமையலறைக்குச் சென்று உப்பைத் தேடிக்கொண்டு வந்து போட்டுக் கொண்டான். என்ன ஆகிவிட்டது இவளுக்கு? பின்னால் இருந்த குளியலறையில் தண்ணீர் கொட்டும் சத்தம் கேட்டது. துடைப்பத்தால் தரையைக் கழுவுவது போல இருந்தது. அவன் சாப்பிட்டு முடிக்கும் சமயத்தில் அம்மணி முகத்தைத் துடைத்தபடி வந்தாள்.

“கூப்பிட்டியளா?” என்றாள் மெல்லிய குரலில்.

"இப்பக் கூப்பிடல்லே" என்றான் அவன் கடுமையுடன். "உப்பு வேண்டியிருந்தது. நானே எடுத்துண்டாச்சு."

"உப்பா?"

"சாம்பார்லே உப்பில்லே."

"அச்சோ! மறந்தேனா?"

"மறக்காம என்ன செய்யும்? இப்ப வம்பிலே ஆசை வந்துடுத்து" என்றான் குரூரமாக.

அவள் கிடுகிடுவென்று அவன் எதிரில் வந்து நின்றாள். முகம் சிவக்கப் படபடவென்று சொன்னாள்.

"இதப் பாருங்கோ. முதுகிலே ஒரு அடி வையுங்கோ. பொறுத்துப்பேன். ஆனா இப்படிக் குத்திப் பேசாதீங்கோ. உங்க பேச்சை நா எதுக்கு ஒட்டுக் கேட்கணும்? இங்கிலீஷ் தெரியாதவளுக்குக் கேட்டுத்தான் என்ன லாபம்?"

"எனக்குத் தெரியாது. நீ அப்படித்தான் இங்கே நின்னுண்டிருந்தே."

"நின்னேன். உங்க பேச்சு எப்ப முடியும்னு காத்திருந்தேன். அவசரமா ஒரு விஷயம் சொல்ல வேண்டியிருந்தது. அப்புறம் நீங்க ஏதோ வருத்தத்தோட பேசறமாதிரி இருந்தது! அதனாலே இப்பப் பேசண்டாம்னு அந்தண்டை போனேன்."

அவனுடைய எரிச்சல் மெல்ல அடங்கிற்று. இவள் வெகுளி. பொய் சொல்ல மாட்டாள்.

"அவசரமா சொல்லும்படியா என்ன விஷயம்?" என்றான் மெல்ல.

"அவசரம்தான்!" என்றாள் அவள் இயல்பாக. "காலங்கடத்தினா ஆபத்து," என்றாள் தலையைக் குனிந்தபடி.

"புரியும்படியாச் சொல்லு. எனக்கு ஆபீசுக்குக் கிளம்பணும்."

"நா கர்ப்பமாயிருக்கேன்" என்றாள் அவள், சாதாரணமாக.

❋ ❋ ❋

அத்தியாயம்

12

அவன் சட்டென்று அதிர்ந்தான். இப்படி ஒரு சங்கடம் வரக்கூடும் என்கிற முன் யோசனையுடன் அவன் நடந்து கொள்ளாதது மடத்தனம். ஈசுவரா, கர்ப்பக் கலைப்புக்கு என்ன செய்ய வேண்டும், யாரிடம் செல்வது, என்ன காரணம் சொல்வது என்று குழம்பினான். இவள் ரொம்பவும் நாள் கடத்திச் சொல்கிறாளோ என்று பீதியெழுந்தது. கலைக்க முடியாமல் போனால் தொலைந்தேன்.

"எத்தனை மாசம்?" என்றான் கரகரத்துப் போன குரலில். "இரண்டு மாசம்னு தோணறது." பிழைத்தேன். அவன் மேஜை விரிப்பை யோசனையுடன் பார்த்தபடி, "நாளைக்கு டாக்டர்கிட்ட கூட்டிகிட்டுப் போறேன். கருவைக் கலைச்சுடணும்" என்றான்.

"சரி" என்றாள் அவள். அவன் மேற்கொண்டு எதுவும் சொல்லாமல் எழுந்தான்.

"நீங்க உப்புக்காகக் கூப்பிட்டப்போ நா பாத்ரூமிலே வாந்தியெடுத்துண்டிருந்தேன்!" என்று அவள் விளக்கினாள்.

"சரிதான்" என்றான் அவன்.

"இதப் பார், யார்கிட்டயும் இதப்பத்தி வாய் தொறக்கக் கூடாது, என்ன?"

"ஏ, இதெல்லாம் சொல்லுவாளா?" என்றாள் அவள் இயல்பாக.

அலுவலகத்தை நோக்கிச் செல்லும் போது அவளை நினைத்து வியப்பேற்பட்டது. நன்றி பெருக்கெடுத்தது. அவளிடம் படுக்கச் சென்றபோது, 'வாங்கோ' என்று எப்படி சரளத்துடன் அழைத்தாளோ அதே மாதிரியான சரளத்துடன் கருக்கலைப்புக்கு ஒப்புக்கொண்டது ஆச்சரியமாக இருந்தது. மீண்டும் அவளை இந்தச் சோதனைக்கு உள்ளாக்கக் கூடாது என்று அவன் நினைத்துக் கொண்டான். அவன்தான் இனிமேல் முன் ஜாக்கிரதையாக இருக்க வேண்டும்.

அலுவலகம் சென்றதும், ரகசியமாக, கருக்கலைப்பு செய்யும் மேரி ஸ்டோப்ஸ் மருத்துவமனைக்கு டெலிபோன் செய்து விவரங்கள் கேட்டுக் கொண்டான். மேரி ஸ்டோப்ஸ் விளம்பரங்களை அவன் அங்கங்கே பார்த்திருக்கிறான். சியாமளாவுக்குப் பிறந்ததே மூன்று. அவள் ஏதும் கருக்கலைப்பு செய்து கொண்டதாக அவனுக்கு நினைவு இல்லை.

நல்லவேளையாக அம்மணி - முன்னதாக விஷயத்தைச் சொன்னாள் என்று அவனுக்கு நிம்மதியேற்பட்டது. கெட்டிக்காரப் பெண் மட்டுமில்லை, தன் நிலையை உணர்ந்திருப்பவள். அவன் குழந்தையைச் சுமப்பதால் அவனுடைய மனைவி ஆகிவிட முடியாது என்று புரிந்து கொண்டிருப்பவள்.

அதுமட்டுமல்ல. இவள் நல்ல ஒரு சினேகிதி. தில்லு முல்லு செய்யும் பொல்லாத்தனம் இருந்திருந்தால் இதே விஷயத்திற்காக ஊரைக் கூட்டி அமர்க்களம் செய்திருக்கலாம் அல்லது அவனை ப்ளாக் மெயில் செய்திருக்கலாம். இரண்டும் இவள் செய்யவில்லை. மாறாகக் கவலைப்படுகிறாள், அவனுக்காகவும். 'காலங்கடத்தினா ஆபத்து!' அவளுக்கு மட்டும் சங்கடமில்லை அது. அவனுக்கும் சங்கடம். அல்லது அவளைச் சொல்ல வைத்ததற்கு வேறு பயம் காரணமாக இருக்கலாம். எங்கே தன்னைப் பணத்தைக் கொடுத்து ஊருக்கு அனுப்பி விடுவானோ என்ற பயம். சொந்த பந்தம் யாருமில்லாமல் என்ன செய்வாள் வயிற்றுப் பிள்ளையுடன்? இங்கிருக்கும் சவுகரியம் அவளுக்கு எங்கே கிடைக்கும்? அவள் வெறும் ஒரு ப்ராக்டிகல் மனுஷி என்றும் தோன்றிற்று.

இங்கிருப்பது அவளுக்குப் பாதுகாப்பு, போஷாக்கும் சுதந்திரமும் மிக்க அடைக்கலம். அதைப் போக்கிக்கொள்ளும் அளவுக்கு அவள் முட்டாளில்லை.

மேரி ஸ்டோப்ஸ் போனில் எந்த சங்கடமான கேள்வியும் கேட்கவில்லை. காலை ஒன்பது மணியிலிருந்து மாலை ஆறுவரை எப்பொழுது வேணுமானாலும் வரலாம் என்றார்கள். இரண்டு மணி நேரத்தில் டிஸ்சார்ஜ் ஆகிச் செல்லலாம் என்றார்கள். அது ரொம்ப சவுகரியம் என்று அவன் நினைத்துக் கொண்டான். காலையில் ஆபீசுக்குப் போகும்போது கொண்டு விட்டு மதியம் லஞ்ச் நேரத்தின் போது அழைத்து வந்து விடலாம். ஆனால் சுமதியை எங்கே விடுவது என்று யோசனை வந்தது. நாளைக்கு ராதிகாவுக்குப் பள்ளிக்கூடம் இருந்தது. சனிக்கிழமை ராதிகாவுக்கும் ராஜாவுக்கும் பள்ளி இல்லை. அன்றுதான் அம்மணியை அழைத்துப் போகவேண்டும். இன்னும் நான்கு நாட்கள். அதற்குள் ஒன்றும் குடிமுழுகி விடாது. அன்று மனசு விவரம் புரியாமல் சஞ்சலப்பட்டது. வேலையில் மனசு பதியாமல் நழுவி நழுவிப் போயிற்று. அகர்வாலும் ராமமூர்த்தியும் இரண்டு முறை உடம்பு சரியில்லையா என்று கேட்டார்கள். அவன் ஏதோ மழுப்பினான். அகர்வால் எமகாதகன். அசாத்திய சூட்சுமம் உள்ளவன். இரவு ஏழரை மணிக்கு அவனுடைய அறையில் நுழைந்து 'ட்ரிங்க்ஸ் சாப்பிடலாம் வா' என்று கூப்பிட்டான். அன்று இருந்த குழப்பத்தில் அவனை அப்போது தழுவிக்கொள்ள வேண்டும் போல் இருந்தது. ராமமூர்த்தி கிளம்பிப் போயிருந்தான், ஏதோ கல்யாணத்திற்குப் போக வேண்டும் என்று.

"நீ ரொம்ப நல்லவன் அகர்வால்" என்றான் குருமூர்த்தி இரண்டு பெக் உள்ளே போனதுமே.

"நீயும்தான் நல்லவன்" என்றான் அகர்வால் சிரித்துக் கொண்டே.

"இல்லே. நா நல்லவன் இல்லே!" என்று குருமூர்த்தி சோகமாகத் தலையசைத்தான்.

"யார் சொன்னது அப்படி?"

"யாரும் சொல்ல வேண்டாம். எனக்கே தெரியும். நல்லவன் மாதிரி வேஷம் போடறேன். அதான் சியாமளா ஓடிப் போனாள். நான் மற்றவர்களைப் பத்தி கவலைப்படறதே இல்லை..."

"சீச்சீ, உன்னைப் பத்தி நா அப்படி நினைக்கல்லே."

"தாங்க்ஸ். ஆனா உனக்கு என்னைப்பத்தித் தெரியாது. என்னுடைய பலவீனங்கள் தெரியாது."

"பலவீனங்கள் இல்லாத மனுஷங்க யாரு, குரு?"

"என்னவோ, எனக்குச் சில சமயம் என்னை நினைச்சே வெட்கமாயிருக்கு."

அகர்வால் அவன் முதுகைத் தட்டிக் கொடுத்தான். "சியாமளா அப்படி செஞ்சது ரொம்பப் பெரிய அதிர்ச்சிதான். அதிலே நீ வெட்கப்படறதுக்கு ஒண்ணுமில்லே. யு மஸ்ட் ரிலாக்ஸ். தென்னிந்தியக் கட்டுப்பெட்டித்தனம் உனக்குள்ள நிறைய இருக்கு. நா உனக்கு நல்ல பெண்களை அறிமுகப்படுத்தறேன். யாரோடயாவது ஒரு ஹாலிடே போயிட்டு வா."

சற்று நேரம் குருமூர்த்தி யோசனை வயப்பட்டு இருந்தான்.

"எனக்குப் புரியல்லே, அகர்வால். ஏற்கெனவே ஏதாவது குழப்பத்திலே மாட்டிக்கறேன். இன்னும் தொந்திரவுகள்லே மாட்டிக்கக் கூடாது."

"இதிலே என்ன தொந்திரவு? நம்மை ரிலாக்ஸ் பண்ணிக்கத்தான் அந்த ஹாலிடே. கொஞ்சம் மனசைத் தளர்த்தல்லேன்னா உன் நிர்வாகத் திறமை பாதிக்கப்படும். பெங்களூருக்கோ கோவாவுக்கோ போயிட்டு வா."

அவனுக்குக் காலை ஃபர்னாண்டஸ் பேசியது நினைவுக்கு வந்தது.

"கோவாவிலே ஃபர்னாண்டஸ் இருக்கார், வேண்டாம்."

அகர்வால் சிரித்தான்.

"அப்ப வேற எங்கேயாவது போ. வீட்டைப் பத்தி இப்பக் கவலைப்பட வேண்டியதில்லை. ஒரு நல்ல வேலைக்காரி இருக்கா. அந்த விஷயத்திலே நீ ரொம்ப அதிர்ஷ்டம் செஞ்சிருக்கே."

"அவதான் இப்ப பிராப்ளம்" என்றான் குருமூர்த்தி.

"ஏன், ஊருக்குப் போறேன் என்கிறாளா?"

"இல்லே, அவ போக மாட்டா. அதுதான் பிராப்ளம்."

"என்ன உளர்றே? அவ போக மாட்டாங்கறது நல்லதுதானே!"

"நல்லதுதான். ஆனா அவளுக்குப் போக்கிடமில்லே. அதனாலே போக மாட்டா. அவ நிலைமையை நா உபயோகிச்சுக்கறேன் பாரு, அதுதான் கேவலம்."

"இதிலே என்ன கேவலம்? சம்பளம் கொடுக்கறே, வேலை வாங்கறே."

இப்போது நான்கு பெக் உள்ளே போயிருந்தது. குருமூர்த்தியின் மனம் உருகிப் போயிருந்தது.

"வேலைக்கும் ஒரு லிமிட் இருக்கில்லே?" என்றான் துயரத்துடன்.

"அதுக்கென்ன செய்ய முடியும்? மூணு குழந்தைகளைக் கவனிச்சு வீட்டு வேலை செய்யறது பெரிய வேலை. அது தெரிஞ்சுதானே வந்திருக்கா? முரண்டு பண்றாளா? குழந்தைகள்கிட்ட கோபமா நடந்துக்கறாளா?"

"சேச்சே, சந்தோஷமா வீட்டைக் கவனிச்சுக்கறா. சியாமளா கூடக் குழந்தைகள்கிட்ட அத்தனை பிரியத்தைக் காண்பிச்சதில்லே."

"பின்னே என்ன பிராப்ளம்?"

"அவ அப்படி இருக்கிறதுதான் பிராப்ளம். நா அவளை உபயோகிச்சுக்கறேன். ஆனா அவ வேலைக்காரி என்கிறதை மறக்கமுடியல்லே."

"எனக்குப் புரியல்லே. ஐ கிவ் அப்" என்றான் அகர்வால் சோர்வுடன்.

திடீரென்று குருமூர்த்தி முகத்தைக் கைகளால் மூடிக் கொண்டு அழுதான்.

"அகர்வால், அவ கர்ப்பமா இருக்கா. என் குழந்தை அவ வயத்திலே இருக்கு."

சற்று நேரம் அகர்வால் புரிந்துகொண்ட மவுனத்துடன் நின்றான். பிறகு அவன் தோளை மெல்லத் தட்டினான்.

"நீ ஒரு சரியான பைத்தியக்காரன்!" என்றான் அனுதாபத்துடன். "இந்த மாதிரி விபத்துக்கள் நேரும்தான். ஏதோ பெரிய பாவம் செஞ்சுட்ட மாதிரி குழம்பறியே! கர்ப்பத்தைக் கலைக்க மூலைக்கு மூலை க்ளினிக் இருக்கு. இரண்டாம் பேருக்குத் தெரியாம கூட்டிட்டுப் போய் காரியத்தை முடி. அப்புறம் அதைப் பத்தி மறந்து போ. ஜஸ்ட் ஃபர்கெட் இட். இதுக்குமேல அதைப் பத்தி நினைக்கிறதுக்கோ முக்கியத்துவம் கொடுக்கறதுக்கோ அதிலே ஒண்ணும் இல்லே."

"அப்படிங்றியா?" என்றான் குருமூர்த்தி சற்று நிமிர்ந்து.

"பின்னே என்ன?" என்றான் அகர்வால் எரிச்சலுடன். "அந்தப் பொண்ணு ஏதாவது கலாட்டா பண்ணறாளா?"

"ஒண்ணுமே இல்லே."

"பின்னே, விடு. நல்லதாப் போச்சு. இத்தனை சிம்பிள் விஷயத்துக்கு நீ இப்படி அலட்டிக்கறது முட்டாள்தனம்."

"ஒண்ணும் தப்பு நடந்துடல்லேங்கறே!"

"கண்டிப்பா இல்லே! ஆனா சீக்கிரமா கருவைக் கலைக்க ஏற்பாடு பண்ணு. அதிலே அசமஞ்சத்தனமா இருந்துடாதே."

"சனிக்கிழமைதான் போக முடியும். அன்னிக்குத்தான் ராதிகா வீட்டிலே இருப்பா, சின்னப் பெண்ணைப் பார்த்துக்க."

"வேண்டாம், நாளைக்கே முடி. நீ லீவு எடுத்துக்கோ. இங்கே ஒண்ணும் அப்படி அர்ஜென்ட் வேலை இல்லே, நாளைக்கு."

"சரி, அப்ப தாங்க்ஸ்."

சற்றுப் பொறுத்து அகர்வால் அவனைப் பார்த்துச் சிரித்தான்.

"நீ சரியான முட்டாள், குருமூர்த்தி. என்னவோ தப்பு செஞ்சுட்டதா நீ இடிஞ்சு போறது மட்டும் முட்டாள்தனமில்லே. இந்தக் காலத்திலே இப்படி ஒரு இக்கட்டிலே மாட்டிக்காம இருக்கறதுக்கு எத்தனையோ வழிகள் இருக்கும்போது இப்படி மாட்டிக்கிட்டியே அதுதான் முட்டாள்தனம்."

"ஆமாம், உண்மைதான்!" என்று குருமூர்த்தி கூச்சத்துடன் சிரித்தான். "யோசனையே இல்லாம நேர்ந்து போச்சு."

"இனிமே ஜாக்கிரதையா இரு. எழுந்திரு. வீட்டுக்கு டிரைவ் பண்ணிண்டு போகிற நிலைமையிலே இருக்கியா? இல்லே, டிரைவரை அனுப்பட்டுமா?"

"வேண்டாம். நானே போறேன்" என்று குருமூர்த்தி எழுந்தான். கால்கள் நிலையில்லாமல் தள்ளாடின. தலை சுற்றிற்று. சட்டென்று மேஜையைப் பிடித்துக் கொண்டான்.

"நா டிரைவரை அனுப்பறேன்" என்றான் அகர்வால் சுருக்கமாக. "நாளைக்கு நீ லீவு எடுத்துக்கோ. வீட்டுப் பிரச்னையை முதல்லே தீத்துக்கட்டு."

குருமூர்த்திக்கு நன்றி பெருக்கெடுத்தது. "நீ ரொம்ப நல்லவன் அகர்வால்!" என்றான்.

"நீயும் நல்லவன்தான்!" என்று அகர்வால் அவனை அணைத்தபடி நடத்தி, டிரைவரைக் கூப்பிட்டு அவனை வீட்டில் கொண்டு விட்டு வரச் சொன்னான்.

காரில் செல்லும்போது, குருமூர்த்தி, டிரைவரிடம், "அகர்வால் ரொம்ப நல்லவன்!" என்றான்.

டிரைவர் ஒரு விநாடி விழித்து பிறகு, "ஆமாம் சார்!" என்றான். "நீங்களும் நல்லவர் சார்!" என்றான்.

குருமூர்த்திக்கு இப்பொழுது மிகவும் தெம்பாக இருந்தது. "நான் நல்லவனாயிருக்கலாம், ஆனால் ஒரு முட்டாள்."

"நான் அப்படி நினைக்கவில்லை சார்!" என்றான் டிரைவர் மரியாதையாக.

"நீ ரொம்ப நல்லவன், சோஹன்லால்!" என்றான் குருமூர்த்தி. பிறகு தூங்கிப் போனான்.

வண்டி வீட்டை அடைந்ததும், பிறகு டிரைவர் பிடித்து நடத்தி வீட்டிற்குள் அழைத்து வந்ததும் அவனுக்கு மங்கலாக நினைவில் பதிந்தது. குழந்தைகள் எல்லாரும் படுக்கச் சென்றுவிட்டதைப் போல இருந்தது. அவன் மாடிப்படி ஏறத் தடுமாறுவதைக் கண்டு வந்து அவனைப் பிடித்துக் கொண்டாள்.

"எனக்குப் போகத் தெரியும், என்னை விடு" என்றான் அவன் கோபத்துடன். அவள் கலங்காமல் அவனுடன் நடந்தாள்.

"உங்களுக்குத் தெரியாதுன்னு யார் சொன்னா?" என்றாள் மென்மையாக. இது உங்க வீடு. ஒரு வேலைக்காரி செய்ய வேண்டிய வேலையைத்தான் நா செய்யறேன். தெரிஞ்சுதோ?"

இவள் தன்னை நையாண்டி செய்கிறாளோ என்று தோன்றிற்று. ஆனால் மேற்கொண்டு அவளுடன் ஏதும் பேசச் சோம்பலாக இருந்தது. அவள் அவனுடைய டையைக் கழற்றி, ஷூவைக் கழற்றும்போது அந்த சுகத்தை அனுபவிப்பவன் போல் பேசாமலிருந்தான். அவள் லுங்கியை எடுத்துக் கொடுத்து, "பேண்டைக் கழட்டி லுங்கி கட்டிக்குங்கோ. சாப்பாடு இங்கேயே கொண்டு வரேன்" என்றாள்.

அவன் பேசாமல் அவள் சொன்னபடி கேட்டான். சாப்பாடு வேண்டாம் என்று சொல்ல வேண்டும் போல் இருந்தது. ஆனால் பசித்தது. அவள் சூடாகப் பிசைந்து கொண்டு வந்த சாப்பாட்டைப் பேசாமல் சாப்பிட்டான். சீக்காளிக்குச் செய்வது

போல் அவன் வாயைத் துடைத்துப் படுக்க வைத்தாள். போர்வையைக் கழுத்துவரை போர்த்தி, "நிம்மதியா தூங்குங்கோ, ஒரு யோசனையும் செய்யண்டாம்" என்றாள்.

"நீ என் பெண்டாட்டியா? வேலைக்காரியா?" என்று குருமூர்த்தி கேட்டான்.

ஒரு வினாடி திகைத்துப் பிறகு அவனை நேரடியாகப் பார்த்து சொன்னாள்.

"வேலைக்காரி."

அவன் கண்களை மூடிக் கொண்டான். உடனடியாகத் தூக்கம் அவனை ஆட்கொண்டது.

✵ ✵ ✵

அத்தியாயம் 13

டெலிபோன் அலறும் ஒலி கேட்டு, குருமூர்த்தி விழித்துக் கொண்டான். இது காலையா மாலையா என்று புரியாத குழப்பத்துடன் அவன் ரிசீவரை எடுத்து, "அலோ!" என்றான்.

"இப்பதான் எழுந்திருக்கறியா?" என்றான் அகர்வால்.

"ஆமாம்."

"மணி என்னன்னு தெரியுமா?" ஆபீசுக்குச் செல்ல வேண்டும் என்கிற நினைப்பில் குருமூர்த்தி பதட்டத்துடன் மேஜை மேலிருந்த கடிகாரத்தைப் பார்த்தான். மணி பத்து.

"ஓ, மை காட்! பத்து மணி!" என்றான், போனில்.

"என்ன ஆச்சு எனக்கு?"

"நேத்து போட்ட தண்ணி" என்றான் அகர்வால் யதார்த்தமாக. இன்னிக்கு ஒரு முக்கியமான வேலை இருக்கு. உன் வேலைக்காரியைக் கிளினிக்குக்கு அழைச்சிட்டுப் போணும்".

"ஓ, மறந்தே போனேன்!" என்று குருமூர்த்தி தலையில் அடித்துக் கொண்டான். "ஆனா நோ பிராப்ளம், அஞ்சு மணிவரை எப்ப வேணாப் போகலாம்".

"சீக்கிரமா ஷவர்லே குளிச்சு உடனடியாக் கிளம்பு" என்று அகர்வால் அதட்டினான்.

அவன் சொல்லுக்குக் கட்டுப்பட்டவன் போல் விருக்கென்று குருமூர்த்தி எழுந்தான். பல் தேய்த்த கையுடன் ஷவரைத் திருப்பி நீண்ட நேரம் குளித்தான். ஈரத் தலையைத் துவட்டும் போது மண்டை தெளிவாக இருந்தது. ஒரு தெளிவில்லாத பாட்டை முனகக்கூட முடிந்தது. படுக்கையறைக்குள் நுழைந்தபோது, நின்றிருந்தாள், சூடான காப்பியுடன்.

“என்னை ஏன் எழுப்பல்லே?” என்றான் கடுப்புடன்.

“கட்டை மாதிரி தூங்கறச்சே எப்படி எழுப்பறது?” என்றாள் அவள் பதிலுக்கு.

“கட்டையோ, மட்டையோ, இன்னிக்கு ஆஸ்பத்திரிக்குப் போணும்னு சொல்லியிருந்தேனா இல்லையா?”

“ஆபீசுக்குப் போகண்டாமா?”

இவள் என்ன பெண்டாட்டியைப் போலப் பேசுகிறாள் என்று அவனுக்குக் கோபம் வந்தது.

“என் ஆபீசைப் பத்தி உனக்கென்ன? நீ சீக்கிரமா கிளம்பு.”

“இன்னிக்கு வேண்டாம்” என்றாள் அவள் மெல்ல.

“ஏன்?” என்றான் அவன் வியப்புடன்.

“ராதிகா பெரிய மனுஷி ஆயிட்டா, இன்னிக் கார்த்தாலே.”

அதன் தாத்பர்யம் அவனுள் இறங்கச் சில விநாடிகள் பிடித்தன. அடிவயிறு துவண்டது. ராதிகாவா? அந்தக் குழந்தையா? பதின்மூன்று வயது முடியவில்லை. நல்லவேளை, அம்மணி இருப்பதால் பிழைத்தேன். இல்லாவிட்டால் ஒண்டியாக இதையெல்லாம் எப்படிச் சமாளித்திருப்பேன்?

அவன் சட்டென்று தன்னைச் சுதாரித்துக் கொண்டு சொன்னான்.

“குட்! வெரிகுட்! அதனாலே என்ன? ஒரு நாள் ஆக வேண்டியதுதானே! அதுக்காக ஆஸ்பத்திரிக்குப் போகாம எதுக்கு இருக்கணும்?”

"ஓ! அவளைத் தனியா விட்டுட்டுப் போகக் கூடாது."

"அதெல்லாம் பரவாயில்லே. ஒண்ணும் பயமில்லே. உன்னை ஆஸ்பத்திரியிலே விட்டுட்டு நா திரும்பி வந்துடுவேன். லீவு எடுத்துக்கப் போறேன். எப்ப உன்னை அழைச்சுண்டு போகலாம்னு டாக்டர் சொல்றாரோ, அப்ப அழைச்சுண்டு வர்றேன்."

"ராதிகாவைத் தனியா விட்டுட்டுப் போகக் கூடாது!" என்றாள் அவள் திருப்பி.

"சுத்த நாட்டுப்புறமா பேசாதே... இதையெல்லாம் இப்படி ஃபேஸ் பண்ணி பெரிசாக்காதே. அவ அப்புறம் பயந்துடப் போறா. நீ கிளம்பு."

அவள் இன்னும் தயங்கி நின்றாள். "எதுக்கு ஆஸ்பத்திரி போறேன்னு அவ கேட்டான்னா?"

"வயிற்று வலின்னு சொல்லு!" என்றான் அவன் கடுமையாக. "ராதிகா எங்க இருக்கா?"

தலை குனிந்திருந்தவள் நிமிர்ந்து பார்த்தாள்.

"இந்த வீட்டு வழக்கம் என்னன்னு தெரியாது. தனியா உக்காத்தி வெச்சிருக்கேன்."

"தனியாவா" என்றான் அவன் அரண்டு. "சீச்சீ, உன் கிராமத்து வழக்கத்தையெல்லாம் இங்க கொண்டு வராதே. அவ சாதாரணமாக நார்மலா இருக்கட்டும். நாளைக்கு ஸ்கூலுக்குப் போகட்டும்."

"ஏ, அதெல்லாம் கூடாது" என்றாள் பதட்டத்துடன். "முதல் தடவை குழந்தைக்குச் சங்கடமாயிருக்கும். பழக்கமானப்புறம் போய்க்கட்டும். அவ அம்மா இருந்திருந்தாலும் அதைத்தான் சொல்லியிருப்பா."

அவன் சடக்கென்று அவளை நிமிர்ந்து பார்த்தான். இவள் முதல் முறையாகச் சியாமளாவைக் குறிப்பிடுகிறாள் கிட்டத்தட்ட தன்னை இரண்டாவது மனைவியின் ஸ்தானத்தில் நிருத்தி, என்று பட்டது. லேசாக எரிச்சல் வந்தது.

"சரி சரி, இப்ப கிளம்பத் தயாராகு".

அவள் தலை குனிந்தபடியே நின்றிருந்தாள். அவனுக்கு வினோதமாக இருந்தது. நேற்றெல்லாம் தெளிவாக இருந்தவளுக்கு இன்று திடீரென்று என்ன ஆகிவிட்டது? ராதிகா 'பெரிய மனுஷி' ஆனது இவளை எந்த வகையிலோ பாதித்து விட்டது என்று தோன்றிற்று.

"என்ன விஷயம்? எதுக்கு இப்படி நிக்கறே?"

"ஒன்னும் இல்லே, சுமதியை என்ன பண்ணுவேள்? நா எத்தனை நாள் ஆஸ்பத்திரியிலே இருக்கணும்?"

அவன் சிரித்தான்.

"எத்தனை நாளா? இரண்டு மணி நேரம். சுமதி, ராதிகா இரண்டு பேரும் காரிலே இருக்கட்டும். நா உன்னை ஆஸ்பத்திரியிலே அட்மிட் பண்ணி வீட்டுக்கு வந்திருவேன். அப்புறம் மறுபடி மத்தியானம் வீட்டுக்கு அழைச்சிட்டு வந்திருவேன்."

"அம்பட்டுத்தானா?" என்றாள் அவள் நிம்மதியுடன்.

"அவ்வளவுதான். சமைக்கல்லேன்னா பரவாயில்லே. நாங்க ஓட்டல்லே சாப்பிடறோம்."

"அதெல்லாம் வேண்டாம். நா சமைச்சாச்சு."

"அப்ப சரி. எல்லாரையும் தயார் பண்ணு."

"சரி."

"அம்மணி!" என்றான் அவன் திடீரென்று நினைவுக்கு வந்தவன் போல. "ராதிகாவைத் தனியா உட்கார்த்தாதே."

"சரி."

அவன் தன்னைத் தயாரித்துக் கொண்டு மேரி ஸ்டோப்ஸ்சுக்கான பணத்தை எடுத்து வைத்துக் கொண்டான், எத்தனை முட்டாள்தனமான தண்டச் செலவு என்று நினைத்தபடி.

கீழே இறங்கிச் சென்றபோது சோபாவில் அமர்ந்து ராதிகா ஏதோ புத்தகம் படித்துக் கொண்டிருந்தாள். முகத்தில் பால்

வடிந்தது. எத்தனை குழந்தை இவள் என்று அவனுள் கனிவு சுரந்தது. திடீரென்று சியாமளாவின் நினைவு வந்தது. எப்படி இந்தப் பொறுப்பை என் தலையில் சுமத்திவிட்டுப் போனாள்? அவன் சட்டென்று தன்னைச் சமாளித்துக் கொண்டான். இப்படிப்பட்ட சிந்தனைகள் பத்தாம் பசலித்தனமானவை என்று சொல்லிக் கொண்டான்.

“ஹாய் ராதிகா!” என்றான் உற்சாகமாக.

“ஹாய்!” என்று அவள் கூச்சத்துடன் சிரித்தாள்.

அந்த திடீர்க் கூச்சத்தைக் கண்டு அவனுக்குப் பாவமாக இருந்தது.

“என்ன இன்னிக்கு ஸ்கூலுக்கு மட்டமா?” என்றான் அவன் சிநேகிதமாக.

ராதிகா தலையைக் குனிந்து கொண்டாள்.

“ஆமாம், எனக்கு உடம்பு சரியில்லே.”

அவன் அவள் அருகில் அமர்ந்து முதுகைத் தட்டி அணைத்துக் கொண்டான்.

“எனக்குத் தெரியும். சொன்னா. யு வில் பி ஆல் ரைட். எல்லாப் பெண்களுக்கும் இது வரும். பயப்படாதே.”

“ஏன் வர்றது?”

“அதைப் பத்தி அப்புறம் சொல்றேன். அம்மணிக்கு வயிற்று வலியாம். ஆஸ்பத்திரிக்குப் போகணும். நாம எல்லாரும் போகலாம் வா.”

“நானும் டாக்டர்கிட்ட போகணுமா?”

“வேண்டாம், வலிக்குதா?”

“இல்லை.”

“அப்ப ஃபைன். போக வேண்டியதில்லே. நீ சுமதியை வெச்சிட்டுக் காரிலே உட்கார்ந்திரு, நா டாக்டர்கிட்ட அம்மணியைக் காண்பிச்சுட்டு வர்றேன்.”

“சரி.” கரோல்பாக்கில் இருந்த மேரி ஸ்டோப்சின் க்ளினிக்கிலிருந்து சற்று எட்டி, (அதன் பலகை கண்ணுக்குத் தெரியாத தொலைவில்) காரை நிறுத்தினான். ஏதோ தூர தேசம் போகிறவள் போல் ராதிகாவிடமும் சுமதியிடமும் மாற்றி மாற்றி, “போயிட்டு வரேன், சமத்தாயிருக்கணும் கேட்டியா?” என்றாள். சுமதியை இறுக்கிக் கன்னத்தில் முத்தமிட்டாள்.

இவள் கருக்கலைப்பைப் பற்றிப் பயப்படுகிறாள் என்று அவன் நினைத்துக் கொண்டு, அதைக் கண்டுகொள்ளாதவன் போல் நடந்தான். உண்மையில் அவனுக்குத்தான் இப்போது அதிகச் சங்கடமாக இருந்தது. தெரிந்தவர்கள் யாரும் கண்ணில் படக் கூடாதே என்றிருந்தது. தான் ஒரு முட்டாள் என்று எண்ணம் ஏற்பட்டது. அவன் தலைகுனிந்தபடியே விருவிருவென்று முன்னால் நடந்தான்.

மளமளவென்று இந்தி ரிசப்ஷனிஸ்டிடம் அம்மணியின் பெயரைப் பதிவு செய்து பணத்தைக் கட்டினான். எந்த சங்கடமான கேள்விகளையும் கேட்காமல், “இரண்டு மணி நேரம் கழித்து நீங்கள் அவளை அழைத்துப் போகலாம்” என்றாள் ரிசப்ஷனிஸ்ட்.

“அவன் நன்றி சொல்லிவிட்டு, இவங்க கவனிச்சுப்பாங்க. இரண்டு மணி நேரம் கழிச்சு வர்றேன்” என்றான். “பயப்படாதே.”

அவள் சடக்கென்று நிமிர்ந்து பார்த்தாள். ஒரு மின்னல் கீற்றுபோல அவள் பார்வையில் ஒளி தெரிந்தது. பிறகு அதிசயமாகப் புன்னகைத்தாள்.

“பயமொன்னுமில்லா!”

அவளது கன்னத்தில் விழுந்த குழியையும், அவள் முக விலாசத்தையே அது மாற்றும் விந்தையையும் நினைத்தபடி அவன் அவசரமாகக் கிளம்பினான். மறுபடி இது மாதிரி ஒரு இக்கட்டில் மாட்டிக்கொள்ளக் கூடாது என்று விரைந்தான்.

“அம்மணி எங்கே?” என்றாள் ராதிகா.

"அங்கே ரொம்பக் கூட்டம். அங்கேயே உட்கார்ந்திருக்கா. இரண்டு மணி நேரம் கழிச்சு வரச் சொன்னாங்க, டாக்டர்" என்றான். "நாம வீட்டுக்குப் போகலாம்."

காரைக் கிளப்புவதற்கு முன் தலைவலி மாத்திரை வாங்க வேண்டும் என்று ஞாபகம் வந்து "மெடிகல் ஷாப்பிற்குப் போயிட்டு வரேன் இருங்க" என்றான்.

"நானும் வரேன். எனக்கு ஒரு சாமான் வேணும்" என்றாள் ராதிகா.

"என்ன சொல்லு?"

அவள் தயங்கினாள். "நானே வர்றேன்." அவன் வினோதமாக அவளைப் பார்த்து, சுமதியைத் தூக்கிக் கொண்டு நடந்தான். கடையில், "அந்தப் பாக்கெட் வேணும்" என்றாள், 'ஸ்டேஃப்ரீ' பாக்கெட்டைக் காண்பித்து. பாக்கெட்டின் மேல் ஒரு இளம் பெண் தன்னம்பிக்கையுடன் 'அந்த கஷ்டமான நாட்களில் நடப்பது போலப் புகைப்படம் இருந்தது'. ராதிகா இதைப்பற்றியெல்லாம் தெரிந்து வைத்திருப்பது ஆச்சரியமாக இருந்தது. அவன் மவுனமாக அதை வாங்கிக் கொடுத்தான். அவளை அணைத்தபடி காருக்குச் சென்றான். தனக்கும் ராதிகாவுக்கும் இடையே ஒரு புதிய நெருக்கம் ஏற்பட்டது போல் இருந்தது. சியாமளா இருந்திருந்தால் இது ஏற்பட்டிருக்காது என்று தோன்றிற்று.

வீட்டிற்குச் சென்றதும் செய்து வைத்திருந்த சாப்பாட்டைச் சுட வைத்தான். சுமதிக்குச் சாப்பாடு போட்டு ராதிகாவுக்காகக் காத்திருந்தான். பாத்ரூமுக்குச் சென்றவள் ஆளையே காணும்.

"ராதிகா! ராதிகா!" என்று கூப்பிட்டு, பதில் வராததால், அவள் அறைக்குள் நுழைந்தபோது, அவள் தலையணையில் முகத்தைப் புதைத்து அழுது கொண்டிருந்தாள். அவன் பதைப்புடன் அவளருகில் சென்று, அவள் தலைமயிரைக் கோதினான்.

"என்னம்மா? வயிறு நோகுதாம்மா?"

அவன் கைபட்டதும் அவள் அதிகமாகத் தேம்பினாள். பிறகு 'இல்லை' என்று தலையை ஆட்டினாள்.

"பின்னே ஏன் அழறே?"

அவள் பதில் சொல்லவில்லை. இந்தப் பலவீனமான தருணத்தில் இவளுக்கு அம்மாவின் நினைவு வந்திருக்க வேண்டும் என்று தோன்றிற்று. அவன் அவளை அணைத்துச் சமாதானப்படுத்தினான்.

"அழாதே. நா இருக்கேன். நா இருக்கேன் இல்லே? உங்கம்மா இருக்கற இடத்திலே நா இருக்கறதா நினைச்சுக்கோ. எங்கிட்ட எதைச் சொல்லவும் நீ தயங்கக் கூடாது. அம்மணியும் ஒரு ப்ரெண்டு மாதிரி. அவகிட்டேயும் சொல்லலாம்."

"ப்ரெண்டுதான். ஆனா அம்மா இல்லே."

அவன் திடுக்கிட்டு அவளைப் பார்த்தான். "அது சரிதான், ஆனா உன் அம்மாவைக் கொண்டு வர என்னாலே இப்ப முடியாது. அவளுக்குப் பதிலா நா இருக்கேன். என்னாலே முடிஞ்ச அளவுக்குச் செய்வேன்."

சற்று நேரத்தில் அவள் சமாதானமாகிச் சாப்பிட வந்தாள்.

அன்றைய தினம் தனது வாழ்க்கையில் ஒரு முக்கிய திருப்பம் என்று தோன்றிற்று.

✵ ✵ ✵

அத்தியாயம் 14

போதும்டா சாமி என்றாகி விட்டது, குருமூர்த்திக்கு. குற்ற உணர்வா வருத்தமா அல்லது பொறுப்பா என்று விளங்காத ஏதோ ஒரு கலவையான உணர்வு அவனை அன்று முழுவதும் அலைக்கழித்தது.

நர்சிங்ஹோமில் அம்மணியை விட்டபோது, "நீங்க போங்கோ!" என்று அவள் சொன்னாலும், அவள் முகத்தில் மெலிதான கவலை தெரிந்ததுபோல இருந்தது. அவளுக்கு பாஷைகூடத் தெரியாதே என்று அவனுக்கு யோசனையாக இருந்தது.

"இங்கே மலையாளம் பேசற நர்ஸ் இருக்கா. ஏதாவது வேணும்னா அவகிட்ட சொல்லிக்குவேன்" என்றாள் அவள் தானாக.

"பயப்படாதே!" என்றான் அவன் பலவீனமாக.

"ஏ… அதெல்லாம் ஒண்ணுமில்லே" என்றாள், அவள் அவனைச் சமாதானப்படுத்தும் குரலில், "நீங்க ராதிகாவை இன்னிக்குத் தனியா விடக்கூடாது. எனக்கு அதைப் பத்தித்தான் யோசனை."

அவன் நெகிழ்ச்சியுடன் நகர்ந்தான். பெற்றவளுக்கு இல்லாத அக்கறை இவளுக்கு இருப்பது எப்படி என்று மீண்டும் வியப்பேற்பட்டது. அவனை மகிழ்விப்பதற்கான நடிப்பு இல்லை இது. கிராமத்துப் பெண் என்பதால் ராதிகாவின் நிலையைப் பற்றி

சற்று அதிகமாகக் கவலைப்படுகிறாள் என்று தோன்றினாலும் இந்த விஷயத்தைப் பற்றியெல்லாம் எதுவுமே தெரிந்திராத நிலையில் அவளுடைய கவலை அவனையும் தொத்திக் கொண்டது போல் இருந்தது.

இந்த அம்மணிமட்டும் இல்லாமலிருந்தால் ராதிகாவின் நிலை எத்தனை சங்கடமாயிருக்கும் என்று அவன் நினைத்துக் கொண்டான். சியாமளாவின் நினைவு இன்று அதிகமாக வந்தது. எல்லாப் பொறுப்புகளையும் துச்சமாக நினைத்து உதறிவிட்டுப் போகத் துணிச்சல் ஒருத்திக்கு வந்ததென்றால் ஒன்று, வேறு புருஷனிடம் அவளுடைய மோகம் தலைக்கேறியிருக்க வேண்டும். அல்லது சொந்தப் புருஷனிடம் அத்தனை வெறுப்பேறியிருக்க வேண்டும். சியாமளாவின் நினைவைக் கட்டாயமாக ஒதுக்கிவிட்டு அவன் ஒரு வரவழைத்துக் கொண்ட உற்சாகத்துடன் வளைய வந்தான். சுமதி அவனிடம் எந்த முரண்டும் பிடிக்காமல் சாப்பிட்டாள்.

ராதிகா கூடமாட உதவிக்கு வந்தபோது அவன் அவளைத் தடுத்தான். "நீ இன்னிக்கு ரெஸ்ட் எடுத்துக்கணும்!" என்றான்.

சாப்பாடு முடிந்ததும் அவளைப் படுக்க வைத்துத் "தூங்கு" என்றான். அவள் அவன் கழுத்தைக் கட்டிக் கொண்டு கன்னத்தில் முத்தம் கொடுத்தாள். "யூ ஆர் வெரி ஸ்வீட்!" என்றாள். "அம்மணிக்கு என்ன ப்ராப்ளம்?"

"ஏதோ வயிற்று வலி" என்றான் அவன்.

"பாவம், ரொம்ப வலி போலிருக்கு. அழுதிண்டிருந்தா."

அது அவனுக்கு ஆச்சரியமாக இருந்தது. கண்ணீர் விட்டு அவன் பார்த்ததில்லை. எதற்கு அழுதிருப்பாள்? கர்ப்பக் கலைப்பைப் பற்றி பயமாக இருந்திருக்கும் என்று தோன்றிற்று. மீண்டும் இனம் புரியாத சங்கடம் ஏற்பட்டது.

அன்று இரவுக்கும் சேர்த்து அம்மணி சமைத்து விட்டுப் போயிருந்தாள். கண்ணை மூடிய நிலையில் ராதிகா படுத்திருப்பதைப் பார்க்கும்போது அடிவயிற்றில் கனிவு சுரந்தது.

இவள் நல்லபடியாக வளர வேண்டும் என்று கவலை ஏற்பட்டது. அம்மணி இப்போது ஆஸ்பத்திரியில் இருப்பது கையொடிந்து போனது போல் இருந்தது. அவளுக்கு ஏதேனும் விபரீதமாகிப் போனால் என்ன செய்வது என்கிற நினைப்பே பெரிய பீதியை ஏற்படுத்திற்று. அப்படி ஏதேனும் ஆனால் சியாமளா கிளம்பிப் போனதில் ஏற்பட்ட குற்ற உணர்வைவிட இப்போது ஏற்படும் சங்கடம் அதிகமானதாக இருக்கும் என்று புரிந்தது. ஏதேதோ விபரீதக் கற்பனைகளில் சாப்பிடவே பிடிக்காமல் அவன் எல்லாவற்றையும் அப்படியே மூடி வைத்தான். ராதிகாவின் அருகில் படுத்தபடி சுமதி தூங்கிப் போயிருந்தாள்.

அவன் குற்ற உணர்வுடனேயே நர்சிங் ஹோமிற்கு டெலிபோன் செய்தான். ‘இன்னும் அரை மணி நேரத்தில் மயக்கம் தெளிந்து விடும், அழைத்துப் போகலாம்’ என்றார்கள். எப்படியிருக்கிறாள் என்று கேட்கத் தயக்கமாக இருந்தது. வீட்டு வேலைக்காரியைப் பற்றி இத்தனை அக்கறை காண்பிப்பது சந்தேகத்தை விளைவிக்கலாம். ராதிகாவிடம் சுமதியைப் பார்த்துக்கொள்ளச் சொல்லி வீட்டிற்கு வெளியில் பூட்டிக் கொண்டு கிளம்பினான். தன்னைப் போல ஒரு முட்டாள் யாரும் இருக்க மாட்டார்கள் என்று சபித்துக் கொண்டே நர்சிங் ஹோமிற்குக் காரைச் செலுத்தினான். அம்மணிக்கு ஏதாவது ஆயிற்றென்றால் என்ன செய்யப் போகிறோம்?

நர்சிங் ஹோமிற்குச் சென்றபோது மலையாள நர்சிடம் ஏதோ சிரித்துப் பேசியபடி அம்மணி எப்போதும் போல் திடமாகத் தெரிந்தாள். ஒரு விநாடி அவனால் நம்பக்கூட முடியவில்லை. ஒரு பக்கம் நிம்மதி ஏற்பட்டதென்றாலும், கூடவே தன்னை அவள் முட்டாளாக்கியதைப் போலத் தோன்றிற்று. சினேகிதியிடம் விடைபெறுவது போல அம்மணி அவளிடம் சொல்லிக் கொண்டு இவனுடன் கிளம்பினாள். காரின் பின்சீட்டில் அமர்ந்து கொண்டு, “குட்டிகள் எங்கே?” என்றாள்.

“வீட்டிலே. சுமதி தூங்கறா” என்றான் அவன். “நீ எப்படி இருக்கே?”

“எனக்கொண்ணும் இல்லே. கவலைப்பட வேண்டாம்” என்றாள் அவள் இயல்பாக.

“இன்னிக்கு ரெஸ்ட் எடுத்துக்கோ” என்றான் அவன் மெல்லிய குரலில். “நா குழந்தைகளைப் பார்த்துக்கறேன்.”

அவளிடமிருந்து பதிலேதும் வரவில்லை. “இந்த மாதிரி இனிமே நடக்காது,” என்றான் அவன் மன்னிப்புக் கோரும் குரலில்.

“ஏ, சாரமில்லே!” என்றாள் அவள் அசுவாரஸ்யமாக. “எல்லாத்துக்கும் கொடுப்பினைன்னு ஒண்ணு இருக்கே!”

அதற்கு என்ன அர்த்தம் என்று அவனுக்குப் புரியவில்லை. தெரிந்துகொள்ள வேண்டும் என்று ஆர்வமில்லை. அவன் கற்பனை செய்திருந்தது போல விபரீதம் ஏதும் ஆகிவிடவில்லை என்பது பெரிய நிம்மதியாக இருந்தது. வீட்டிற்குச் செல்லும் வழியில் அவன் அவளுக்காக டானிக்கும், ஹார்லிக்சும், பழங்களும் வாங்கினான். “எனக்கு ஒண்ணுமில்லே, எதுக்கு இதெல்லாம்?” என்று அவனைப் பார்த்து அவள் மெலிதான புன்னகையுடன் சொன்னபோது அவள் பார்வை மிருதுவாகிப் போயிருந்தது. இவள் மட்டும் படித்தவளாக இருந்திருந்தால் கதையே வேறு மாதிரியாக இருந்திருக்கும் என்று அந்தக் கணத்தில் அவனுக்குத் தோன்றிற்று.

சட்டென்று அவன் தன்னைச் சமாளித்துக் கொண்டான். அகர்வால் சொல்வது போல இதற்கெல்லாம் குழம்பிக் கொண்டு உட்கார்ந்திருப்பது முட்டாள்தனம். இனிமேல் கவனமாக இருப்பதுதான் விவேகம். மனிதாபிமான உணர்வுக்கப்பால் ஒரு ப்ராக்டிகல் உலகம் இருந்தது. அதற்கு இவளுடைய ஆரோக்கியம் அவசியமானது. அது பாழாகிப் போனால் அவனுக்குத்தான் கஷ்டம்.

அன்று முழுவதும் அவளை அவன் எழுந்திருக்க விடவில்லை. படுத்தபடியே அவள் ராதிகாவையும் சுமதியையும் கவனித்துக் கொண்டாள். சுமதி அவளிடம் செல்லாமல் அவனிடமே

அதிகமாக ஒட்டிக் கொண்டது அவனுக்கு வியப்பாக இருந்தது. "அம்மணியைக் கண்டாலே இதுக்குப் பிடிக்காது" என்றாள் ராதிகா, அவனிடம் ரகசியமாக.

அவன் சிரித்தான். "ஏன்?"

"என்னவோ யாருக்குத் தெரியும்?" என்றாள் ராதிகா பெரிய மனுஷி போல. "பாவம், அம்மணி எத்தனை பிரியமா இருக்கா, அவளை எப்பப் பார்த்தாலும் இது அடிக்கும் கடிக்கும்" என்றாள் ஏதோ பிராணியைப் பற்றிச் சொல்வது போல. சுமதி கம்மென்று வாயில் கொழுக்கட்டை அடைத்தது போல உட்கார்ந்திருந்தது. கடைசியில் ராதிகாவின் குற்றச்சாட்டைத் தாங்கமுடியாமல் போனமாதிரி அழ ஆரம்பித்தது.

"ஓ, அழாதே!" என்று குருமூர்த்தி பதட்டத்துடன் அதைச் சமாதானம் செய்தான். "எதுக்கு அழறே?"

"எனக்கு அம்மா வேணும்!" குருமூர்த்தி சங்கடத்துடன் தலையைக் குனிந்து கொண்டான்.

"அழு அழு, நல்லா அழு! நீ அழுவதாலே அம்மா வந்துட மாட்டாங்க!"

அவன் திடுக்கிட்டு ராதிகாவை நிமிர்ந்து பார்த்தான். ராதிகாவின் முகம் சிவந்திருந்தது. கண்களில் நீர் துளிர்த்திருந்தது. தன்னுள் ஒரு பலவீனம் படருவதை அவன் திடீரென்று உணர்ந்தான். சியாமளா கிளம்பிச் சென்றது குழந்தைகளை எந்த அளவுக்குப் பாதிக்கும் என்று இதுவரை அவன் தீவிரமாகச் சிந்தித்ததில்லை. அவர்களுடைய தேவைகளைக் கவனிக்க இருக்கிறாள் என்கிற தெம்பும், அவர்கள் வெளிப்படையாகச் சியாமளாவைப் பற்றி ஏதும் பேசுவதில்லை என்கிற நிம்மதியும்தான் காரணம் என்று தோன்றிற்று. அதைப் பற்றிச் சிந்திக்கவே அவன் உள்ளார்ந்து பயந்திருக்கலாம். இப்போது நேருக்கு நேர் ராதிகாவின் சீற்றத்தைக் கண்டபோது அடிவயிறு துவண்டு பயம் ஏற்பட்டது.

அவன் தன்னையறியாமல் ராதிகாவை அணைத்துக் கொண்டான்.

"உஷ். சுமதி இன்னும் குழந்தை. இப்படிப் பேசக் கூடாது. அதுக்கு என்ன தெரியும்?"

ராதிகா சற்று நேரம் ஓசைப்படாமல் அழுதாள். குருமூர்த்திக்கே கண்ணில் நீர் தளும்பிற்று. இன்று இவளுடைய வாழ்வில் ஒரு முக்கிய கட்டம், கலவரப்படுத்தக்கூடிய திருப்புமுனை. தாயின் அரவணைப்பு இன்று கிடைக்காமல் போனது இவளுக்குத் துக்கமாக இருந்திருக்கும். இன்றைக்கென்று அம்மணியும் அருகில் இல்லாமல் இருக்க வேண்டி வந்தது, அவனுடைய குற்றத்தினால்.

"அழாதே" என்றான் அவன் மறுபடி கனிவாக. ராதிகா அவனை நிமிர்ந்து பார்த்தாள். "அம்மா இனிமே வருவாங்களா?"

அவன் அவள் முகத்தைப் பார்க்கத் தைரியமில்லாமல் தலையைக் குனிந்து கொண்டான்.

"தெரியாது" என்றான் மெல்ல. "வர மாட்டான்னு தான் நினைக்கிறேன்."

"வந்தா உள்ளே விடாதீங்க!" அவனுக்குத் தூக்கிவாரிப் போட்டது. ராதிகாவின் முகம் தீவிரமாக இருந்தது.

"என்னம்மா ராதிகா, ஏன் இப்படிப் பேசறே?" சற்று நேரத்துக்கு ராதிகா ஏதும் பேசவில்லை. உணர்ச்சிவசப்பட்டு நிற்பது, மார்பு லேசாக எழும்பித் தணிவதிலிருந்து தெரிந்தது.

"எங்களைப் பத்தி அம்மாவுக்குக் கவலையே இல்லே. பிரியமும் இல்லே. அம்மான்னா பிரியம் இருக்கணும். அது இல்லாத அம்மா எங்களுக்கு வேண்டாம். அம்மணியே போதும்."

அவன் திக்குமுக்காடிப் போனான். இவள் என்ன சொல்ல நினைக்கிறாள்? அம்மணியை அம்மாவாக ஏற்றுக்கொள்வோம் என்று சொல்கிறாளா?

"வேண்டாம். அம்மாதான் வேணும்" என்றாள் சுமதி.

"ஆமாம், உன்னைத்தான் அம்மா பாத்துக்குவாங்க!" என்று ராதிகா கோபமாக நொடித்தாள். 'அதான் உன்னை அனாதைக் குழந்தை மாதிரி வராண்டாவிலே விட்டுட்டு ஓடினாங்க.'

"ராதிகா!" என்று அவன் அதட்டினான். "சுமதிக்கு எதுவும் இப்பப் புரியாது. இப்படியெல்லாம் அவகிட்ட பேசுறது நல்லதில்லே. இப்படியெல்லாம் அம்மாவைப் பத்திப் பேச யார் கத்துக் குடுத்தது? அம்மணியா?" என்றான் எரிச்சலுடன்.

"இல்லே... அம்மாவைப் பத்திப் பேசவே மாட்டா. யாரும் எனக்கு இதையெல்லாம் சொல்லித் தர வேண்டாம். நா குழந்தையில்லே."

"இப்படிப் பேசுறது பெரிய மனுஷத்தனம் இல்லே. அசட்டுத்தனம். அம்மாவுக்கு என்னைக் கண்டா பிடிக்காம போச்சு. அதனாலே போயிட்டா."

"நாங்களும் பிடிக்காம போயிட்டமா?"

அவன் கனிவுடன் இவளுடைய தோளை வருடினான்.

"இதப்பார், இனிமே இந்தக் கேள்வி கேட்டு ஏதும் பிரயோஜனமில்லே. உன்னுடைய வருத்தம் எனக்குப் புரியுது. நல்லவேளை அம்மணி உங்களையெல்லாம் பாத்துக்கறா."

"அம்மணி ரொம்ப நல்லவ!" என்றாள் ராதிகா. "நீங்க சுமதிகிட்டச் சொல்லணும், அம்மணியைப் படுத்தக் கூடாதுன்னு."

"சரி, சொல்றேன்" என்று அவன் புன்னகைத்தான். "அம்மணியைப் படுத்தக் கூடாது, சுமதி" என்றான். "அவ இல்லேன்னா ரொம்பக் கஷ்டம்."

"நீங்ககூட அவளைச் சில சமயம் திட்டுறீங்க!" என்றாள் ராதிகா.

அவன் வியப்புடன் அவளைப் பார்த்துச் சிரித்தான். "வேலைக்காரிகளை நடு நடுவிலே கொஞ்சம் கண்டிச்சாதான் அவங்க அடங்கி இருப்பாங்க" என்று சமாளித்தான்.

"அவ வேலைக்காரி இல்லே" என்றாள் ராதிகா.

அவன் மீண்டும் வியப்புடன் சிரித்தான்.

"ஓ.கே. வேலைக்காரி இல்லே. அவளை என்னன்னு சொல்லலாம்?"

"அம்மணின்னே சொல்லலாம். நானும் ராஜாவும் எங்க ப்ரெண்ட்ஸ்கிட்டே அவ எங்க ஆன்டின்னு சொல்றோம்."

"குட்!" என்றான் அவன் நெகிழ்ச்சியுடன். "உங்க ஆன்டின்னே சொல்லலாம்."

"ஆன்டி மாதிரிதான் நீங்க அவளை நடத்தணும்."

"நடத்தறேன்!" என்றான் அவன் சினேகிதமாக. "அவளுக்கு ஒரு குறையுமில்லையே, இந்த வீட்டிலே!"

"என் ஃப்ரெண்ட்செல்லாம் கேக்கறாங்க, உங்க ஆன்ட்டி தரையிலே படுத்துக்கறாங்களான்னு. டில்லி குளிருக்குக் கட்டில் வேண்டாமா?"

"வாங்கிடலாம்."

"வீடு பெருக்கித் துடைக்க வேற ஒரு ஆளை வையுங்க. எல்லா வேலையும் அம்மணி செய்யறதனாலேதான் இப்ப ஆஸ்பத்திரிக்குப் போகும்படி ஆச்சு."

அவன் விவேகத்துடன் தலையசைத்தான். "நீ சொல்றது சரிதான். இத்தனை நாள் எனக்குத் தோணாம போச்சு. முதல்லே கட்டில் வாங்குவோம். அப்புறம் ஒரு வேலைக்காரி. ஆனா அம்மணிகிட்ட சொல்லக் கூடாது. ஓ.கே."

"ஓ.கே." என்று ராதிகா சிரித்தாள். அன்றைக்கே கட்டில் வந்தது மெத்தையுடன்.

"ஐயோ, எதுக்கு இதெல்லாம்?" என்று அம்மணி திகைத்தாள். "எனக்குத் தரையிலே தூங்கித்தான் பழக்கம்."

"இனிமே கட்டில்லே படுத்துப் பழக்கப்படுத்திக்கோ" என்றாள் ராதிகா.

அவனைக் கூச்சத்துடன் நிமிர்ந்து பார்த்தாள். அவன் அதைக் கவனியாததுபோல் நின்றான். அடுத்த இரண்டு நாட்களில் வெளி வேலை செய்ய ஒரு பகுதி நேர வேலைக்காரி அமர்த்தப்பட்டாள்.

“எதுக்கு இப்ப வேலைக்காரி?” என்றாள். “என் உடம்பு நல்லாத்தான் இருக்கு.”

“இருக்கட்டும்” என்றான் அவன் பட்டுக்கொள்ளாமல். “நீ வீட்டையும் குழந்தைகளையும் கவனிச்சுக்கறதுதான் எனக்கு முக்கியம். குழந்தைங்க பெரியவங்களாகி வரும்போது கவனம் முக்கியம். எனக்கு அதுக்கு நேரமில்லே.”

“நா இங்க இருக்கிறவரை கவலைப்பட வேண்டாம்!” என்றாள் அவள் உறுதியுடன்.

✲ ✲ ✲

அத்தியாயம் 15

கண்ணுக்கெட்டிய தூரம் வரை நீலக்கடல் நெளி நெளியாய் விரிந்திருந்தது. ஓட்டல் பால்கனியில் பிரம்மாண்டமான வண்ணக் குடையின் கீழ் கையில் பீர் கிளாசுடன் குருமூர்த்தியும் ஃபர்னாண்டசும் உட்கார்ந்திருந்தார்கள். சற்று தொலைவில் கரைக்கருகில் பீச்சில் அம்மணி ராதிகாவுடன் உட்கார்ந்திருப்பது தெரிந்தது. சுமதி ராஜாவுடன் பெரிய வண்ணப் பந்தை எறிந்தபடி விளையாடிக் கொண்டிருந்தாள்.

"நல்ல குழந்தைகள்!" என்றார் ஃபர்னாண்டஸ்.

குருமூர்த்தி லேசான பெருமையுடன் அவர்களைப் பார்த்தான். குழந்தைகள் இல்லை அவர்கள் இப்போது. சுமதிக்கே பதினைந்து வயது. ராதிகா இருபத்து இரண்டு வயது யுவதி. ராஜாவுக்கு இருபது. இன்ஜினீயரிங் படித்துக் கொண்டிருந்தான். அபூர்வமாக எல்லாருக்கும் சேர்ந்தாற்போல் பத்து நாட்கள் விடுமுறை கிடைத்திருந்தது. வெகு நாட்களாகக் கோவாவுக்குக் கூப்பிட்டுக் கொண்டிருந்த ஃபர்னாண்டஸ்சின் வேண்டுகோளை இப்போதுதான் ஏற்க முடிந்தது.

அம்மணி ஏதோ சொல்ல ராதிகா விழுந்து விழுந்து சிரித்துக் கொண்டிருந்தாள்.

"அவள் ஒரு அசாதாரணப் பெண்மணியாகத் தோன்றுகிறாள்!" என்றார் ஃபர்னாண்டஸ்.

"யார்? அம்மணியா? ஆமாம், அவள் இல்லாவிட்டால் நான் ரொம்ப திண்டாடிப் போயிருப்பேன்!" என்றான் குருமூர்த்தி சாதாரணமாக.

"நீ ஏன் அவளைக் கல்யாணம் செய்து கொள்ளவில்லை?"

குருமூர்த்தி திடுக்கிட்டு ஃபர்னாண்டஸ்சைப் பார்த்தான். பிறகு சிரித்தான்.

"ஏன் செய்து கொள்ளணும்?"

"குழந்தைகளை அம்மாவைப் போலப் பார்த்துக் கொண்டிருக்கிறாள். கல்யாணம் அவளுக்குக் கவுரவமான ஸ்தானத்தைக் கொடுத்திருக்கும்."

"அது விஷயத்தைக் காம்ப்ளிகேட் செய்திருக்கும். அவள் மேல் குழந்தைகளுக்குப் பொறாமை ஏற்பட்டிருக்கும். அவளும் பதவியேற்றத்தில் மாறிப் போயிருப்பாள்."

"நான் அதை நம்பமாட்டேன்" என்றார் ஃபர்னாண்டஸ். "அவள் மாறக்கூடியவள் இல்லை. அவள் உன்னையும் காதலிக்கிறாள்."

குருமூர்த்தி சிரித்தான்.

"நீ கற்பனை மிகுந்தவன். கோவாச் சூழலில் நாயின் விசுவாசம்கூட உனக்குக் காதலாகப்படும்."

"நான் உன்னைவிட வயதில் பெரியவன், குருமூர்த்தி. வெறும் விசுவாசத்தினால் அந்தப் பெண் உன்னிடம் இல்லை. அதை நீ புரிந்து கொள்ளாதது ஆச்சரியம்."

"காதலா கத்தரிக்காயா என்பதெல்லாம் எனக்குத் தெரியாது. அவளுக்கு ஒரு குறையுமில்லாமல் நான் வைத்துக் கொண்டிருக்கிறேன். அவளுக்கு வேண்டியதெல்லாம் நான் தருகிறேன், இன்க்ளூடிங் செக்ஸ்."

ஃபர்னாண்டஸ் புருவத்தை வியப்புடன் உயர்த்திச் சிரித்தார்.

"அவளுக்கு நீ தர்றியா? உனக்கு அதிலே ஒண்ணும் லாபமில்லையா?"

"அரே யார், ரொம்பத் தூண்டிக் கேட்காதே. இந்த ஏற்பாடே சௌகர்யம். அவளும் இதுக்கு மேலே எதிர்பார்க்கல்லே."

"அந்தஸ்து வித்தியாசம் உனக்குத் தடையா இருந்திருக்கும்."

"ஓரளவுக்கு அது உண்மைதான். ஆனால் கொஞ்சம் படிச்சவளா இருந்தா யோசனை பண்ணியிருப்பேனோ என்னவோ."

ஃபர்னாண்டஸ் ஏதும் சொல்லவில்லை.

சுமதியும் ராஜாவும் ஏதோ பலத்த விவாதத்தில் ஈடுபடுவது தெரிந்தது.

"என் கடைசிப் பெண்தான் ப்ராப்ளம்!" என்றான் குருமூர்த்தி லேசான புன்னகையுடன். "அம்மணிக்கு எப்பவும் ஏட்டிக்குப் போட்டி."

"இந்த வயசு அப்படி" என்றார் ஃபர்னாண்டஸ் சமாதானமாக.

சற்று நேரத்தில் சுமதி முகம் சிவக்க ஓடிவந்தாள்.

"பாருங்கப்பா, இந்த அம்மணி! நா ஸ்விம்மிங் போகக் கூடாதுன்னு சொல்றா!"

"உனக்கு இப்பத்தான் காய்ச்சல் வந்திருந்தது என்கிறதனாலே சொல்லியிருப்பா."

"நீங்க எப்பவும் அவளையே சப்போர்ட் பண்றீங்க. எனக்கு ஒண்ணும் இல்லே. நல்லாத்தான் இருக்கேன்."

அம்மணி எட்டிப் பார்த்தாள். "ஜுரம்னு எங்கிட்ட சொல்லாதே, கேட்டியா?" என்றாள்.

அவள் அப்படிக் குறுக்கிட்டது குருமூர்த்திக்கு எரிச்சல் வந்தது.

"கொஞ்ச நேரம் ஸ்விம் பண்ணிட்டு வா. ரொம்ப நேரம் வேண்டாம்!" என்றான் சுமதியிடம்.

அவள் தாங்க்யூ என்று குதித்துவிட்டு அம்மணியிடம் லேசாக அழகு காட்டிவிட்டு ஓடிப் போனாள்.

“அவளுக்கு ஏற்கெனவே பூஞ்சை உடம்பு, கேட்டியளா?” என்று ஆரம்பித்த அம்மணியிடம் அவன் லேசான சிடுசிடுப்புடன், “ரொம்ப கட்டுப்பாடு பண்ணாதே. அவளைக் கொஞ்ச நேரம் தனியா விட்டு உன் வேலையைப் பாரு” என்றான்.

அவள் முகம் சிவக்க ஃபர்னாண்டஸ்சை ஒரு பார்வை பார்த்துத் தலை குனிந்தபடி வெளியேறினாள்.

ஃபர்னாண்டஸ் எதையும் கவனிக்காதது போலக் கடலைப் பார்த்தபடி உட்கார்ந்திருந்தார். பிறகு ஏதும் நடக்காதது போலப் பேசினார். இருந்தும், சற்று நேரத்துக்குப் பின் ஒரு இனம்புரியாத நமைச்சல் குருமூர்த்தியை ஆட்கொண்டது. ஏன் அம்மணியைக் கல்யாணம் செய்து கொள்ளவில்லை என்ற ஃபர்னாண்டஸ்ஸின் கேள்வி இங்கிதமில்லாதது என்று எரிச்சல் வந்தது. டில்லியில் யாரும் இப்படி ஒரு கேள்வி கேட்டதில்லை. அகர்வாலுக்கும் ராமமூர்த்திக்கும் அம்மணியிடம் அவனுக்கு இருந்த உறவைப் பற்றித் தெரியாமல் இல்லை. ஒரு புரிந்து கொண்ட மௌனத்துடன் அதை ஏற்றுக் கொண்டார்கள். சங்கடமான கேள்விகள் ஏதும் கேட்டதில்லை. ஒரு வேலைக்காரி ஸ்தானத்தில் வந்தவள் அவள் என்பதை அவர்களும் மறக்கவில்லை. ஆனால் ஃபர்னாண்டஸ்சின் கலாசாரம் வேறு. ஆண் பெண் உறவுக்கு மிகையான முக்கியத்துவம் கொடுக்கும் கலாசாரம் அவருடையது. இரண்டு மனைவி இறந்து இப்பொழுது இருப்பது மூன்றாவது. இவள் இரண்டாவது மனைவிக்கு நர்சாக வந்தவள் என்று கேள்வி. பொருளாதார அந்தஸ்தில் குறைந்தவளாக இருந்திருந்தாலும் தப்பில்லாமல் இங்கிலீஷ் பேசுகிறாள். நாசூக்காகப் பழகுகிறாள். தலைகீழாக நிற்க வைத்து அம்மணிக்கு டிரெய்னிங் கொடுத்தாலும் அவளுக்கும் நாசூக்குக்கும் காத தூரமாக இருக்கும். அகர்வாலின் மனைவி இத்தனைக்கும் பெரிய இடத்துப் பெண். ஒழுங்காக இங்கிலீஷ் பேச வரவில்லை என்ற காரணத்தால் அகர்வால் அவளை பார்ட்டிகளுக்கு அழைத்து வர மாட்டான். அம்மணிக்கு மனைவி ஸ்தானத்தைக் கொடுத்தால் வெளிப்பேருடன் சராசரி சம்பாஷணையில் ஈடுபடுவது கூட சங்கடமாகிப் போகும்.

இப்பொழுதே திடும்மென்று பலபேர் முன்னிலையில் எதையாவது உளறி வைக்கிறாள், வெறும் வேலைக்காரிதானா என்று மற்றவர் சந்தேகப்படும் அளவுக்கு.

'அவள் உன்னைக் காதலிக்கிறாள்!'

புல்ஷிட்! ஃபர்னாண்டஸ் ஒரு கிறுக்கன்.

"சாரி! உன் பர்சனல் விஷயத்தில் நான் தலையிட்டதாக நினைக்காதே" என்றார் ஃபர்னாண்டஸ் திடீரென்று.

"சேச்சே, அதெல்லாம் ஒன்றுமில்லை" என்றான் குரு. "கல்யாணம் செய்துகொள்ள வேண்டும் என்றே எனக்குத் தோன்றவில்லை. நான் சுதந்திர மனிதனாக இருக்க வேண்டும் என்றே விரும்புகிறேன்."

"அதுசரி, அதைப் பற்றிக் கேள்வி கேட்க எனக்கு உரிமையில்லை. உன் மனைவியைப் பிறகு சந்தித்தாயா?" என்றார் மென்மையாக.

"இல்லை, அவள் எங்கு இருக்கிறாள் என்றே தெரியாது."

அவன் சட்டென்று மௌனமானான். உண்மையிலேயே சியாமளா அவன் வாழ்விலிருந்து முழுசாக மறைந்து போனது இன்னும் நம்ப முடியாததாக இருந்தது. பத்து வருஷங்களுக்கு முன் ராதிகா ஆவேசத்துடன் சொன்னது நினைவுக்கு வந்தது. 'அம்மா திரும்பி வந்தாளானால் வீட்டுக்குள்ளே அனுமதிக்கக் கூடாது!' அப்படிப்பட்ட இக்கட்டை சியாமளா ஏற்படுத்தவில்லை. பிறந்த வீட்டினருக்குக்கூடத் தன் இருப்பிடத்தைத் தெரிவிக்கவில்லை.

"நான் ஒன்று சொல்கிறேன். அதிர்ச்சி அடைய மாட்டியே?" என்றார் ஃபர்னாண்டஸ்.

"என்ன?" என்றான் குருமூர்த்தி மெல்லிய திகைப்புடன்.

"சியாமளா கோவாவில் இருக்கிறாள்."

"என்னது?" என்றான் குருமூர்த்தி அதிர்ந்து. அவனையறியாமலே முகம் சிவந்து போயிற்று. இதைச் சற்றும்

எதிர்பார்த்திருக்கவில்லை. "இத்தனை நாள் நீ அதைச் சொல்லவே இல்லையே! எவ்வளவு காலமாய் உனக்குத் தெரியும் இது?" என்றான்.

"கொஞ்ச காலமாய்த் தெரியும். இங்கே ஒரு எஸ்டேட் ஓனரின் மனைவியாய் சௌகர்யமாய் இருக்கிறாள். அவளாகச் சென்றிருக்கும் போது நீ என்ன செய்ய முடியும்? நீயும் அம்மணி வந்த பிறகு செட்டில் ஆனது போலத்தான் இருக்கிறாய். இதைச் சொல்லிக் குழப்புவானேன் என்று பேசாமல் இருந்து விட்டேன்."

குருமூர்த்திக்குச் சற்று நேரத்துக்குப் பேச்சே கிளம்பவில்லை. பகபகவென்று நினைவுகள் எல்லாம் திரண்டு மூச்சை அடைத்தன.

"இன்பார்மலா பார்க்கணும்னா மீட்டிங்குக்கு ஏற்பாடு பண்றேன்" என்றார் ஃபர்னாண்டஸ்.

"வேண்டாம், வேண்டாம்!" என்றான் அவன் படபடப்புடன். "பெற்ற குழந்தைகள் எப்படியிருக்கிறார்கள் என்று அக்கறையில்லாத ஒருத்தியைப் பார்க்க என் குழந்தைகள்கூட விரும்ப மாட்டார்கள். எனக்கு அவளை என்ன பார்வை?"

அன்று மனசு மிகவும் சஞ்சலப்பட்டது. என்றோபட்ட பழைய அவமானத்தை மீண்டும் ஞாபகத்தில் நிறுத்தியது போல இருந்தது. ஆண்மையெல்லாம் இழந்து நடுத்தெருவில் நிர்வாணமாய் நிற்பது போல இருந்தது. வெகுநேரம் தூக்கம் வராமல் புரண்டு அடுத்த அறையில் தனியாகப் படுத்திருந்த அம்மணியிடம் அவன் சென்றபோது அவனுக்காகவே காத்திருந்தவள் போல் அவள் கட்டிலில் ஒதுங்கி இடம் அளித்தாள். இவளிடம்தான் தன் பௌருஷத்தைக் காண்பிக்க முடியும் என்று அவனுள் ஒரு நிறைவு ஏற்பட்டது. கேட்கக் கேட்கக் கொடுக்க சித்தமான அட்சய பாத்திரம் அவள் என்று தோன்றிற்று. எத்தனை கேவலமாய் வந்து நின்றாலும் 'வாங்கோ' என்று தழுவிக் கொள்ளும் காருண்யம் அவள். அவளது திரண்ட மார்பகங்களில் முகத்தைப் புதைத்து அவன் முதல் முறையாக என்றோ நடந்த துரோகத்துக்காகக் கண்ணீர் விட்டான்.

“சாரமில்லே, அழாதீங்கோ!” என்று அவன் தலையை அவள் வருடினாள், “நா எதையும் தப்பா நினைக்க மாட்டேன்.”

தில்லி திரும்பியதும் எல்லாரும் அவரவர் வேலைகளில் மூழ்கிப் போனார்கள். அம்மணியிடம் சுமதி சண்டை பிடிப்பது மட்டும் தினசரிக் காட்சியாக மாறி வந்தது. சில சமயம் அம்மணி பேசாமலிருந்தாள். பல தடவை பதிலுக்குக் கத்தினாள். ராதிகாவும் ராஜாவும் அம்மணிக்கு ஆதரவாக எப்பவும் பேசியதால், குருமூர்த்தி சுமதியின் பக்கம்தான் பேச வேண்டி வந்தது. அவன் அம்மணிக்குப் பரிந்தால் சுமதி பெரிய ரகளையாக்கினாள், “அவ ஏன் என்னை அதிகாரம் பண்ணணும்? அவ என் அம்மாவா?” என்பாள். ‘உன் அம்மாவை விட அவள் உரிமை மிக்கவள்!’ என்று சொல்ல அவனுக்கு வாய் வரவில்லை.

குழந்தைகளில் சுமதி மட்டுமே தன்னிடம் நெருக்கமாக இருப்பதான பிரமை அவனை அவளுடைய குழந்தைத்தனத்துக்கு ஒத்துழைக்க வைத்தது. ராதிகா எம்.ஏ. படித்து முடித்து வேலை பார்த்துக் கொண்டிருந்தாள். முதல் சம்பளத்தைக் கூட அம்மணியிடம்தான் கொண்டுபோய்க் கொடுத்தாள். அதை அப்படியே கொண்டுவந்து குருமூர்த்தியிடம் கொடுத்தபோது, “என்னம்மா நா உசிரோடு இருக்கிறதே உனக்கு மறந்து போச்சா?” என்று ராதிகாவை மனத்தாங்கலுடன் அவன் கேட்டான். “மறக்கல்லே, உங்களை விட என்னை அதிகமா கவனிச்சுக்கிட்டது அம்மணின்னு என்னாலே மறக்க முடியாது!” என்றாள் ராதிகா. விவரம் அறிந்ததும் சுமதி அங்கு அம்மணி இல்லை என்கிற தைரியத்தில், “ஒரு நாளைக்கு எல்லாத்தையும் சுருட்டிகிட்டு ஓடிடப்போறா!” என்றாள்.

“ராதிகா பளாரென்று சுமதியின் கன்னத்தில் அறைந்தாள்.”

“ஓடிப் போனது யாருன்னு இந்த அசடுக்குச் சொல்லுங்கப்பா!” என்று இரைந்தாள். “இவளுக்கு நீங்க ரொம்ப இடம் கொடுக்கிறீங்க. இவ தொல்லை பொறுக்க முடியாமத்தான் அம்மணி கிளம்பிப் போகணும்.”

பிறகு வெகு நாட்களுக்குச் சுமதி ராதிகாவுடன் பேசவில்லை.

எல்லா விஷயங்களும் அம்மணிக்குத் தெரியாமல் இருக்காது. ஆனால் அவனிடம் வாயைத் திறந்து எதுவும் சொன்னதில்லை. ஒரு மாலை அவர்கள் இருவர் மட்டுமே வீட்டில் இருந்தபோது அம்மணி அவன் எதிரில் வந்து நின்று கொண்டாள். முகத்தில் இப்போது லேசாக மூப்பு தெரிந்தது. முன் நெற்றி மயிர்ச்சுருள் நரைத்திருந்தது.

"நா ஒரு விஷயம் சொல்லட்டுமா? ராதிகாவுக்கு ஒரு பையனோட சினேகம் ஆயிருக்குன்னு தோணறது. நான் அவளுக்குத் தெரியாம - விசாரிச்சுப் பார்த்தேன். தமிழ் குடும்பம்தான். பையன் நல்ல வேலையிலே இருக்கான். இவளுக்கும் கல்யாண வயசுதான். செஞ்சுட வேண்டியது தானே?"

அவன் வியப்புடன் அவளைப் பார்த்தான். தனக்குத் தெரியாமல் இத்தனை விஷயங்கள் நடக்கிறதா என்ற ஆரம்ப எரிச்சல் மெல்ல அடங்கிற்று.

"செஞ்சுட வேண்டியதுதான்!" என்றான் அவன் மெள்ள. "சியாமளாவைப் பத்தி அவங்களுக்குத் தெரியுமா?"

"எனக்குத் தெரியல்லே" என்றாள், தலையைக் குனிந்து கொண்டு. "தன் அம்மா செத்துப் போயிட்டான்னு ராதிகா சொல்றாளாம் வெளியிலே."

✵ ✵ ✵

அத்தியாயம்

16

குழந்தைகளைப் பற்றிக் கவலைப்பட்டு குருமூர்த்திக்குப் பழக்கமில்லை. அன்று ராதிகாவைப் பற்றிச் சொன்னதிலிருந்து கவலைப்பட ஆரம்பித்தான்.

கவலையின் ஆதார காரணம் என்ன என்று திட்டவட்டமாகத் தெரியவில்லை. அவனுக்குத் தெரியாமலே அவள் பெரியவளாகி விட்டதுபோல் சில சமயங்களில் திகைப்பு ஏற்பட்டது. காதல் கத்தரிக்காய் என்று அதற்குள் ஆரம்பித்து விட்டாளா என்று பொதுவாக எரிச்சல் வந்தது. ஆனால் அவள் குழந்தையில்லை. எம்.ஏ. படித்து முடித்து காலேஜில் லெக்சரராக இருப்பவள். கிட்டத்தட்ட சம வயதுடையவர்களுக்கு அறிவு போதிப்பவள். இந்த வயதில் காதல் ஏற்படாமல் வேறு எப்போது வரும்?

வரும். முப்பத்தி இரண்டு வயசிலும் வரும். மூன்று குழந்தைகளைப் பெற்ற பிறகும். ராதிகா காதலிக்கும் ஆண் இது தெரிந்தால் எப்படி எடுத்துக் கொள்வான்? அதனால்தான் அப்படிப்பட்ட அம்மாவைப்பற்றி யாருக்கும் தெரிய வேண்டியதில்லை என்று அம்மா செத்துப்போய் விட்டாள் என்று சொல்கிறாளா?

இதைப் பற்றி நினைக்கும் போதெல்லாம் குருமூர்த்திக்கு மனசு லேசாக அதிர்ந்தது. சியாமளாவின் செய்கை அவனைப் பாதித்ததைவிட ராதிகாவைத்தான் அதிகமாகப் பாதித்திருப்பதாகத்

தோன்றிற்று. அவனைப் பொறுத்தவரை சியாமளா அவனை நிராகரித்து விட்டுச் சென்றது அவனது ஆண்மைக்குச் செமையடி. ஒரு சவால். மற்றப்படி வீட்டை நிர்வகித்த நிர்வாகி மறைந்ததால் ஏற்பட்டது அசவுகரியம். அம்மணி போன்ற ஒரு உதவி வந்து வாய்க்கவில்லை என்றால் அவன் என்ன செய்திருப்பான் என்று தெரியாது. குழந்தைகளை ஹாஸ்டலில் விட்டிருப்பான். வேறு விதமான சங்கடங்களில் குழம்பியிருப்பான். அம்மணி வந்ததில் சியாமளாவின் செய்கை ஏற்படுத்திய அதிர்ச்சியை மறக்க முடிந்தது. மன்னிக்கக்கூட முடிந்தது. என்னை அவளுக்குப் பிடிக்காமல் போன பிறகு, வேறு ஒருத்தனிடம் பிரியம் ஏற்பட்ட பிறகு, அவள் என்னுடன் தொடர்ந்து எப்படியிருப்பாள் என்று சமாதானப்படுத்திக் கொள்ள முடிந்தது. மூன்று குழந்தைகளைப் பெற்றவள் தன் பொறுப்புகளை எப்படி மறக்கலாம், துறக்கலாம் என்ற கேள்விகூட மெல்ல மெல்ல விலகிவிட்டது. அவள் ஒரு தனி உலகம். குழந்தைகள் அவளுடைய அந்தரங்க உணர்வுகளைக் கட்டுப்படுத்தும் விலங்குகளாக இருக்க முடியாது என்று மனசு வேதாந்தம் பேசிற்று. ஆனால் அவனும் இதே நினைப்புடன் வேறு உறவு வைத்திருந்தானானால், குழந்தைகளின் நிலை என்னவாகியிருக்கும்?

ராதிகாவின் அடிமனத்துக் கேள்வி இதுவாகத்தான் இருக்க வேண்டும். அம்மா என்பவள் இப்படி இருக்க வேண்டும் என்கிற எதிர்பார்ப்பும் தீர்மானமும் இருக்கும் வயதில்தான் அவளுக்கு அதிர்ச்சி ஏற்பட்டது. தன்னைப் பெற்றவள் வித்யாசமான எண்ணங்கள் கொண்டவள் என்கிற சந்தேகமே தோன்றாத வயது அது. தோழியாய், வழிகாட்டியாய், ஆதாரத் தூணாய் ஒருத்தியை நினைத்திருந்து அவள் திடீரென்று விலகிப் போனால் எப்படியிருக்கும்? அதன் விளைவு சாதாரணத் தடுமாற்றமாக இருக்காது. அடிப்படை நம்பிக்கைகளையே நிர்மூலமாக்கும் பூகம்பம் அது. ஏனென்றால் சியாமளாவின் மறைவு ராதிகா ஏற்கமுடியாத சுயநலத்தின் சின்னம். மன்னிக்க முடியாத நம்பிக்கைத் துரோகம். அதனால்தான் ‘என் வரையில் செத்துப் போனாய்.’

அம்மா செத்துப் போனாள் என்று சொல்வதற்குக் கோபத்தைத் தவிர வேறு காரணமும் இருக்க வேண்டும். அப்படிச் சொன்னால் விஷயம் அத்துடன் தீர்ந்தது. ஐயோ பாவம் என்கிற அனுதாப வார்த்தையோடு பேச்சு முடியும். 'அம்மா வேறு ஒருத்தனோடு இருக்கா!' என்று எந்த விவரமறிந்த பெண் சொல்வாள்? 'அப்பா வேற ஒருத்தியோடு இருக்கார்!' என்று சொல்வது சுலபம். ஏனென்றால் அப்படிப்பட்ட வாக்கியத்துக்கும் யதார்த்தத்துக்கும் சமூகம் பழகியிருக்கிறது. இயற்கைக்குப் புறம்பானது என்று யாரும் புருவத்தை உயர்த்திக் கிண்டலாகக் கேள்வி கேட்பதில்லை. ஆனால் 'அம்மா காதலனோடு ஓடிப்போனா!' என்கிற வாக்கியம் பழக்கத்தில் இல்லாதது. மரபோடு ஒட்டாதது. அதுவும் சாதாரணமாகப் புத்தி கெட்டு ஓடும் வயசில் ஓடவில்லை. முப்பத்தி இரண்டு வயசு. மூன்று குழந்தைகள். நல்ல உத்தியோகத்தில் இருக்கும் புருஷன் விகாரமில்லாதவன். ஒரு நாளும் அதட்டிப் பேசாதவன். திட்டோ அடியோ ஏதும் பிரயோகிக்காதவன். அப்படியும், வேறு ஒருத்தன் மோகத்தில் ஒருத்தி சென்றாளானால் சமூகம் அதை ஏற்காது. அந்த சமூகத்தின் ஒரு அங்கம்தான் ராதிகா. ராதிகாவுக்குச் சமூகவியல் தெரியாது. ஆனால் சியாமளாவின் திட்டவட்டமான நிராகரிப்பு ஏற்படுத்திய ரணம் மிக ஆழமானதாக இருக்க வேண்டும். 'உங்கம்மா ஓடிப்போயிட்டாளா?' என்ற கேள்விக்குப் பதில் சொல்லும் போதெல்லாம் புதிய ரணங்கள் ஏற்பட்டிருக்கும். அதைத் தவிர்க்கத்தான் அம்மாவின் நினைவுக்கு ஒரேயடியாய்ச் சமாதி கட்டிவிட்டாள்.

'அம்மா செத்துப் போயிட்டா!' அந்த வார்த்தைகளில் புதைந்திருக்கும் துக்கமும் ஆத்திரமும் அவமானமும் ஏமாற்றமும் நேரிடையாகக் குருமூர்த்தியைத்தாக்குபவைபோல அதிர்ச்சிஏற்பட்டது.இதையெல்லாம் இத்தனை ஆண்டுகள் கவனிக்காமல் எப்படியிருந்தோம் என்று அவன் வெட்கப்பட்டான். கவனித்திருப்பாள். அவள் காட்டும் இதத்தினால்தான் ராதிகா அவளிடம் நெருக்கமாக இருக்கிறாள். தன்னுடைய காதலைப் பற்றித் தானாகவே அம்மணியிடம் சொல்லியிருந்தாலும் ஆச்சரியப்படுவதற்கில்லை. குழந்தைகளுக்கு வேலைக்காரிகளிடம்தான் கூச்சம் இருக்காது.

'ராதிகாவோடு இன்னும் பேசல்லியா?' என்று அம்மணி விடாமல் கேட்டுத் துளைத்ததால் ஒரு நாள் இரவு ராதிகாவை அவன் தன் அறைக்குக் கூப்பிட்டான்.

ராதிகாவின் முகத்தில் தெரிந்த பிரகாசம் புதுசாக இருந்தது. அவன் சற்று நேரம் சுற்றி வளைத்து என்னவெல்லாமோ பேசிவிட்டு விஷயத்துக்கு வந்தான்.

"யாரோ உனக்கு பாய்ஃப்ரண்ட் இருக்கானாமே, யார் அவன், சீரியஸ் ஃப்ரண்டா இல்லே சாதாரணப் பழக்கமா?" என்றான் இயல்பாக.

ராதிகாவின் முகத்தில் செம்மை படர்ந்தது. லேசான புன்னகையுடன், "சீரியஸ்தான்!" என்றாள். "அதாவது கல்யாணம் செய்துக்கணும் என்கிற யோசனை வந்திருக்கிற அளவுக்கு."

"சரிதான்" என்று அவன் தலையாட்டினான். "பெரியவங்களுக்குத் தெரிவிக்கணும்னு எண்ணம் இருக்கா?"

அவள் சடக்கென்று தலை நிமிர்ந்தாள்.

"அதென்னப்பா அப்படி சொல்றீங்க? உங்களுக்குச் சொல்லணும்னுதான் இருந்தேன்."

"பையன் என்ன செய்யறான்? அவனும் லெக்சரரா?"

"இல்லே. சார்ட்டர்ட் அக்கவுன்டண்ட். சொந்தமா கம்பெனி நடத்தறான்."

"எங்கே புடிச்சே அவனை?" என்றான், அவன். லேசான திருப்தியுடன். பரவாயில்லை. சி.ஏ. படித்தவன். நன்றாகச் சம்பாதிப்பவன்.

அவள் சிரித்தபடியே சொன்னாள்.

"ஒரு நாள், ரொம்ப மழை பெஞ்சிட்டிருந்தது. பஸ்சுக்காக பஸ் ஸ்டாப்லே காத்திட்டிருந்தேன். அவன் கார்லே லிப்ட் கொடுத்தான். அதிலேந்து பழக்கம். அவங்களும் தமிழ் பேசறவங்க. திருநெல்வேலிப் பக்கமாம். அவங்க அப்பா ஹோம்

மினிஸ்ட்ரியிலே ஜாயின்ட் செகரட்டரியா வேலை பார்த்து ரிடையர் ஆனவங்க. திருநெல்வேலியிலே இருக்காங்க."

டீசென்டான குடும்பமாகத்தான் தெரிந்தது. நேரில் சென்று பார்த்தால்தான் எப்படிப்பட்ட குடும்பம் என்று புரியும்.

"அந்தப் பையனைக் கல்யாணம் செய்துக்க உனக்கு விருப்பமா?"

அவள் தன் கை நகங்களை ஆராய்ந்தபடி, "ஆமாம்" என்றாள்.

"அந்தப் பையன் பெயர் என்ன?"

"ரமேஷ்."

"அவனுடைய அப்பாவுக்கு எழுதறேன். அதுதான் முறைன்னு அம்மணி சொல்றா."

"அம்மணி சொன்னா, அது சரியாத்தான் இருக்கும்" என்று அவள் சிரித்தாள்..

"அப்புறம் ஒரு விஷயம், ராதிகா" என்றான் அவன் தயங்கியபடி. "உங்க அம்மா எங்கேன்னு அவங்க கேட்டாங்கன்னா, அவ இறந்துட்டான்னு சொல்ல முடியாது, உண்மையைத்தான் சொல்லணும்."

அவள் முகம் சட்டென்று மாறிற்று. "நீங்க சொல்ல வேண்டிய அவசியமில்லே. சொன்னீங்கன்னா, அவங்க கல்யாணத்துக்கு ஒப்புக்க மாட்டாங்க."

அவன் சங்கடத்துடன் அவளைப் பார்த்தான். "உண்மை அவங்களுக்குப் பின்னாலே தெரிஞ்சாதான் அனாவசியக் குழப்பம் ஏற்படும். நாம் என்னவோ தப்பு செஞ்சு மறைச்சோம்னு நினைப்பாங்க."

அவள் முகம் சிவந்து போயிருந்தது. "அம்மா என்னைப் பொறுத்தவரை இறந்து போனவ. ஆனா உண்மையைச் சொன்னேன்னா நானும் அவளைப்போல ஒரு நாள் ஓடிப் போயிடுவேன்னு ரமேஷ் நினைக்கலாம்."

அவன் திகைப்புடன் அவளைப் பார்த்தான். "அதெல்லாம் பத்தாம் பசலித்தன நினைப்பு. உன்னை அவன் உண்மையா நேசித்தான்னா இப்படியெல்லாம் நினைக்க மாட்டான்."

அவள் திடீரென்று அழ ஆரம்பித்தாள். அவன் பதட்டத்துடன் அவளை அணைத்துச் சமாதானப்படுத்தினான்.

"அழாதே, அம்மா இல்லேன்னா என்ன? நான் இல்லையா? ஆனா உண்மையை மறைச்சா அது தப்பு. டைவோர்ஸ், ஆகிறவங்களுடைய குழந்தைகளுக்குக் கல்யாணம் ஆகாமயா இருக்கு?"

"அம்மா செஞ்சது அம்மாவோட போகாது. என்னையும் நிழல் போலத் துரத்தும்."

"சீ, இது பழமைவாதம். ரமேஷ்கிட்ட நீ என்ன சொல்லியிருக்கே? அம்மா இறந்துட்டாங்கன்னா சொல்லியிருக்கே?"

"ஆமாம்" என்றாள் அவள் தலையைக் குனிந்தபடி.

உன் அம்மா குத்துக்கல்லாய் கோவாவில் ஒரு எஸ்டேட்டின் எஜமானியாக இருக்கிறாள் என்றால், இவளுக்கு எப்படியிருக்கும் என்கிற யோசனையுடன் அவன் மெல்லச் சொன்னான். "மறைக்கிறது தப்பு. அவன் மேல உனக்கு உண்மையான பிரியம் இருந்தா இதை மறைக்கக் கூடாது. இதுக்காக உன்னை அவன் கல்யாணம் செய்துக்க மறுத்தான்னா அவன் பிரயோஜனமில்லாதவன்."

அவள் பேசாமல் நின்றாள். பிறகு மெல்லச் சொன்னாள். "சரி, நாளைக்குச் சொல்றேன். அதுக்குப் பிறகு நீங்க அவங்கப்பாவுக்கு எழுதலாம்."

அன்று இரவு அம்மணி அவனிடம் படுத்திருந்தபோது மெல்லச் சொன்னாள்.

"அந்தப் பிள்ளைகிட்ட மாத்திரம் ராதிகாவுடைய அம்மா என்னை விட்டுப் பிரிஞ்சு போயிட்டான்னு சொன்னா போதும். அவனுக்கு ஆட்சேபம் இல்லேன்னா அவ அப்பா அம்மாகிட்ட

நீங்க விவரமா ஏதும் சொல்லவேண்டாம். பொண்ணுக்கு அம்மா இல்லேன்னு சொன்னா போதும். வேண்டுதல். திருப்பதியிலே கல்யாணம்னு சொல்லிடுங்கோ. இங்க செஞ்சா யாராவது வதந்தி கிளப்பிவிடுவா."

இவள் ஒரு கிராமியம் என்று அவனுக்குச் சிரிப்பு வந்தது. ஆனால் முதல் முறையாக அவனுடைய அந்தரங்கத்தைத் தொட்டது போல இருந்தது.

ராதிகா பேசுவதற்கு முன் அவன் ரமேஷைச் சந்தித்து அம்மணி சொல்லிக் கொடுத்தது போலச் சுருக்கமாக விஷயத்தைச் சொன்னான். அம்மாவின் மேல் இருக்கும் கோபத்தால் ராதிகா அவள் இறந்துவிட்டதாகச் சொல்கிறாள் என்றான். ரமேஷ் தெளிவாகத் தெரிந்தான். என்னுடைய முடிவை இந்த விவரம் மாற்றாது என்றான். குருமூர்த்திக்கு அவனைத் தழுவிக்கொள்ள வேண்டும் போல் இருந்தது. அம்மணி சொன்னபடியே கடைசியில் திருப்பதியில் கல்யாணம் நடந்தது. பிள்ளை வீட்டார் டில்லிக்கு வராமலே திருநெல்வேலிக்குத் திரும்பினார்கள், அம்மணியை வாய் ஓயாமல் புகழ்ந்தபடி.

உண்மையிலேயே அம்மணியின் ஈடுபாட்டை நினைத்து குருமூர்த்திக்கு வியப்பாக இருந்தது. அவனுக்கு மனைவி இல்லாத குறையே தெரியாமல் கல்யாண காரியங்களை மிகப் பொறுப்புடன் ஏற்று சம்பந்திகளுக்கு ஒரு குறையும் வராமல் அவள் ஓடியாடிச் செய்தது நம்ப முடியாததாக இருந்தது. கல்யாணம் முடிந்தவுடன் டென்ஷன் விடுபட்ட நிம்மதியில் ராதிகா அம்மணியைத்தான் அணைத்துக் கொண்டு கண்ணீர் விட்டாள்.

தில்லிக்குத் திரும்பிய அன்று இரவு அவன் பரமதிருப்தியுடன் அம்மணியின் அருகில் படுத்தான். அவள் கன்னங்களை வருடி, "சம்பந்திகள் உன்னை ஏகமா புகழ்ந்தாங்களே" என்று கொஞ்சினான். அவள் உடம்பு சட்டென்று விரைத்துக் கொண்டது. "ஆமாம், இந்த மாதிரி ஒரு சமையல்காரியை அவா பார்த்ததில்லையாம்!" என்றாள் கரகரத்த குரலில். பிறகு சுவர்ப்

பக்கம் திரும்பி ஓசைப்படாமல் அழ ஆரம்பித்தாள். முதுகு குலுங்குவதிலிருந்து அவள் அழுகிறாள் என்று அவன் புரிந்து கொண்டான்.

✵ ✵ ✵

அத்தியாயம் 17

அவள் முதுகின் மேல் அவனது கை இருந்ததால் அவள் முதுகு குலுங்குவது தெரிந்தது. எதற்கு இவள் அழுகிறாள் என்று திகைப்பாக இருந்தது. அழும்போது அவள் முகம் எப்படியிருக்கும் என்று யோசித்தான் அழுகை என்பதில் அழகிருக்க முடியாது. ஏனென்றால் அது பலவீனத்தின், மனவிகாரத்தின், வெளியில் சொல்ல முடியாத ஓலத்தின் வெளிப்பாடு. அதனால்தான் அவள் சுவர்ப் பக்கம் திரும்பிப் படுத்திருக்கிறாள்.

அழுது அவன் இதுவரை பார்த்ததில்லை. பகல் வேளையில் எப்பவும் உற்சாகமாகத் தெரிகிறாள். பன்னிரண்டு வருஷங்களுக்கு முன் வந்தபோது எத்தனை சுறுசுறுப்பாக இருந்தாளோ அதே சுறுசுறுப்பு இன்னமும் இருக்கிறது. பேச்சில் மலையாளக் கிராமிய வாடையும் அப்படியே இருக்கிறது. உடம்பு என்று படுத்ததே கிடையாது. அவனுடைய அஜாக்கிரதையினால், மீண்டும் இருமுறை கருக்கலைப்பு செய்ய நேரிட்டபோது மட்டும் ஒருநாள் படுத்திருந்தாள். இந்தத் தொந்தரவு இனிமேல் கூடாது என்று அவன் அவளை லூப் போட்டுக்கொண்டு வரும்படி சொன்னான். அவனுக்கு ஆபரேஷன் செய்துகொள்ளத் தயக்கமாக இருந்தது. டாக்டர்கள் என்ன கேள்வி கேட்பார்களோ என்று இருந்தது. மனைவி எங்கே என்பார்கள். இல்லை என்றால், எதற்குக் கருத்தடை ஆபரேஷன் என்று தங்களுக்குள் சிரிப்பார்கள். முக்கியமாக இதற்கெல்லாம் அவனுக்கு நேரமில்லை. இரண்டு

நாள் லீவு எடுக்க வேண்டும். அவனை இது பலவீனப்படுத்தலாம், அவனது ஆண்மை குறையலாம் என்றெல்லாம் பிரதிவாதம் மனசுள் எழுந்தன. 'நா எதுக்கு இந்த அவஸ்தையெல்லாம் படணும்?' என்று தனக்குள் சொல்லிக் கொண்டான். 'அவளே ஏதானும் செஞ்சுக்கட்டும், ஒரு வேலைக்காரப் பொம்பளைக்கு எத்தனையோ சவுகர்யம் பண்ணிக் கொடுத்திருக்கோம். இதைவிட அவள் என்ன எதிர்பார்க்க முடியும்?'

இப்போது எதற்கு அழுகிறாள் என்று அவனுக்குப் புரியவில்லை. இருட்டில் வெளியுலகத்துக்குத் தெரியாமல் திருட்டுத்தனமாக அவனருகில் படுத்திருக்கும்போது அவள் அப்படி அழுவது அவனைப் பலவீனப்படுத்துவது போலிருந்தது. என்ன ஆகிவிட்டது இவளுக்கு? ராதிகாவின் கல்யாணத்துக்கு ஒரு நல்ல பட்டுப் புடவை வாங்கிக் கொடுத்திருக்கிறான். அதைவிட என்ன வேண்டும் இவளுக்கு? - கல்யாண அலைச்சலினால் உடம்பு சரியில்லையோ?

"என்ன, எதுக்கு அழறே?" என்றான் அவன் ரகசியக் குரலில். "உடம்பு சரியில்லையா?"

"உடம்புக்கு என்ன, நல்லாத்தான் இருக்கேன்" என்றாள் அவள் மூக்கை உறிஞ்சியபடி.

"பின்னே எதுக்கு அழுகை?" என்றான், அவன் - லேசான அலுப்புடன். பிறகு ஞாபகம் வந்தவனாய், "ராதிகாவை நினைச்சு அழறியா?" என்றான்.

"அவ இந்த ஊர்லேதானே இருக்கப் போறா? உன்னைப் பார்க்க அடிக்கடி வருவா, கவலைப்படாதே."

"அதைப்பத்தி ஒண்ணுமில்லே" என்றாள். "அவ ஒருத்திதான் என்னை மனுஷியாப் பார்க்கிறவ."

அவனுக்குச் சிரிப்பு வந்தது. "மத்தவங்க என்ன, உன்னை மிருகமா நினைக்கிறாங்களா?"

"மிருகமில்லாட்டா, வேறு என்னவோ. ஜடம்னு நினைப்பா. நா வெறும் சமையல்காரிதானே!"

அவள் முதுகின் மேல் இருந்த கையை அவன் சட்டென்று விலக்கிக் கொண்டான். 'ஓ' என்று மனசுக்குள் பலமாகத் தலையாட்டிக் கொண்டான். இவள் வரம்பை மீறப் பார்க்கிறாள், ஆசை துளிர்த்து விட்டது. எதிர்பார்ப்புகள் அதிகமாகி விட்டன. சமையல்காரி என்பது கேவலம் என்று தோன்ற ஆரம்பித்து விட்டது. சுமதி பிறந்த புதுசில் சியாமளா சதா முணுமுணுப்பாள். "நா வெறும் ஹவுஸ் கீப்பராத்தான் இருக்கேன். ஒரு மேஜை நாற்காலின்னு உங்களுக்கு எண்ணம். வெறும் ஒரு ஜடம்னு நினைக்கிறீங்க."

மை காட், இவள் கிட்டத்தட்ட சியாமளாவின் பாணியில் பேச ஆரம்பித்து விட்டாள். அதாவது ஒரு மனைவியைப் போல. ஸ்டேட்டஸ் கவலை வந்து விட்டது இவளுக்கு. அதுதான் இந்த அழுகைக்குக் காரணம். இது ஒரு டேஞ்சர் சிக்னல். இவளுடைய ஆசை பைத்தியக்காரத்தனமானது என்று இவளை உணர வைப்பது சிரமமான காரியமில்லை.

"இதப் பார், இந்தப் பேச்செல்லாம் எங்கிட்ட வேண்டாம்!" என்றான் அவன் கடுமையாக. "நீ சமையல்காரி என்கிறதை யாரும் மறுக்கவோ மறக்கவோ முடியாது. ஆனா அந்தக் காரணத்துக்காக உன்னை யாரும் - ஒரு வேலைக்காரியைப் போல நடத்தல்லே. அது உனக்கே தெரியும்."

அவள் எதுவும் பேசவில்லை. அவன் பக்கம் திரும்பவும் இல்லை. சற்று நேரம் அவன் ஒரு மெல்லிய நமைச்சலுடன் படுத்திருந்தான். உள்ளே வந்தபோது இருந்த ஆர்வம் வடிந்து போய் இருந்தது. அவன் விருக்கென்று எழுந்து தன்னறைக்குச் சென்று படுத்தான். இன்னும் வேறு என்ன எதிர்பார்க்கிறாள் இவள் என்ற கேள்வி சற்று நேரம் அவனைக் கோபப்படுத்தியது. ஒரு கம்பெனியின் நிர்வாகி நான். பதினையாயிரம் சம்பளம் வாங்குபவன். இவளுக்கு வேறு எந்த ஸ்தானத்தை நான் கொடுக்க முடியும்? அழுதால் அழுதுகொள்ளட்டும். அவளுக்கு அளவுக்கு மீறி இடம் கொடுத்தது தவறு தன்னாலே புத்தி வரும் என்று அவன் தனக்குள் முணுமுணுத்தபடி தூங்கிப் போனான்.

மறுநாள் காலை அம்மணி வழக்கம் போல் சுறுசுறுப்புடன் காரியம் செய்து கொண்டிருந்தாள். முந்தைய இரவு சுவர்ப் பக்கம் திரும்பி இவள்தானா முதுகு குலுங்க அழுதது என்று ஆச்சரியமாக இருந்தது. ஆனால் அவளிடம் அவன் நேரிடைப் பேச்சைத் தவிர்த்தான். அடுத்து நகர்ந்த இரவுகளில் அவளருகில் செல்லவில்லை. தன் அறைக் கதவையும் தாழ்ப்பாள் போட்டுக் கொண்டான். இதையெல்லாம் அம்மணியும் கண்டு கொண்டதாகக் காண்பித்துக் கொள்ளவில்லை. எனக்கொன்றும் நஷ்டமில்லை என்பதுபோல அவள் வளைய வந்தது அவனுக்கு லேசான ஏமாற்றத்தைக் கூட ஏற்படுத்திற்று. ஆனால் எல்லாவற்றையும் மறக்கும்படி அலுவலகத்தில் வேலை எக்கசக்கமாக இருந்தது. ஜப்பானிலிருந்து இரண்டு தொழில் நிபுணர்கள் வந்திருந்தார்கள். பேச்சு வார்த்தை நடத்த. குருமூர்த்தியின் ஸ்டெனோவும் சரியான சமயத்தில் வேறு வேலை தேடிக் கொண்டு போய்விட்டான். அகர்வாலின் ஸ்டெனோவையும் ராமமூர்த்தியின் ஸ்டெனோவையும் மாற்றி மாற்றி குருமூர்த்தி கடன் வாங்கி வேலை கொடுத்தான்.

புதிய ஸ்டெனோவுக்காக விளம்பரப்படுத்தியிருப்பதாக அகர்வால் சமாதானப்படுத்தினான். “ஆம்பிளை வேண்டாம். நல்ல அழகான ஸ்மார்ட் கர்லாக பிக்ஸ் பண்றேன்!” என்று வேறு சொன்னான்.

யாரும் சட்டென்று கிடைக்கவில்லை. குருமூர்த்திக்கு வேலைப் பளுவில் தலையைப் பிய்த்துக்கொள்ள வேண்டும் போல இருந்தது. வீட்டிற்கு வருவது அநேகமாகப் பத்து மணிக்கு மேல் ஆகிக் கொண்டிருந்தது.

ராஜா அமெரிக்காவிற்கு மேல் படிப்பிற்குச் செல்லும் ஆசையில் ஜி.ஆர்.ஈ., டோபில் பரிட்சைகளுக்குத் தயார் செய்து கொண்டிருந்ததால் அவன் மட்டும் விழித்திருப்பான். சுமதி தூங்கியிருப்பாள்.

முன்பு, அதாவது ராதிகாவின் திருமணத்துக்கு முன்வரை, அவன் எத்தனை தாமதமாக வந்தாலும் அம்மணி விழித்திருந்து

சாப்பாட்டைச் சுட வைத்துத் தானே பரிமாறுவாள். இப்பொழுதெல்லாம் - எல்லாவற்றையும் சூடாக்கி தர்மாஸ் பாத்திரங்களில் மூடி மேஜை மேல் வைத்து விடுகிறாள். எதிரில் வருவதில்லை. அது கோபத்தினாலா தாபத்தினாலா என்று அவனுக்குத் தெரியாது. தெரிந்துகொள்ளும் ஆவலும் இருக்கவில்லை. அதை விட முக்கியமான சமாசாரங்கள், கவலைகள் தலைக்கு மேல் இருந்தன. ராஜாவை மட்டும் பார்க்கும் போதெல்லாம், 'எப்படியிருக்கு படிப்பெல்லாம்?' என்று கேட்பான். ராஜாவைப்பற்றி நல்லவேளையாகக் கவலைப்பட வேண்டியிருக்கவில்லை. பெற்றவள் அருகில் இல்லை.

தந்தையின் கவனிப்பு இல்லை என்கிற குறையெல்லாம் காண்பிக்காமல் பொறுப்புடன் நன்றாகப் படித்தான். இன்ஜினீயரிங் கடைசி ஆண்டில் இருந்தான். அதிகம் கலகலப்பாகத் தன்னிடம் அவன் பேசுவதில்லை என்கிற குறை மட்டும் குருமூர்த்திக்கு உண்டு.

ஒரு நாள் அவன் தாமதமாக வந்து தனியாக அமர்ந்து சாப்பிட்டுக் கொண்டிருந்த போது ராஜா எதிரில் வந்து நின்றான்.

"என்ன?" என்றான் குருமூர்த்தி லேசான வியப்புடன். எதிரில் வாட்டசாட்டமாக நிற்கும் வாலிபனைப் பார்க்க அடிமனதில் ஒரு பெருமை பொங்கி எழுந்தது.

"அப்பா, நீங்க சுமதியைக் கொஞ்சம் கண்டிக்கணும்" என்றான் ராஜா.

குருமூர்த்திக்குச் சிரிப்பு வந்தது.

"பூ, இதுதானா, என்னவோன்னு நினைச்சேன்."

"இது சாதாரண விஷயமில்லேப்பா" என்றான் ராஜா தீவிரமாக. "அம்மணியோட சுமதி ரொம்ப சண்டை போடறா, மரியாதையே இல்லாம நடந்துக்கறா."

"சுமதி உங்க எல்லாரையும் விடச் சின்னவ, ராஜா" என்றான் குருமூர்த்தி சாதாரணமாக. "இன்னும் குழந்தை."

“குழந்தையென்ன குழந்தை!” என்றான். ராஜா சிடுசிடுப்புடன். “பதினாறு வயசு ஆகுது.”

“அது கொஞ்சம் கஷ்டமான வயசு. எல்லாருக்கும் திமிர் வரும்.”

“நானும் ராதிகாவும் அப்படியிருக்கல்லே. அதுவும் அம்மணிகிட்ட அப்படி அவ நடந்துக்கறது அநியாயம். இஸ் ஸோ குட்!”

குருமூர்த்தி சற்று நேரம் பேசாமல் இருந்தான். அம்மணிக்காக இவன் இப்படிப் பரிந்து பேசுவது பொறாமையாக இருந்தது.

“எப்படி நடந்துக்கறா சுமதி?”

“அம்மணியை வேலைக்காரி மாதிரி நடத்தறா.”

குருமூர்த்திக்கு அடிவயிற்றில் ஏதோ கழண்டது போலிருந்தது.

“வெல், சுமதி தன்னாலே சரியாயிடுவா. தன் ஃப்ரண்ட்ஸ் வீட்டிலே அவங்க வீட்டு வேலைக்காரங்களை நடத்தற தினுசைப் பார்த்திருப்பா.”

“ஆனா, அம்மணி வேலைக்காரி இல்லே. வீட்டு மனுஷியாய் போனவ. எந்த சம்பளம் வாங்கற வேலைக்காரியும் இத்தனை பிரியமா இருக்க மாட்டா.”

“உண்மைதான்” என்றான், குருமூர்த்தி - சமாதானமாக. “நா சுமதியைக் கண்டிக்கிறேன். அம்மணியும் அவளைத் தேவைக்கு அதிகமா அடக்கப் பார்க்கிறா போலிருக்கு.”

“அவளுக்கு அதுக்கு உரிமையில்லே?” என்றான், ராஜா - ஆவேசத்துடன். “ஆப்டர் ஆல், ஒரு அம்மா எங்களுக்குச் செய்ய வேண்டியதையெல்லாம் அவதானே செய்யறா!”

இதையெல்லாம் அம்மணி கேட்டுக் கொண்டிருப்பாள் என்கிற அனுமானத்தில் குருமூர்த்தி மேற்கொண்டு பேச்சை வளர்த்தாமல் எழுந்தான். ராஜாவின் வார்த்தைகள் மனசில் ஆழ்ந்த சலனத்தை ஏற்படுத்தின. ராதிகாவைப் போல இவன்

வெளிப்படையாகத் தன் எண்ணங்களைத் தெரிவிக்காவிட்டாலும் சியாமளாவின் செய்கையின் தாக்கம் இவனிடமும் ஆழமாகப் பதிந்திருக்க வேண்டும் என்று தோன்றிற்று. எப்படி எதையும் கவனிக்காமல் இருந்தேன் என்று வெட்கப்பட்டான். ஆனால் ராஜாவும் ராதிகாவும் தேவைக்கு அதிகமாக அம்மணியின் விஷயத்தில் சென்சிட்டிவ்வாக இருக்கிறார்கள் என்று நினைத்துக் கொண்டான். 'நீ வேலைக்காரியைப் போல் நடத்தப்படுகிறாய்!' என்று இவர்களே அம்மணிக்குச் சொல்லிக் கொடுத்து விடுவார்கள் போல் இருந்தது. மறுநாள் காலை அவன் எழுந்திருப்பதற்குள் ஸ்கூலுக்குச் சுமதி கிளம்பிப் போயிருந்தாள்.

அவன் ஆபீசுக்குத் தயாராகிக் காலை உணவு சாப்பிட அமர்ந்தபோது அவன் பொதுவாகச் சொல்வது போல் அம்மணியிடம் சொன்னான்.

"சுமதிக்கு இரண்டுங்கெட்டான் வயசு. ரொம்பக் கண்டிச்சியானா திமிறிட்டுத்தான் போவா."

விருக்கென்று அவள் நிமிர்ந்து பார்த்தாள்.

"குழந்தைக்கு எடுத்துச் சொல்ல யார் இருக்கா? உங்களுக்கு நேரமிருக்கா? நேரமிருந்தா, நன்னாச்சு, நீங்களே பார்த்துக்குங்கோ. நா பேசாம இருக்கேன். அவ என்னைத் திட்டினாலும் சரி. அவ போற வழி சரியில்லேன்னா சொல்லத்தான் சொல்லுவேன். இந்த வீட்டிலே நா இருக்கற வரைக்கும் இந்தக் குழந்தைகளுக்கு நா பொறுப்பு."

அலுவலகத்துக்கு நாழியாகி விட்டதால் அவன் விவாதத்தில் ஈடுபடாமல் கிளம்ப வேண்டியதாயிற்று. ஆனாலும் அம்மணிக்கு நாக்கு நீண்டு விட்டது என்று தோன்றிற்று.

ஆபீசுக்குச் சென்றவுடனேயே எதிர்பாராமல் அவன் கோவாவிற்குக் கிளம்ப வேண்டி வந்தது. அம்மணியை சூட்கேஸ் பாக் செய்யச் சொல்லி டிரைவரை எடுத்து வரச் சொன்னான். கோவாவில் மிக முக்கியமான பிசினஸ் டீல் அன்றே நடந்து முடிந்த சந்தோஷத்தில் அவன் ஃபர்னாண்டஸுடன் ஓட்டல்

லவுஞ்சில் அமர்ந்து விஸ்கி அருந்திக் கொண்டிருந்தான். அன்று சியாமளாவைச் சந்திக்க நேரிடும் என்று அவன் சுத்தமாக நினைத்திருக்கவில்லை.

✵ ✵ ✵

அத்தியாயம் 18

பிறகு டில்லியில் அந்தச் சம்பவத்தை மீண்டும் நினைத்துப் பார்க்கும்போது குருமூர்த்திக்கு வேடிக்கையாக இருந்தது. ஆனால் ஒவ்வொரு முறையும் நினைவில் பளீரென்று அந்த நிமிஷத்துக் காட்சி அகக் கண்ணில் நின்றது.

இரண்டோ மூன்றோ பெக் விஸ்கி உள்ளே இறங்கிய பின் குருமூர்த்தியின் மனசு மிதந்தது. எல்லாக் குறைகளையும் வெற்றிகண்ட மிதப்பில் சந்தோஷம் பூத்தது.

"கஷ்டம், சுகம் என்கிறதெல்லாம் எதுவுமே இல்லே ஃபர்னாண்டஸ். எல்லாமே கற்பனை. எல்லாமே பாவனை. நாம அப்படி நினைச்சுப் பழகியிருக்கோம்!" என்றான்.

ஃபர்னாண்டஸ் எதும் சொல்லும் மன நிலையில் இல்லாதவர் போல் பேசாமல் புன்னகை பூத்தார்.

"எங்கப்பா சொல்வாரு. எல்லாத்துக்கும் அட்டாச்மெண்டுதான் காரணம்பாரு. பொருள் தொலைஞ்சா அலண்டு போறோம். உறவுக்காரங்க செத்தா துக்கப்படறோம். ஏன்? ரெண்டு மேலேயும் நமக்கு அட்டாச்மெண்ட் இருக்கறதனாலே. பண்டமும் மனுஷங்களும் நம்மோடு ஒட்டிக்கிட்டு இருக்கணும்னு நமக்கு ஆசை. இந்த உலகத்துக்குள்ளே நுழையும்போது வெறுங்கையை வீசிக்கிட்டு வந்தோம் என்கிற ஞாபகமும், போகும் போதும் எதையும் சுமந்துகிட்டுப் போகமுடியாது என்கிற நினைப்பும் இருந்ததுன்னா இப்படி தடுமாற்றம் ஏற்படாது."

இதுவரை யாரும் சொல்லாத அரிய தத்துவத்தைத் தான் விளக்கியது போல் அவனுள் ஒரு பரவசம் பரவிற்று. ஒரு மகாத்மாவைத் தரிசித்த பவ்யம் ஃபர்னாண்டஸ்சின் முக பாவத்தில் தெரிவதாக அவன் கற்பித்துக் கொண்டான்.

தத்துவ அர்த்தம் பொதிந்த மவுனத்தை இருவரும் பகிர்ந்தபடி அமர்ந்திருக்கையில்தான் சியாமளா கண்ணில் பட்டாள். ஃபர்னாண்டஸ்சின் முதுகுப்புறம் தொலைவில் தெரிந்த வாசல் வழியாக ஒரு ஆணின் கையைப் பிடித்தபடி உள்ளே நுழைந்தாள். பளிச்சென்று பார்வையைச் சுண்டும்படியான இந்த உருவத்தை எங்கோ பார்த்த நினைவுக் குழப்பத்தில் அவன் கூர்ந்து கவனித்தபோது பொறி தட்டியது. மை காட்! இவள் சியாமளா! என் மனைவி! ஒரு வினாடிப் போதில் உணர்ச்சிப் பிரவாகம் அபரிமிதமாகப் பெருகி அவனைத் திக்குமுக்காட வைத்தது. எத்தனை ட்ரிம்மாக இருக்கிறாள் இன்னும் என்று பிரமிப்பேற்பட்டது. வாஸ்தவத்தில் முன்னை விட இளமையாகத் தெரிந்தாள், ராதிகாவின் அக்கா என்று சொல்லும்படியாக. தலை மயிரைக் குட்டையாக வெட்டியிருந்தாள், நவீன மோஸ்தரில். அதுதான் அவனுக்குச் சட்டென்று அடையாளம் புரியவில்லை. அடர்த்தியான அலை அலையான கருமையான முடி ரோஜா நிற முகத்தை அரவணைத்தது. நாசூக்காக நடந்தாள். நாசூக்காகச் சிரித்தாள். எதற்கோ தலையைப் பின்னால் சாய்த்துச் சிரித்த போது பல்வரிசை முத்துச்சரம்போல் பளபளத்தது.

குருமூர்த்தி பிரமிப்பு நீங்காமல் பார்த்தான்; இப்படிப்பட்ட அழகியுடன் நான் பத்து வருஷங்கள் குடித்தனம் செய்திருக்கிறேன். ஒரு விலை மதிப்பற்ற பொக்கிஷம் கிடைத்திருந்ததை உணராமல் இயந்திரகதியில் இவளுடன் படுத்து மூன்று குழந்தைகளுக்குத் தகப்பனாகியிருக்கிறேன். என்னுடைய கவனக் குறைவின் சின்னம்தான் இது - இப்போது எவனுடைய தோள் மீதோ இவள் சாய்ந்து நிற்பது. அதற்கான சாட்டையடிதான் இவள் இப்படி நாசூக்காய்ச் சிரிப்பது. குப்பென்று அவனுக்கு வியர்த்தது. மூன்று குழந்தைகளின் பொறுப்பைத் தலையில் சுமந்த ஏமாளியாய்,

தோற்றுப்போய் நிற்பதான எண்ணம் எழுந்தது. அவள் அவனைப் பார்க்கவில்லை. அவனுக்கு முதுகைக் காட்டியபடி மூன்று ஆண்களுடன் ஒரு வட்டமேஜையைச் சுற்றி அமர்ந்தாள்.

பகபகவென்று ஒரு ஜ்வாலை நாபியிலிருந்து சுருண்டு எழுந்தது. அவன் அதில் முழுவதும் பஸ்பமாகிப் போவது போல் அவனுள் கழிவிரக்கம் சுரந்தது. சற்று முன்வரை அதாவது இவள் உள்ளே நுழையும்வரை மனத்தில் நிலவியிருந்த திருப்தி அவனாக ஏற்படுத்திக் கொண்ட மாயை என்று புரிந்தது. அவள் அவனை விட்டுச் சென்றபோது, 'எவன் அவளை வெச்சுக் காப்பாத்துவான்?' என்றும், 'முப்பது நாள் மோகம் மறைந்ததும் விரட்டியடிக்கப் போறான்!' என்றும், 'நன்றாய்த் திண்டாடட்டும், தன்னாலே புத்தி வரும்!' என்றும் தான் கறுவிக் கொண்டு உட்கார்ந்திருந்ததற்கெல்லாம் ஏதும் அர்த்தமில்லை என்று தோன்றிற்று. வாஸ்தவத்தில் அவள் இப்பொழுது அதிக வசதியுடன் இருப்பது தெளிவாகத் தெரிந்தது. சந்தோஷமாக இருப்பது உடம்பின் மினுமினுப்பில் தெரிந்தது.

'ஏமாந்ததும் ஏமாற்றப்பட்டதும் அவன்தான். அம்மணி வரும்வரையில் குழந்தைகளை வைத்துக் கொண்டு' திண்டாடிய பயங்கர நாட்கள் நினைவுக்கு வரும்போதெல்லாம் சியாமளாவின் மேல் கட்டுப்படுத்த முடியாத ஆத்திரம் வரும். கூடவே, அவள் அப்படி வெறுத்துப் போய்க் கிளம்பி விட்டதற்கு நாம்தான் காரணம் என்கிற குற்ற உணர்வும் மனத்தை அலைக்கழிக்கும். அவள் கொடுத்த தண்டனை நியாயமானதுதான் என்றுகூடச் சில சமயங்களில் ஏற்பட்ட மிதமிஞ்சிய ஆத்ம விமரிசனத்தின்போது தோன்றும். ஆனால் இப்பொழுது அவளைப் பார்க்கும் போது, மூன்று குழந்தைகளைப் பெற்றதன் நினைவே இல்லாதவள் போல் இளம் பெண்ணின் சாகசத்துடன் ஆண்களின் பார்வையை ஈர்த்தபடி சிரிக்கும் போது, அவனுக்கு நிச்சயமாகப் புரிந்தது – அவள் ஓடிப்போனதற்கு அவன் காரணம் இல்லை என்று. இயல்பான, அதாவது இயற்கைக்கு விரோதமான, சுயநலம் அவளிடம் இருந்ததை அவன் தனது கவனக்குறைவினால்

உணர்ந்திருக்கவில்லை. ‘தாய்க்குலம்’ என்பதற்குச் சில குணாதிசயங்கள் உண்டு என்ற மரபுச் சிந்தனையில் அவன் மயங்கியிருந்திருக்கவேண்டும். அதனால்தான் மரபுக்கு விரோதமாய் அவள் ஓடிப் போனதற்கு அவன் சமாதானமான காரணங்களைத் தேடினான். ஆனால் இப்போது அவள் இப்படி முன்னை விட இளமையுடன், தனக்கு ஒரு இறந்த காலம் இருந்த சிந்தனையே இல்லாமல் நிற்பதைப் பார்க்கும்போது அவள் சுயநலத்தின் அவதாரம் என்று புரிந்தது. அவனுடன் அவள் பத்து வருஷங்கள் வாழ்ந்ததுதான் அதிசயம். இன்னும் இரண்டு குழந்தைகளைப் பெற்றிருந்தாலும் கூசாமல் விட்டுவிட்டுப் போயிருப்பாள் என்பதில் சந்தேகமில்லை. சரியான ஆளுக்காக அவள் காத்திருக்க வேண்டும். ஆள் கிடைத்ததும் கிளம்பி விட்டாள். கெட்டிக்காரி என்பதில் சந்தேகமில்லை. பிடித்தாலும் பார்த்துப் புளியங்கொம்பாய்ப் பிடித்திருக்கிறாள். எஸ்டேட் முதலாளி. ஓடிப்போன எத்தனையோ பெண்களின் கதைகளை அவன் கேட்டிருக்கிறான். சமாதானமாகாத செக்ஸ் நமைச்சல்களினால் வீட்டு டிரைவருடனும் ப்யூனுடனும் பாட்டு வாத்தியார்களுடனும் ஓடிப்போன பெண்கள்.

திடீரென்று அவன் சிரித்தான்.

“என்ன?” என்றார், ஃபர்னாண்டஸ்.

“என் மனைவி அங்கே உட்கார்ந்திருக்கா!” என்றான், நிச்சலனமான புன்னகையுடன்.

“தெரியும்!” என்றார் ஃபர்னாண்டஸ் சுருக்கமாக. “உன்னுடைய மாஜி மனைவி.”

“மாஜி என்ன, இன்னும் என் மனைவிதான். விவாகரத்து ஆகல்லியே!”

“ஆனது போலத்தான்!” என்றார் ஃபர்னாண்டஸ். “பத்து வருஷமாகத் தனித்தனியா வாழறீங்க. அப்ப உரிமை கொண்டாட முடியுமா?”

"உரிமை யார் கொண்டாடப் போறாங்க? அவளுக்கு என் முகம்கூட ஞாபகமிருக்காது. எனக்கே அவளைச் சட்டுனு அடையாளம் புரியலே. ஆனா அவ கெட்டிக்காரின்னு நினைச்சு சந்தோஷமா இருக்கு. நா குடுத்த வசதியைவிட அந்த ஆள் குடுக்கறான்னு தெரிகிறது. எங்கே திண்டாடறாளோன்னு சிலசமயம் நா கவலைப்படுவேன்."

ஃபர்னாண்டஸ் சங்கடத்துடன் சிரித்தார். அவனைச் சற்று நேரம் கூர்ந்து பார்த்து, "குரு, யூ ஆர் க்ரேட்!" என்றார்.

திடீரென்று குருமூர்த்தியின் முகம் மாறிற்று.

"எல்லாத் தியாகிகளுக்கும் அதுதான் பெயர்!" என்றான் வெறுப்புடன். "வா, போகலாம்" என்று எழுந்தான்.

சியாமளாவின் பக்கமே திரும்பாமல் வாசலை நோக்கி நடந்தான். சியாமளா அவனைக் கவனித்தாளா என்று அவனுக்குத் தெரியாது. கவனித்திருந்தாலும் ஏதும் வித்தியாசம் ஏற்படப் போவதில்லை.

ஃபர்னாண்டஸ் யோசனையுடன் அவனைத் தொடர்ந்தார்.

"கடற்கரையில் கொஞ்சம் நடக்கலாம்" என்றான் குருமூர்த்தி.

பதில் ஏதும் சொல்லாமல் தலையை மட்டும் அசைத்து அவனுடன் நடந்தார் ஃபர்னாண்டஸ்.

சியாமளாவை நேரில் பார்த்தபோது ஏற்படாத கொந்தளிப்பு அப்பொழுது ஏற்பட்ட மாதிரி, குருமூர்த்தி உணர்ச்சிவசப்பட்டுப் போனான். கண்ட கண்ட கெட்ட வார்த்தைகள் எல்லாம் நாபியிலிருந்து சுருண்டு எழுந்தன. வாய்விட்டு "தி பிட்ச்" என்றான். திடுக்கிட்டவர் போல் ஃபர்னாண்ட்ஸ் அவன் பக்கம் திரும்பிப் பார்த்து, "ரிலாக்ஸ், குருமூர்த்தி!" என்றார்.

தான் சொன்ன வார்த்தையை நினைத்துக் குருமூர்த்திக்கு வெட்கமேற்பட்டது.

"சாரி. அவளைப் பார்த்ததும் எனக்கு அப்படித்தான் சொல்ல வருகிறது."

“உனக்குக் கோபம் வரது இயல்புதான்,” என்றார் ஃபர்னாண்டஸ் சமாதானமாக.

“கோபமா? தோற்றுப் போன மாதிரி, ஏமாந்து போன மாதிரி இருக்கு.”

“ஏன்னு யோசிச்சியா?” என்றார் ஃபர்னாண்டஸ் மென்மையாக. “அவள் வசதியா இருக்கிறதும், இன்னும் இளமையா சந்தோஷமாக இருக்கறதும் உன் ஈகோவுக்குத் தோல்வி. அவ கஷ்டப்பட்டிருந்தா உனக்குத் திருப்தியா இருந்திருக்கும்”.

இந்த வியாக்கியானம் குரூரமாகத் தோன்றினாலும் அதுவே உண்மையாக இருக்கலாம் என்று அவன் நினைத்துக் கொண்டான்.

“அதெல்லாம் இல்லே” என்றான், அவசரமாக. “தாய் என்கிற பந்தத்துடைய அர்த்தத்தையே அவ பொய்யாக்கிட்டா பாத்தியான்னு கோபம் வருது. ராதிகாவையும் ராஜாவையும் கேளு. அவங்களுக்கும் இதே கோபம்தான். அதனாலேதான் அவங்க ரெண்டு பேருக்கும் அம்மணி பேரிலே அத்தனை பிரியம். அந்தப் பிரியத்துக்குக் காரணம் நன்றியுணர்வுதான்.”

“ஒரு அசாதாரணமான பெண்மணி!” என்றார் ஃபர்னாண்டஸ்.

மீண்டும் அம்மணியைப் பற்றிய விவாதத்தை இவரிடம் ஆரம்பிக்கக் கூடாது என்று குருமூர்த்தி தீர்மானித்துக் கொண்டான். மறுபடியும் இவர் சொல்வார்:, ‘அம்மணியைக் கல்யாணம் செய்து கொள்ளேன்!’ மறுபடி மறுபடி சியாமளாவின் நாகரிக உருவமும், அதற்கு இணையாக அவளுடன் நடந்த அவளுடைய காதலனின் ட்ரிம்மான உருவமும் நினைவில் எழுந்தன. எத்தனை கம்பீரமும் ஆணவமும் மிதப்புமாக அவர்கள் பெரிய மனுஷக் கும்பலில் எந்தத் தப்பும் நடக்காத மாதிரி வளைய வருகிறார்கள்! நான் அம்மணியைக் கல்யாணம் செய்து கொண்டால், எந்தக் கும்பலில் நிற்க முடியும்? மத்தியதர வகுப்புகூடப் பரிகாசம் செய்யும். ‘சமையல்காரிதான் கிடைச்சாளா, பாவம்!’ என்று சிரிக்கும்.

கோவாவிலிருந்து திரும்பி வந்ததும் அமெரிக்கப் பல்கலைக்கழகங்களிடமிருந்து கடிதம் வந்திருப்பதாகவும் பல இடத்தில் சீட் கிடைத்திருப்பதாகவும் ராஜா சொன்னான். அவனும் அமெரிக்காவுக்குக் கிளம்பிப் போனால் சுமதி மட்டும்தான் வீட்டில் இருப்பாள். சுமதியும் அம்மணியும் போடும் சண்டைகள் அதிகரிக்கும். அவளை ஹாஸ்டலில் சேர்ப்பது நல்லது என்று குருமூர்த்தி நினைத்துக் கொண்டான்.

படுக்கையறையில் மீண்டும் மீண்டும் சியாமளாவின் நினைவு வந்தது. அவளுடைய நிர் விசார அழகிய சிரிப்பு கண் எதிரில் நின்றது. அவளுக்குப் பதிலாய்க் குழந்தைகளின் பொறுப்பை அவன் சுமக்க நேர்ந்ததால் அவனுடைய இளமையெல்லாம் ஓடிப்போனது போல நிராசை எழுந்தது. நானும் குழந்தைகள் என் பொறுப்பல்ல என்று வீட்டை விட்டுப் போயிருந்தேயானால் என்ன ஆகியிருக்கும்? ஆக நான் நல்லவன் என்று சியாமளாவுக்குத் தெரியும். ஏமாளி என்றும் தெரியும். அவளும் அவளுடைய காதலனும் இப்பவும் என்னை நினைத்துப் பரிகாசம் செய்து கொண்டிருப்பார்கள்.

அவன் சுரத்தில்லாமல் சாப்பிடுவதைக் கண்டு, "என்ன, உடம்பு சுகமில்லையா?" என்று அம்மணி கேட்டதற்கு அவன் சுரத்தில்லாமல் பதில் சொன்னான்.

"உடம்பு சரியில்லைன்னா இன்னிக்கு ஆபீசுக்குப் போகவேண்டாமே!" என்று அவள் சொன்னபோது அவனுக்குச் சுரீரென்று கோபம் வந்தது.

"எனக்குத் தெரியும், என்ன செய்யணும்னு!" என்று ஒரு சத்தம் போட்டுவிட்டுக் கிளம்பினான்.

அவனைக் கண்டதும் அகர்வால் சந்தோஷமாக வரவேற்றான்.

"ஸ்டெனோ வேலைக்கு ஆள் வேணும்னியே, ஒரு பெண் வந்திருக்கிறாள். டெஸ்ட் பண்ணிப் பார், வேலைக்கு அமர்த்தலாமான்னு."

சுரத்தில்லாமலே அறையை நோக்கிச் சென்றவன், அந்தப் பெண்ணைக் கண்டு பிரமிப்புடன் நின்றான்.

✲ ✲ ✲

அத்தியாயம் 19

சற்று நேரம் அந்தப் பிரமிப்பில் இவள் எதற்கு இங்கு வந்து நிற்கிறாள் என்று தடுமாற்றம் ஏற்பட்டது. நிறமும் முகமும் பளீரென்று இருந்தன. கோயில் சிற்பம் போல், உடம்பு தளதளவென்றிருந்தது. நிச்சயம் ஒரு ஸ்டெனோவின் வேலைக்கு இப்படிப்பட்ட லட்சணங்கள் தேவையில்லை.

“உன் பெயரென்ன?” என்றான் அவன், தன்னைச் சமாளித்துக் கொண்டு.

“ரூபா கங்குலி” என்றாள் அவள். குழலினிது யாழினிது இவள் குரலைக் கேட்காத வரை என்று அவன் தனக்குள் சொல்லிக் கொண்டான். வங்காளி, பஞ்சாபி அழகிகளிடமிருந்து மாறுபட்ட ஒரு போதையூட்டும் கவர்ச்சி இவளிடம் இருந்தது. புடவை ரவிக்கைதான் எல்லா உடுப்புகளைவிட அதிக செக்சியானது என்று இன்றுதான் புரிந்தது. கீழிறங்கிய புடவைக்கட்டில் நாபி தெரிந்தது. மணி வயிறு துவண்டு மார்பின் பூரிப்பை மிகைப்படுத்தியது. மெல்லிய எளிய நூல் புடவைதான். அலட்சியமாக ஒற்றையாக மார்பின் மேல் கிடந்தது. அதன் ஊடே மார்பகங்களின் நடுப்பிளவு தெரிந்தது. அவன் பார்வை சென்ற திசையையெல்லாம் உணர்ந்தும் உணராதவள் போல் அவள் சலனமில்லாமல் நின்றாள்.

அவள் கொண்டு வந்திருந்த நற்சான்றிதழ்களைப் பார்வையிட்டான். நன்றாக இருந்தன. டிக்டேஷன் கொடுத்து டைப்

அடித்து வரச் சொன்னான். விரைவாகத் தப்பில்லாமல் அடித்துக் கொண்டு வந்தபோது, நிம்மதியேற்பட்டது, உதவாக்கரையாக இருந்திருந்தால் வெறும் அழகுக்காக அவளை வேலையில் வைத்துக்கொள்ள முடியாது.

"குட்!" என்று அவன் புன்னகைத்தான் திருப்தியுடன். "இன்னியிலிருந்து வேலையைத் துவங்கிடலாம். கொஞ்ச நேரத்திலே அப்பாயின்மெண்ட் லெட்டர் தர்றேன்."

"தாங்க் யூ!" என்று அவள் புன்னகைத்த போது கன்னங்களில் குழி விழுந்தது. அம்மணியின் ஞாபகம் அவனுக்கு வந்தது. சட்டென்று அதை ஒதுக்கிவிட்டு அவன் அகர்வாலின் அறைக்குச் சென்று, "ஷி இஸ் குட்!" என்றான்.

அகர்வால் கண்ணடித்துச் சிரித்தான். "பார்க்க நன்றாக இருக்கிறாள்தான், வேலை எப்படி?"

"முட்டாள், வேலையைப் பத்திதான் நா சொன்னேன்!"

"அப்புறம் என்ன? வேலைக்கு அமர்த்திடலாம். கண்ணுக்குக் குளிர்ச்சியா ஒரு பெண் இருந்தா எல்லாருடைய மூடும் நன்றாயிருக்கும். என்னுடைய ஸ்டெனோ லீவு போட்டான்னா இவளைக் கடன் வாங்கிக்கிறேன்!"

"ஷ்யூர்!" என்றான் குருமூர்த்தி தாராளமாக. "ஆனா உன் ஸ்டெனோவுக்கு அடிக்கடி லீவு கொடுத்துடாதே. என்னுடைய வேலை நிறைய பெண்டிங்லே இருக்கு."

ரொம்பவும் திருப்தியான மன நிலையில் அவன் அறைக்கு வந்து அப்பாயின்ட்மெண்ட் கடிதத்தை அவளையே டைப் அடிக்க வைத்தான். அன்று எக்கசக்க வேலை இருந்தது.

"எத்தனை வேலை இருந்தாலும் கொடுங்கள், செய்துவிட்டுப் போகிறேன்" என்றாள் அவள்.

அவள் வேலைக்கு வந்து சேர்ந்தது தன்னுடைய குருட்டு அதிர்ஷ்டம் என்று அவன் நினைத்துக் கொண்டான். இதற்கு முன்பு இருந்தவர்கள் மகா ராங்கி பிடித்த பெண்கள். வேலையும்

சுத்தமில்லை. ஐந்து மணிக்கு மேல் ஒரு நிமிஷம்கூட இருக்க மாட்டோம் என்று முரண்டு பிடிப்பார்கள். ஒரு நாள் அரை மணி தாமதமாகப் போகும்படி சொன்னதால்தான் இதற்கு முன்பு இருந்தவள் அவன் ஏதோ முறைகேடாக நடக்க முயற்சித்தது போல ஆர்ப்பாட்டம் செய்து கிளம்பிப் போனாள்.

அன்று ரூபா கங்குலி வேலையை முடிக்கும்போது ஏழரை மணி ஆகிவிட்டது. கொஞ்சம்கூட அலுப்புத் தெரியவில்லை முகத்தில். காலையில் வந்தமர்ந்த போது இருந்த மலர்ச்சி இப்பவும் இருந்தது. டீயும் சாண்ட்விச்சும் வரவழைத்து அவன் உபசரித்தான். அவள் அதை வெகு நாசூக்காகச் சாப்பிடுவதை அவன் கவனித்தான்; கிட்டத்தட்ட சியாமளா இப்பொழுது காட்டும் நாசூக்கு.

திடுக்கிட்டு அவன் சுய உணர்வுக்கு வந்து டிரைவரைக் கூப்பிட்டான். "இந்த லேடியை அவங்க வீட்டிலே இறக்கிடு" என்றான்.

அனாவசியப் பேச்சு எதுவும் பேசாமல் ரூபா நன்றி தெரிவித்துவிட்டுக் கிளம்பினாள். டிரைவர் திரும்பி வந்ததும், "எங்கேயிருக்கிறது அவள் வீடு?" என்றான்.

"வீடு இல்லே, ஹாஸ்டல். பகவான் தாஸ் ரோடிலே இருக்கிற லேடீஸ் ஹாஸ்டல் ரொம்ப பக்கம்தான்" என்றான் டிரைவர்.

ஹாஸ்டலில் இருப்பவள் என்றால் முக்கால்வாசி கல்யாணம் ஆகியிருக்காது என்று குருமூர்த்தி தீர்மானித்துக் கொண்டான். அது எந்த வகையிலோ அவனுக்குத் திருப்தியளித்தது. 'புருஷன், பிள்ளைகுட்டின்னா காரியத்திலே கவனமிருக்காது. வீட்டுக்குத் திரும்பறதிலேயே குறியா இருப்பாங்க!' என்று தன்னையே சமாதானம் செய்து கொள்வதுபோல் தனக்குள் சொல்லிக்கொண்டான்.

ரூபா பிழையில்லாமல் வேலை செய்ததில் நிறைய வேலை அன்று செய்ய முடிந்தது. அந்தத் திருப்தியில் அம்மணியின் சமையல் அன்று தேவாமிருதமாகத் தோன்றிற்று. அவன்

பாராட்டியபோது சுமதி முகத்தைத் தூக்கி வைத்துக் கொண்டாள். அதைக் கண்டு அவனுக்குச் சிரிப்பு வந்தது. வெகுநாள் கழித்து அவன் நள்ளிரவில் அம்மணியைத் தேடிக் கொண்டு சென்றான். அவள் வழக்கம் போல் அவனுடைய அணைப்பினுள் மௌனமாகப் புகுந்தாள். ஆனால் இன்று அவனை அணைத்து அவன் மார்பினில் சற்று நேரம் முகத்தைப் புதைத்திருந்தாள். கண்ணீர் விடுகிறாளோ என்று தோன்றிற்று. எதற்கு அழுகை என்று அவனுக்குக் கேட்கச் சோம்பலாக இருந்தது. சுமதியுடன் ஏதாவது சண்டையாக இருந்திருக்கும். படிப்பறிவில்லாத கிராமத்துப் பெண்ணுக்கு இதெல்லாம்தான் மாபெரும் பிரச்னைகள். 'அசட்டுப் பெண், அழாதே!' என்பதுபோல் அவன் அவள் முதுகைத் தட்டிக் கொடுத்தான்.

மறுநாள் எழுந்த போது முந்தைய இரவின் ஞாபகம் சுத்தமாக மறந்து போயிற்று. நிச்சயமாக அம்மணியைப் பற்றிய ஞாபகம் வரவில்லை. ஆனால் திடும்மென்று ரூபா கங்குலியின் நினைவு வந்தது. திரட்சியான அவளது உடம்பும் அவளது நாசூக்கான அசைவுகளும் கண்ணெதிரில் நின்றன. 'சட், அவ என் கீழ வேலை பார்க்க வந்தவ!' என்று அவள் நினைவை அப்புறப்படுத்துபவன் போலத் தலையைச் சிலிர்த்துக் கொண்டான். தானாக வலியச் சென்று ராஜாவிடம் அவனது எதிர்காலப் பாடத் திட்டங்களைப் பற்றிப் பேசினான்.

"என்ன இன்னிக்கு அம்மணியோட சண்டை ஒண்ணும் போடல்லியா?" என்று சுமதியை வம்புக்கிழுத்தான்.

சுமதி வழக்கம்போல் புகார் சொல்ல ஆரம்பிக்காமல், நகத்திற்குப் பாலிஷ் போடுவதில் கவனமாக இருந்தாள்.

"எனக்கு வேற வேலை இல்லையா என்ன?" என்று முணுமுணுத்தாள். "அவதான் என்னை வம்புக்கிழுப்பா. இழுத்தா நா சும்மா விடமாட்டேன். இன்னிக்கு இதுவரை வம்புக்கிழுக்கல்லே."

அதை ஹாஸ்யமாகப் பாவித்து குருமூர்த்தி சிரித்தான். அம்மணியும் சிரிக்கிறாளோ என்று அவளைப் பார்த்தான். நிச்சலனமாய் முகத்தை வைத்துக் கொண்டிருந்தாள்.

"நா உன் வழிக்கே வரல்லிடியம்மா, கோந்தே. நீயே சமர்த்தா இருந்துக்கோ, கேட்டியா?"

"நா சமர்த்தா அசடான்னு நீ சர்டிபிகேட் கொடுக்க வேண்டியதில்லே" என்றாள் சுமதி வெடுக்கென்று.

"பார்த்தீங்களாப்பா, சுமதி எப்படிப் பேசறான்னு!" என்றான் ராஜா கோபமாக.

"சாரமில்லேடா, ராஜா!" என்றாள் அம்மணி சமாதானமாக. "அப்பா ஆபீஸ் போகிற சமயத்திலே இதெல்லாம் என்ன வீணா தர்க்கம்?"

குருமூர்த்திக்குத் திடீரென்று சலிப்பேற்பட்டது. "உங்களுக்கெல்லாம் வயசாயிருக்கே தவிர, பச்சைப்புள்ளைங்களாட்டம் நடந்துக்கிறீங்க. வெட்கமில்லே!" என்றான் பொதுவாக. "எனக்கு நாழியாச்சு. கிளம்பணும்" என்றான்.

"காரியர் எடுத்துக்கல்லியே" என்று அம்மணி சின்ன டிபன் செட் வைத்த பையைக் கொண்டு வந்து கொடுத்தாள். "டிரைவர்கிட்ட கொடுக்க மறந்துட்டேன்."

"நீயே கொண்டு போய் கார்லே வைக்க வேண்டியது தானே?" என்றான் குருமூர்த்தி.

ராஜா விருக்கென்று முன்னால் நகர்ந்து, "நா வைக்கறேன், பையைக் குடு" என்று வாங்கிக் கொண்டு தந்தையைப் பார்த்து ஆங்கிலத்தில் சொன்னான்.

"அவளை நீங்கள் வேலைக்காரியாகவே நடத்துவது நியாயமில்லைப்பா"

குருமூர்த்தி இப்பொழுது ஏதும் வாக்குவாதம் செய்ய இஷ்டப்படாமல் கிளம்பினான். அம்மணி ஒரு வேலைக்காரிதான் என்று சொன்னால் ராஜா அதை விரும்பமாட்டான். பெற்ற தாயாகவே அவனும் ராதிகாவும் அவளைப் பாவிக்கிறார்கள் என்று தோன்றிற்று. வெல், அவர்களுடைய சென்டிமெண்டை அவன் மதிக்கத்தான் வேண்டும் என்று அவன் நினைத்துக் கொண்டான்.

அதாவது அவனுக்கு அப்படிப்பட்ட செண்டிமெண்ட் இருக்கிறதோ இல்லையோ, அவர்கள் எதிரில் அவன் அம்மணியுடன் பேசும் விதத்தில் கவனம் செலுத்த வேண்டும்.

காரில் அலுவலகம் செல்லும்போது காரணம் புரியாமல் மனத்தில் சலனம் இருந்தது. அம்மணியிடம் இருக்கும் தன்னுடைய உறவு எப்படிப்பட்டது என்று யோசனை வந்தது. ராஜாவுக்கும் ராதிகாவுக்கும் அவளிடம் ஏற்பட்டிருக்கும் - ஈடுபாடும் பிரியமும் போல தனக்கு ஏற்படுவது ஏன் அசாத்தியமானது என்று அவர்களுக்குப் புரியாது. அம்மணியிடம் அவனுக்குப் பிரியம் இல்லாமல் இல்லை. ஆனால் அது நன்றியுணர்வினால் ஏற்பட்ட பிரியம். அவளுடன் இருக்கும் உறவும் ஒரு சவுகர்ய ஏற்பாடு என்பதற்கு மேல் ஒன்றும் இருக்க முடியாது என்று அவன் தனக்குள் சொல்லிக் கொண்டான். அம்மணி காட்டும் பிரியத்திற்கும் விசுவாசம்தான் காரணம். அதற்குமேல் எதுவும் இருக்க முடியாது. வர்க்க வித்தியாசத்தைப் பற்றித் தெரியாத அளவுக்கு அவள் மக்கில்லை.

அலுவலகம் வந்துவிட்ட அடையாளமாக வண்டி நின்றதும், அவன் திடுக்கிட்டுச் சுயநினைவுக்கு வந்தான். எப்படி இவ்வளவு நேரம் அம்மணியின் நினைவில் ஆழ்ந்தோம் என்று வியப்பாக இருந்தது.

அவன் தன் அறையை அடைந்ததும், அவனுள் சட்டென்று ஒரு பிரகாசம் ஏற்பட்டது. ரூபா கங்குலி 'சிக்' கென்று நேற்றைவிட அழகாய் வந்து உட்கார்ந்திருந்தாள்.

அந்தப் பளீரென்ற அழகைப் பார்த்ததுமே அவனுள் ஒரு பரவசம் ஏற்பட்டது. இளமை புகுந்தது. ராஜாவின் பேச்சும் அம்மணியின் ஞாபகமும் மறந்து போயின.

"குட் மார்னிங்!" என்றாள் ரூபா பளிச்சென்று.

"வெரி குட் மார்னிங்!" என்றான் அவன் பிரசன்னமாக. "நேரப்படி வந்து உட்காருவதற்கே ஐம்பது சதவிதம் மார்க் கொடுப்பேன்."

"வேலைக்கு எத்தனை கிடைக்கும்?" என்றாள் அவள் புன்சிரிப்புடன்.

"தப்பில்லாமல் செய்தால் மிகுதி ஐம்பதும் கொடுக்கத் தயங்க மாட்டேன்!" என்று அவன் சிரித்தான்.

"ஐ வில் ட்ரை மை பெஸ்ட்!" என்று அவள் அடக்கமாகச் சொன்னது அவனுக்குப் பிடித்தது.

அன்றும் அவள் அவன் வேலை சொல்லச் சொல்ல வெகு லாகவமாகவும் துரிதமாகவும் செய்து முடித்தாள்.

"குட்!" என்றான் அவன் திருப்தியுடன். "நேற்று தாமதமாக வீட்டிற்குச் செல்ல நேர்ந்ததில் வீட்டில் யாரும் கவலைப்பட்டு விடவில்லையே?" என்றான் மெல்ல.

"வீடு ஏதும் இல்லை எனக்கு" என்றாள், அவள் தலையைக் குனிந்து கொண்டு. "நான் ஹாஸ்டலில் இருக்கிறேன்."

"ஓ! ஐ ஸீ!" என்றான் அவன் லேசாக. "வீடு கல்கத்தாவில் இருக்கிறதா?"

"பெற்றோர்கள் கல்கத்தாவில் இருக்கிறார்கள். என் கணவன் வீடு இங்குதான் இருக்கிறது. நான் இப்பொழுது அவரிடமிருந்து பிரிந்து வாழ்கிறேன்" என்றாள் அவள் புன்னகை மாறாமல்.

அவன் திடுக்கிட்டான். அவள் சொன்ன விஷயத்தைவிட அதைச் சொன்ன விதம் வியப்பைத் தந்தது. எப்படி ஒரு சந்தோஷ சமாசாரம் சொல்வது போலச் சொல்கிறாள்!

"ஓ, ஐ ஆம் ஸோ சாரி!" என்று அவன் முணுமுணுத்தான்.

அவள் பதிலேதும் சொல்லவில்லை. அவன் தன் சங்கடத்தை மறைத்துக்கொண்டு, "என்னுடன் லஞ்ச் சாப்பிடுங்கள், என்னுடைய காரியரில் சாதாரணமாக இரண்டு ஆளுக்குச் சாப்பாடு இருக்கும்!" என்றான்.

"உங்கள் மனைவிக்கு அத்தனை பிரியமா?" என்று அவள் சிரித்தாள்.

"இல்லை, என் மனைவி என்னுடன் இல்லை. இதைப் பாக் செய்வது என் வேலைக்காரி. தன்னைப் போலவே நானும் சாப்பிடவேண்டும் என்று எதிர்பார்ப்பாள்."

ரூபா கங்குலி அவனை வினோதமாகப் பார்த்தபோது, அவன் சிரித்தான்.

"நம்மிடையே ஒரு ஒற்றுமை பார்த்தியா? நீ உன் புருஷனுடன் இல்லை. என் மனைவி என்னுடன் இல்லை."

இதைச் சொல்லும்போதே ரூபாவுக்கும் தனக்கும் இடையே ஒரு நெருக்கம் வந்து விட்டதை அவன் உணர்ந்தான்.

❋❋❋

அத்தியாயம்

20

தன்னுள் ஏற்பட்டு வரும் மாற்றத்தைக் கண்டு குருமூர்த்திக்கே வியப்பேற்பட்டது. திடீரென்று சுற்றுப்புறம் மிகவும் அழகாகப் புலப்பட்டது. எவரிடமும் கோபம் வராமல் காருண்யம் சுரந்தது. டிரைவர் வராத தினங்களில் தானே வண்டி ஓட்ட நேரிடும்போது, முன்பெல்லாம் பொறுப்பில்லாமல் ஓட்டும் மற்ற ஓட்டுனர்களிடமும், சிக்னலைக் கவனிக்காமல் குறுக்கே நடக்கும் பாதசாரிகளிடமும் அசாத்தியக் கோபம் வரும்; இப்பொழுது அந்த அசட்டுத்தனங்களைப் பொறுமையுடன், சில சமயம் புன்னகையுடனும் கூட சகித்துக் கொள்கிறான், 'பான் பசந்த்' விளம்பரத்தில் வரும் சேட்ஜியைப் போல.

அம்மணியிடம் கொஞ்ச நாட்களாக அவள் பேச்சைக் கேட்கும் போது ஏற்பட்டு வந்த சலிப்பு இப்பொழுது ஏற்படுவதில்லை. உண்மையில் அவளைப் பற்றிய நினைவே அவனுக்கு இருப்பதில்லை. காலையில் சீக்கிரம் வீட்டை விட்டுக் கிளம்பினாலும் இரவு திரும்புவது தாமதமாகி விடுகிறபடியால் அவளிடம் ஏதும் பேசக்கூட அவனுக்கு நேரம் இருப்பதில்லை. வீட்டை நிர்வகிக்க அவன் அவளிடம் கணிசமான தொகையைக் கொடுத்து வந்தான். இப்பொழுது இந்தி நன்றாகப் பேசக் கற்றுக்கொண்டு விட்டதால் கடை கண்ணிக்குப் போவது, காஸுக்கு போன் செய்வது, வேலைக்காரி, மாலி, இஸ்திரி போடுபவன் எல்லாரையும் சமாளிப்பது போன்ற அத்தனை பொறுப்புகளையும்

வெகு லாவகமாக ஏற்றிருந்ததால் முன்பு சியாமளா செய்து வந்த மாதிரி இதெல்லாம் வெகு இயல்பான விஷயம் போல், தான் ஒரு நல்ல எஜமானனாக இருப்பதாலேயே அவள் அத்தனை விசுவாசத்துடன் நடந்து கொள்கிறாள் என்கிற நம்பிக்கையை வளர்த்தவனாய் அவன் தனது உலகத்தில் மூழ்கிப்போனான்.

அவனது உலகத்தில் புதிய சுவாரஸ்யங்கள் புகுந்திருந்தன. அவை அவனை மீண்டும் இளைஞனாக்கியிருந்தன. காதல் உணர்வுகள் புதிதாக மலர்ந்தன. உடையில், தலை சீவலில் அதிகக் கவனம் ஏற்பட்டது. ஆப்டர் ஷேவ் லோஷனுக்கு வெளிநாட்டுச் சரக்கே வேண்டியிருந்தது. அதன் சுகந்தத்தில் அவனுக்கே தன் மீது மையல் ஏற்பட்டது.

அவன் ஏதோ பாட்டை முணுமுணுத்தபடி கண்ணாடியின் எதிரில் நின்று டை கட்டிக் கொண்டிருந்தான். கண்ணாடியில் அம்மணியின் உருவம் அறை வாசலில் தெரிந்தது. அவன் திரும்பிப் பார்த்தான்.

அம்மணியின் முகத்தில் ஒரு மென்மை தெரிந்தது. அதரங்களில் புன்னகை நெளிந்தது. இந்தப் பத்துப் பன்னிரண்டு ஆண்டுகளில் உடம்பு சதைபோட்டு முகத்தில் லேசான மூப்பு தெரிந்தது. முன் நெற்றியில் நரை தெரிந்தது.

“என்ன அம்மணி வேணும்?” என்றான் அவன் எண்ண ஓட்டத்தில் தடை ஏற்பட்ட உணர்வுடன்.

“ஒண்ணும் வேண்டாம். கிளம்பறதுக்கு நேரம் ஆச்சேன்னு பார்க்க வந்தேன்” என்றாள் லேசாக. “ஏதாவது பார்ட்டிக்குப் போகப் போறேளா என்ன?”

“இல்லையே!” என்றான் அவன் - மீண்டும் கண்ணாடியில் முகத்தைப் பார்த்து.

அவள் புன்னகையுடன் சொன்னாள்,

“டிரஸ் அமர்க்களமா இருக்கு!”

அவனுக்குச் சிரிப்பு வந்தது.

"புது ஷர்ட் வாங்கினேன் நேத்து. நல்லாயிருக்கா?"

"அதுதானா?" என்றபடி அவள் சற்றே அருகில் வந்து பார்த்தாள். "ஏ ஒன்னாக்கும்!" என்றாள் சந்தோஷமாக. "உங்களுக்கு ரொம்ப நன்னாயிருக்கு. என் கண்ணே பட்டுடும் போல இருக்கேள்."

அவன் சரேலென்று அவளைத் திரும்பிப் பார்த்தான்.

அவள் கண்களில் கனிவா, பரிவா அல்லது மரியாதை கலந்த விசுவாசமா என்று புரியாத ஒரு பாவம் தெரிந்தது. குழந்தைகளிடம் இவளுக்கு இருக்கும் பாசம்தான் அவனிடம் இத்தனை சுதந்திரத்துடன் பேச வைக்கிறது என்று தோன்றிற்று. அவனுக்கு அது ஒரு விவரம் புரியாத கூச்சத்தை விளைவித்தது.

"தாங்க் யூ. கண்படக்கூடிய வயசில்லே எனக்கு!" என்று சிரித்தான்.

"ஏ சின்னவாளுக்குதான் திருஷ்டிபடும்னு யார் சொன்னா?"

அவன் புன்னகைத்தான் திருப்தியுடன்.

"எனக்கு நாழியாச்சு. கிளம்பணும். டிபன் கட்டி வெச்சாச்சா?"

"ஆச்சு."

"கூடக் கொஞ்சம் வெச்சிருக்கியா?"

"வழக்கம் போல வெச்சிருக்கேன். இன்னும் வைக்கணும்னா வைக்கறேன்."

"வை."

"யார் சாப்பிடறது உங்களோட?"

அவனுக்குத் திடீர் என்று அலுப்பேற்பட்டது.

"உனக்கு எல்லாம் சொல்லியாகணுமா? அகர்வாலுக்கும் ராமமூர்த்திக்குமே நீ அனுப்பற டிபன் பிடிக்கும். எவனாவது வந்து நிப்பான். கொடுக்க வேண்டி வரும்."

"பூ, இம்படத்தானே?" என்று அவள் கன்னங்குழியச் சிரித்தாள். "வேணது வைக்கறேன். தாராளமாகக் கொடுங்கோ. எல்லாரும் சாப்பிட்டா எனக்கு சந்தோஷம் தான்."

அவள் உடனடியாகச் சமையலறைக்கு விரைந்தாள்.

ரூபா கங்குலியைப் பற்றி இதுவரை இவளிடம் சொன்னதில்லை. சொல்ல ஏன் தயக்கமேற்படுகிறது என்று புரியவில்லை. உண்மையில் தினமும் அவனது டிபனை ரூபாதான் பகிர்ந்து கொள்கிறாள். நல்லவேளையாக இந்த அலுவலகத்தில் எண்ணி ஏழெட்டுப் பேர்தான். எல்லாரும் அவரவர் வேலையில் ஆழ்ந்திருப்பதால் யாரும் அவனது அறைக்குள் அமர்ந்து அவன் டிபன் சாப்பிடுவதையும் ரூபாவுக்கும் அதில் பகிர்ந்தளிப்பதையும் கண்டிருக்கமாட்டார்கள். ராமமூர்த்தி வெளிநாடு போயிருந்தான். அகர்வால் சாதாரணமாக வீட்டிற்குச் சாப்பிடச் சென்று விடுவான்.

'இன்றைக்கு என்ன டிபன் அனுப்பியிருக்கிறாள் உங்கள் சமையல்காரி?' என்று கேட்கும் அளவுக்கு ரூபாவுக்கு அவனிடம் நாளா வட்டத்தில் குளிர்விட்டுப் போயிருந்தது.

வெகு ஆச்சரியமான துரிதத்துடன் அவனுக்கும் ரூபாவுக்கும் இடையே நெருக்கம் ஏற்பட்டு வந்தது. அவள் அவனை விடச் சிறியவளானாலும் ரொம்பச் சின்னவள் இல்லை. முப்பது வயது. இளமை குன்றாத, அனுபவமும் உள்ள பாந்தமான வயது. புருஷனுடன் ஒத்துக் கொள்ளவில்லை என்று சொன்னாளே தவிர, என்ன காரணம் என்று சொல்லவில்லை. அவனுக்கும் காரணத்தைத் தெரிந்துகொள்ளும் ஆர்வம் இல்லை.

அவளது இந்த நிலைதான் அவள்பால் தன்னை ஈர்க்கிறது என்று தோன்றிற்று. இந்த ஈர்ப்பின் பரிமாணங்கள் எப்படிப்பட்டவையாக உருவெடுக்கும் என்று நினைத்துப் பார்க்க அவன் தயங்கினான். ஒன்று மட்டும் நிச்சயம். அவனிடம் அவள் ஆர்வத்துடனும் உற்சாகத்துடனும் பழகினாள். அவனைக் கண்டதும், பிரகாசமாக முகம் மலர்த்தினாள். அவன் திருமணமானவன் என்று அவளுக்குத் தெரியாமலில்லை.

முக்கியமாக மனைவியை விட்டுப் பிரிந்திருப்பவன் என்று தெரியும். வளர்ந்த மூன்று குழந்தைகள் இருப்பதையும் அவன் அவளிடமிருந்து ஒளிக்கவில்லை. அப்படியும் அவள் அவனிடம் சுவாரஸ்யம் காண்பித்தது அவனுடைய ஈகோவுக்குப் பெருமை தந்தது.

ஒரு அழகிய நாகரீக மங்கையின் கண்களில் நான் இன்னும் கவர்ச்சியாக இருக்கிறேன் என்கிற நினைப்பு மிகுந்த தன்னம்பிக்கையை அளித்தது. அடிக்கடி சியாமளாவிடம் மானசீகமாகச் சொல்லிக் கொண்டான் - 'நீ என்னை வெறுத்து ஓடினதினாலே எனக்கு ஒண்ணும் குறைஞ்சு போயிடல்லே. உன்னை விட அழகான இளமையான பெண்கள் என்னுடைய சினேகிதத்துக்காகக் காத்திருக்காங்க. எங்கிட்ட மரியாதையா அன்பா இருக்கிற நவநாகரீக சினேகிதியோடு நானும் உன்னைப்போல கர்வமா பெரிய ஓட்டல் விருந்திலே கலந்துக்க முடியும்.'

இந்த மானசீக டயலாக் நாளா வட்டத்தில் அவனது எண்ணத்தை முழுமையாக ஆட்கொண்டது. ரூபா கங்குலியின் எதிரில் அமர்ந்திருக்கும்போது ஜ்வாலையாய்த் தகித்தது. தனக்கு அவள் மேல் ஏற்பட்டிருக்கும் ஈடுபாடு போல அவளுக்கும் நிச்சயம் தன் மேல் ஏற்பட்டிருக்கும் என்று அவன் நினைத்துக் கொண்டான். அந்தச் சிரிப்புக்கும் கண்ணில் பளிச்சிடும் ஆர்வத்துக்கும் வேறு அர்த்தம் இருக்க முடியாது. அடிக்கடி அவனுக்கு ஞாபகப்படுத்துவது போல், வளர்ந்த மூன்று குழந்தைகள் இருந்தாலும் அவன் இன்னும் இளமையுடன் இருந்தான் - அவள் பாஷையில் 'திருஷ்டிபடற மாதிரி', நண்பர்களும் சொல்வார்கள், அவனுடைய தோற்றத்தைப் பற்றி. சியாமளாவுக்குதான் அலுப்பேற்பட்டுப் போயிற்று. உங்களை நான் இப்பொழுது காதலிக்கவில்லை! - சாட்டையடி போன்ற அந்த வார்த்தைகள் ஆண்மையைத் தாக்கி அவமானத்தை ஏற்படுத்திற்று. 'நான் வேறு ஒருத்தரைக் காதலிக்கிறேன்!' என்ற அவளது வெளிப்படையான நிராகரிப்பு பெரிய

ரணத்தை ஏற்படுத்தி அவனை நிலை குலைய வைத்திருந்தது. அதனாலேயே தனது வர்க்கத்தைச் சேர்ந்த எந்த யுவதியுடனும் பழகத் தைரியமில்லாமல், இரவின் இருளில் அவனுடைய பணிப் பெண்ணின் அணைப்பை நாடிச் சென்றிருக்க வேண்டும்.

அலுவலகத்து வாசலில் வண்டி நின்றதும் டிரைவர் சொன்னான்.

"எனக்கு இன்னிக்கு அரை நாள் லீவு தரணும், சார். நான் என் மனைவியை டாக்டர்கிட்ட அழைச்சிட்டுப் போகணும்."

"என்ன உன் வைஃப்புக்கு?"

"வயிற்றிலே ஏதோ கட்டி இருக்கிற மாதிரி இருக்கு, சார்."

"கட்டியா?" என்றான் குருமூர்த்தி - துரிதமாக வேறு ஏதோ யோசனை செய்தபடி. "அப்படின்னா அலட்சியம் செய்யக்கூடாது. உடனடியா கவனிக்கணும். டாக்டர்கிட்ட கூட்டிக்கிட்டுப் போ. கார் ஓட்டறது எனக்கு ஒண்ணும் தொந்தரவு இல்லே."

"அச்சா சார், தாங்க்யூ சார்!" என்றான் டிரைவர் நன்றியுடன்.

அலுவலகத்திற்குள் நுழைவதற்குள் குருமூர்த்தியின் மூளையில் ஓராயிரம் திட்டங்கள் வடிவம் பெற்றன. அடிவயிற்றில் கிளுகிளுப்பை ஏற்படுத்தின.

அவனைக் கண்டதும் வழக்கம்போல் ரூபா அழகாகச் சிரித்தாள். அவன் மனதில் பிரவாகமாகக் கற்பனை பெருகிற்று. அவள் டிக்டேஷன் எடுக்க வந்தபோது, "யூ லுக் ப்யூட்டிஃபுல்!" என்றான். அவள் கையில்லாத ரவிக்கை அணிந்திருந்தாள். இன்று அதிகக் கவர்ச்சியுடன் தெரிந்தாள். அந்த தந்தம் போன்ற கைகளை வருட வேண்டும் போல் அவனுள் ஒரு உத்வேகம் எழுந்தது.

ஒரு புதிய கூச்சத்துடன் அவள் தலைப்பால் தோளைப் போர்த்தி, 'தாங்க் யூ!' என்றாள்.

அவள் மேல் அவனுக்கு ஏற்பட்டுப் போன மையல் போதையாய் அன்று அவனை அலைக்கழித்தது. வெகு

சிரமப்பட்டுத் தன்னைக் கட்டுப்படுத்திக் கொண்டு வேலையில் மனசைச் செலுத்த முயன்றான்.

இப்படிப்பட்ட அனுபவம் அவனுக்கு நூதனமானது. விசித்திரமான அவஸ்தையை உண்டாக்கிற்று. திருமணமான புதிதில் சியாமளாவிடம் அப்படிப்பட்ட மோகம் அவனுக்கிருந்தது. பிறகு வேலை மும்முரத்தில் மெல்ல மெல்லக் குறைந்து போயிற்று. இப்பொழுது விவரிக்க முடியாத ஒரு தாபம் அவனைத் தகித்தது; வேலையில் புத்தி செலுத்த முடியாத வகையில் துன்புறுத்துவது அவனுக்குக் கவலையை அளித்தது. இதற்கு வடிகால் கிடைக்காவிட்டால் பித்தே பிடித்துவிடும் போல் தோன்றிற்று. ரூபாவிடம் இன்று நிச்சயமாகத் தன் எண்ணத்தைத் தெரிவிக்க வேண்டும் என்று அவன் முடிவுக்கு வந்தான். மதிய உணவு வேளையின்போது அவளிடம் சூசகமாகப் பேச வேண்டும் என்று நினைத்திருந்தான். அது முடியாதபடிக்கு ஒரு பிசினஸ் லஞ்சுக்கு அவன் போக வேண்டியிருந்ததை ரூபா அவனுக்கு ஞாபகப்படுத்தினாள்.

“ஓ, மறந்தே போயிற்று அதைப் பற்றி” என்று அவன் கீழ் உதட்டைக் கடித்தான். “அம்மணிக்குச் சொல்ல மறந்து போனேன்.”

“யாரது? சமையல்காரியா?” என்றாள் அவள் ஆர்வத்துடன்.

“என்னுடைய ஹவுஸ் கீப்பர்! வெறும் சமையல்காரி இல்லை” என்றான் அவன் தன்னை அறியாமல் உணர்ச்சிவசப்பட்டு. “பதினைஞ்சு வருஷங்களுக்கு மேலாக என் குடும்பத்தைப் பார்த்துக் கொண்டு வருகிறாள்.”

“வயதான அம்மாளா?”

“இல்லை, நாற்பது வயசிருக்கும்.” அவள் சற்று நேரம் பேசாமலிருந்தாள். “டிபனைப் பத்தி கவலைப்படாதீர்கள். வீணாய்ப் போகாது. நான் சாப்பிடுவேன்” என்று சிரித்தாள்.

“குட்! ஆனால் மொத்தத்தையும் சாப்பிட்டாயானால் குண்டாகிவிடுவாய்” என்று பரிகாசம் செய்துவிட்டு, அவன் கிளம்பினான். அவன் திரும்பி வந்தபோது, “உங்க டிபனெல்லாம்

காலி!" என்று அவள் சிரித்தாள். "ரொம்ப நன்றாக இருந்தது. ராத்திரியும் சாப்பிடலாம் என்று பாக் பண்ணி வைத்துக்கொண்டு விட்டேன். ஹாஸ்டல் சாப்பாடு எனக்கு அலுத்துப் போச்சு."

அவன் குறுகுறுப்புடன் அவளைப் பார்த்தான். "அந்த அலுப்பைத் தீர்க்க நான் ஒரு வழி சொல்ல முடியும்" என்றான்.

"சாயந்திரம் சொல்றேன். வேலை முடிஞ்சதும் நாம ரெண்டு பேரும் இந்தியா கேட்டுக்குப் போகலாம். வர்றியா?"

அவள் லேசான தயக்கத்துடன் "சரி" என்றாள். இந்தியா கேட் போனதும் அவனுக்குச் சட்டென்று பேச வரவில்லை. கடைசியில் அவள்தான் பேசினாள்.

"எனக்கு அம்மணியைப் பற்றி விவரமாகச் சொல்லுங்கள்" என்றாள்.

✲ ✲ ✲

அத்தியாயம்

21

மனோகரமாக இருந்தது, இந்தியா கேட்டைச் சுற்றிப் படர்ந்திருந்த மாலைப் பொழுது. காதலர்கள், தம்பதிகள், வயதானவர்கள் எல்லாருமே அந்தத் தருணத்து உல்லாசத்தில் ஒன்றிப் போனவர்கள் போல இருந்தார்கள். சுற்றுப்புறத்து மனோகரம் குருமூர்த்தியையும் ஆட்கொள்ள ஆரம்பித்த நேரம் அது. சற்றுத் தொலைவில் மல்லிப்பூ சரம் சரமாய்க் கோத்து கையில் வைத்து ஆட்டியபடி நின்றிருந்த பூக்காரனிடம் மல்லிகைச் சரம் ஒன்றை வாங்கி ரூபா கங்குலியிடம் கொடுக்க வேண்டும் என்ற ஆசை அவன் மனத்தில் துளிர்விட்ட நேரம். மல்லிகையை அடுத்து ஒரு குவாலிடி ஐஸ்க்ரீம்.

'ஐஸ்க்ரீமைப் போலவே நீ ஜில்லுன்னும் இருக்கே, இனிமையாகவும் இருக்கே!' என்கிற சரசம் தோய்ந்த டயலாக் கற்பனையில் உதித்த நேரம். எதை முதலில் சொல்வது என்று அவன் சிறிய யோசனையில் இருக்கும் போதுதான், அவன் சற்றும் எதிர்பார்க்காத வார்த்தைகளை ரூபா கங்குலி சொன்னாள்.

"எனக்கு அம்மணியைப் பற்றி விவரமாகச் சொல்லுங்கள்..."

சட்டென்று அந்த வாக்கியம் அபத்தமாகப்பட்டது. உள்ளுக்குள் மெல்லிய ஏமாற்றம் பரவியது. அவள் வார்த்தைகள் காதில் விழாதவன் போல,

"சாரி!" என்றான்.

"அந்த அம்மணியைப் பத்தி எனக்குத் தெரியணும்" என்றாள் ரூபா, லேசான புன்னகையுடன்.

"அவளைப் பத்தி என்ன?" என்று அவன் நிறுத்தினான். அவள் பதில் சொல்லாமல் புன்னகையுடன் அவனைப் பார்த்தாள்.

"நாதான் சொல்லியிருக்கேனே!" என்றான் அவன். "வீட்டையும் குழந்தைகளையும் சொந்த மனுஷியாட்டம் பார்த்துகிட்டு வரவ. பதினைஞ்சு வருஷமா அவ இல்லேன்னா நா திண்டாடிப் போயிருப்பேன்."

"வயசானவங்களா?" இவள் ஏற்கெனவே முன்பு ஒரு முறை இந்தக் கேள்வியைக் கேட்டதாக அவனுக்கு ஞாபகம். மிக மெலிதாக எழும்பிய எரிச்சலை அடக்கிக் கொண்டு அவன் பொறுமையாகப் பதில் சொன்னான்.

"ரொம்ப வயசில்லே. இப்ப நாப்பத்திரண்டு வயசிருக்கலாம்."

அவள் பதில் ஏதும் சொல்லாமல் தலையை மட்டும் ஆட்டியபடி எங்கோ தொலைவைப் பார்த்தாள். மனத்துள் ஏதோ அவசரக் கணக்குப் போடுபவள் போல. அவன் சங்கடத்துடன், ரோஜா நிறத்துடன் கூடிய வெளுப்பான அவளுடைய பின் கழுத்தைப் பார்த்தான். அவளுடைய பின்னலில் மல்லிகைச் சரம் வைத்தால் எப்படியிருக்கும் என்கிற நினைப்புடன் அம்மணியைப் பற்றின பேச்சுக்கு ஒரு முற்றுப்புள்ளி வைக்க வேண்டும் என்கிற அவசர எண்ணத்துடன் அவன் எழுந்தான்.

"இதோ ஒரு நிமிஷம்" என்று முணுமுணுத்தபடி மல்லிப்பூச் சரங்களை ஒரு கழியில் தொங்கவிட்டு நின்றிருந்த ஒரு பூக்காரனிடம் சென்றான். அவன் சொன்ன விலையைக் கொடுத்து இரண்டு சரங்களை வாங்கி வந்தான். அவள் அவன் அகன்றதைக் கூடக் கவனிக்காதவள் போல எங்கோ பார்த்தபடி உட்கார்ந்திருந்தாள். அவன் லேசான புன்னகையுடன் மல்லிச்சரங்களை அவளுடைய கண்களுக்கு நேராகப் பிடித்து ஆட்டினான். அவள் திடுக்கிட்டு அவனை நிமிர்ந்து பார்த்தாள்.

"என்னது?" என்று பூவைப் பார்த்துச் சிரித்தாள்.

அவனைச் சட்டென்று ஒரு கூச்சம் ஆட்கொண்டது.

"இந்தா" என்று நீட்டினான். "உன் பின்னலுக்குப் பூ வெச்சுகிட்டா நன்றாக இருக்கும்."

அவள் முகத்தில் ஒரு பிரகாசம் தென்பட்டது. நினைவிலிருந்து அம்மணி பின்னால் நகர்ந்து கொண்டது போலத் தோன்றிற்று.

"பூ வெச்சு எனக்குப் பழக்கமில்லே, தாங்க் யூ!" என்று அவள் அதை வாங்கிக் கொண்டு தலையில் நாசூக்காக வைத்தாள். கழுத்தில் இரண்டு பக்கமும் விட்டாள்.

"ரொம்ப அழகாயிருக்கு உனக்கு" என்றான் பரவசத்தோடு.

அவள் பதில் சொல்லாமல் புன்னகைத்தாள்.

"கல்யாணமானவளா அவள்?" என்றாள்.

"யார்?" என்றான் அவன் புரியாமல், தனக்குப் பின்னால் யாராவது நிற்கிறார்களா என்று திரும்பிப் பார்த்தான். - "அந்த அம்மணியைப் பத்திக் கேக்கறேன்" என்று அவள் சிரித்தாள்.

அவன் தலையில் அடித்துக் கொண்டான். "நீ இப்ப அம்மணியைப் பத்தியே பேசிப் பொழுதை ஓட்டப் போறியா?"

"ஏன் அவளைப் பத்திப் பேச உங்களுக்கு இஷ்டமில்லையா?"

"இல்லே" என்றான் அவன் தீர்மானமாக. "ஒரு வேலைக்காரியைப் பத்திப் பேச என்ன இருக்கு? எதுக்காக அவளைப் பத்தி இப்பப் பேசணும்? வேறு விஷயம் கிடைக்கலையா உனக்கு? காட்! ஒரு அழகான பெண்ணோட இந்தியா கேட்லே இருக்கிற சமயத்திலே எந்த மடையனும் இப்படிப்பட்ட கேள்விகளுக்குப் பொறுமையா பதில் சொல்லமாட்டான்."

அவள் சற்று நேரத்துக்கு ஒன்றும் சொல்லாமல் அமர்ந்திருந்தாள். இத்தனை கெட்டிக்கார நாகரிக யுவதிக்கு வேறு எந்தப் பேச்சும் பேசத் தோன்றாதது ஆச்சரியமாக இருந்தது அவனுக்கு. அவன் கற்பனை செய்திருந்ததற்கு நேர் மாறான

திருப்பத்தில் பேச்சு திரும்பிப் போனது ஏமாற்றமாக இருந்தது. அதற்குக் காரணம் இவள்தான் என்று எரிச்சல் வந்தது.

"கமான், இப்படியே கொஞ்சதூரம் நடக்கலாம்" என்று அவன் அவள் பக்கம் கையை நீட்டினான். கீழே உட்கார்ந்திருந்த அவள் அவன் கரத்தைப் பிடிப்பதா வேண்டாமா என்று யோசிப்பவள் போல் ஒரு வினாடி தயங்கினாள். பிறகு தானாகவே எழுந்தாள்.

"சாரி, அம்மணி ஒரு சுவாரஸ்யமான காரக்டர்னு தோணினதாலே அவளைப் பத்திக் கேட்டேன்" என்றாள் அவள்.

நம் பேச்சே இவளுக்குக் காதில் விழவில்லை என்று அவன் நினைத்துக் கொண்டான்.

"நல்ல வேலைக்காரங்க கிடைக்கறதே அபூர்வமாகிப் போன இந்தக் காலத்திலே அப்படி ஒருத்தர் இருக்கிறது ஆச்சரியம் என்கிறதைத் தவிர விசேஷமா அவளைப் பத்திச் சொல்ல ஒண்ணுமில்லே."

"என்னை ஒரு நாளைக்கு வீட்டுக்கு அழைச்சிக்கிட்டுப் போங்க. நா அவளைப் பார்க்கணும்."

எதிரே நாலைந்து சிறுவர்கள் பந்தை எறிந்து விளையாடிக் கொண்டிருந்தார்கள். பந்தை எற்றியபடி ஒரு பையன் பின்னால் நகர்ந்ததில் ரூபாவின் மேல் மோதிக் கொண்டான். தடுமாற்றத்துடன் குருமூர்த்தியின் தோளைப் பிடித்துக் கொண்டாள் ரூபா. அவன் ஆதரவாக அவளுடைய இடுப்பைப் பற்றினான்.

"சாரி, ஆன்ட்டி! சாரி, அங்கிள்!" என்றது அந்தப் பிள்ளை. "பார்த்து விளையாடுங்க" என்று குருமூர்த்தி பொதுவான ஒரு அதட்டல் போட்டு ரூபாவின் இடையைப் பற்றியபடியே நடந்தான். அந்தச் சிறுவர்கள் அவர்களைக் கணவன் மனைவி என்று நினைத்த மாதிரி அவனுக்குத் தோன்றிற்று. அந்த எண்ணம் அவனுள் ஒரு சந்தோஷத்தையும் பெருமிதத்தையும் ஏற்படுத்திற்று. அவன் கையை அவளும் விலக்காதது அவனுக்குச் சற்றுத் தைரியத்தை அளித்தது.

அவள் விட்ட இடத்திலிருந்து தொடர்பவன் போல் அவன் மென்மையாகச் சொன்னான்.

“நிச்சயம் ஒரு நாளைக்கு அழைச்சிட்டுப் போகத்தான் போறேன். அம்மணியை நீ பார்க்கறதைவிட என் குழந்தைகளை முக்கியமாப் பார்க்கணும். ஆனா அவங்க குழந்தைங்க இல்லே. தங்களைத் தாங்களே கவனிச்சுக்கக் கூடிய வயசு. பெரியவ ராதிகாவுக்குக் கல்யாணம் ஆயிட்டது. பையன் ராஜா அமெரிக்காவுக்குக் கிளம்பப் போறான். சின்னவ சுமதிதான் கொஞ்சம் பிராப்ளம். அம்மணியோட எப்பவும் சண்டை. அதனாலே அவளை ஹாஸ்டல்லே சேர்த்துடுவேன். கூடிய சீக்கிரம் நா ஒண்டி ஆளாப் போயிருவேன்.”

அவன் சுய பச்சாதாபத்தில் கரைந்து மெல்லிய பெருமூச்சுடன் தொலைவைப் பார்த்தான்.

“அம்மணி?” என்றாள் ரூபா அபஸ்வரமாக, அவ இருக்க மாட்டாளா?”

“ஆ, அவ இருப்பா சமைச்சுப் போட. வீட்டைப் பாத்துக்க. எனக்குத் தோழமைக்கு யாரும் இருக்கப் போறதில்லே. எனக்கு இப்ப நாப்பத்தி அஞ்சு வயசு. அது கிழ வயசு இல்லேன்னு நினைக்கிறேன்.”

அவன் ஒரு எதிர்பார்ப்புடன், லேசான புன்னகையுடன் அவள் பக்கம் திரும்பினான். அவள் தீவிரமாகத் தொலைவில் பார்வையைப் பதித்திருந்தாள்.

“நீ என்ன நினைக்கிறே?” என்றான் அவன். “கிழவன்னு நினைக்கிறியா?”

“கண்டிப்பா இல்லே” என்றாள்.

அவன் பக்கம் திரும்பிய அவள் முகத்தில் ஒரு புதிய மென்மை தெரிந்தது. குரல் கூட மிருதுவாகப் பட்டது.

அவன் சட்டென்று உணர்ச்சி வசப்பட்டான். தனிமை உணர்வு உச்ச கட்டத்தை எட்டி விட்டது போன்ற ஒரு தவிப்பை அனுபவித்தான்.

“எனக்குத் தோழமை வேணும், ரூபா!” என்றான் தாபத்துடன். “இப்பத்தான் எனக்கு ஒரு கம்பானியன் வேணும் போல இருக்கு. கொஞ்ச நாளா ஏக்கமா வளர்ந்து வருது.”

ரூபா பதிலே பேசாமல் தன்னுள் ஆழ்ந்த யோசனையுடன் நடந்து கொண்டிருந்தாள்.

உணர்ச்சி வசப்பட்ட நிலையிலேயே அவன் கேட்டான், மெல்லிய, கிட்டத்தட்ட தழுதழுத்த குரலில்.

“இந்த என்னுடைய ஆசை விபரீதமானதுன்னு நினைக்கிறியா, ரூபா?”

ரூபா சரேலென்று திரும்பினாள். “ஓ நோ, நாட் அட் ஆல்!” என்றாள். “என்னைக் கேட்டீங்கன்னா வாழ்க்கையே நாப்பதுக்கு மேலதான் தொடங்குதுன்னு சொல்வேன்.”

“ஆ, குட்!” என்றான் அவன் பரவசமாக. “நீ புரிஞ்சுப்பேன்னு எனக்குத் தெரியும். ஆனா, இப்பக் கொஞ்சநாளா எனக்குள்ள ஒரு ஆசை உருவாகியிருக்கு. அது ஒரு தீ மாதிரி என்னையே உருக்கிடும் போல இருக்கு. அந்த ஆசை விபரீதமானதுன்னு நீ ஒருவேளை நினைக்கலாம்.”

“நீங்க பேசறதே எனக்குப் புரியல்லே” என்றாள் அவள் லேசாக.

அவன் சட்டென்று நின்றான். அவளுடைய கையை மெல்லப் பற்றினான். காது மடல்களும் பின் கழுத்தும் சூடேற, முகம் சிவக்க, தடுமாறியபடி சொன்னான்:

“நீ எனக்கு அந்தத் தோழமையைக் கொடுக்கணும்னு ஆசைப்படறேன், ரூபா. நீ எனக்கு மனைவியாகணும்னு விரும்பறேன்.”

அவள் முகத்தில் பரபரப்பான மாறுதல் - ஏதும் தெரியவில்லை. ஆனால் மெல்லத் தன் கைகளை விடுவித்துக் கொண்டாள். தன்னை அவன் அவமானப்படுத்தி விட்டதாக அவள் நினைக்கிறாளோ என்று அவனுக்குக் கவலையேற்பட்டது.

“தயவு செய்து நா உன்னை இன்சல்ட் செய்யறதா நீ நினைக்கக் கூடாது. உனக்கும் இஷ்டமிருந்தா சரி. இல்லேன்னா அதைப் பத்தி மறுபடி பேச மாட்டேன்” என்றான் அவன் அவசரமாக.

“உன்னைப் பார்த்ததிலேந்து உன் அழகு மட்டும் என்னை வசீகரிச்சுதுன்னு சொல்ல மாட்டேன். உன்னுடைய புத்திசாலித்தனம்தான் என்னை அதிகமா கவர்ந்தது. இந்த என் விருப்பம் உனக்கு அருவருப்பா இருந்தா சொல்லிடு. இல்லேன்னா அவசரமில்லே, நிதானமா யோசிச்சுச் சொல்லு.”

அவன் படபடத்த மனத்தோடு அவளையே பார்த்தான். அதைக் கவனியாமல் அவள் தன்னுள் மூழ்கிய யோசனையுடன் நடந்தாள்.

அவளது மவுனம் அவனுடைய தவிப்பை அதிகரித்தது.

“மூணு வளர்ந்த குழந்தைகள் இருக்கிறவன் இப்படிப் பேசறது உனக்கு அபத்தமாபடுதோ என்னவோ.”

“அதெல்லாம் இல்லே” என்றாள் ரூபா, அவனைப் பார்த்து லேசாகப் புன்னகைத்தபடி. “ஆனா இத்தனை வருஷமா ஏற்படாத எண்ணம் இப்ப ஏன் வந்தது?”

“ஓ, அது ரொம்ப சிம்பிள்” என்றான் அவன் சற்று நிம்மதியுடன். “நீ இப்பத்தான் என் பார்வையிலே பட்டே!” என்றான் கவர்ச்சியாகப் புன்னகைத்தபடி. “இத்தனை நாள் குழந்தைகளை ஆளாக்கற பொறுப்பு இருந்தது. இப்ப பொறுப்பு முடிஞ்சதும் ஒரு நிரந்தரத் தோழமை என்கிறது அவசியம்னு தெரிஞ்சுது. உனக்கு இஷ்டமில்லேன்னா நா அதைப் பத்தியே மறந்துடுவேன். உனக்கும் எனக்கும் நிறைய வயசு வித்தியாசம் இருக்கும்.”

“எனக்கும் வயசு முப்பத்திரெண்டு” என்றாள், அவள் பட்டுக்கொள்ளாத குரலில்.

“அப்ப என்ன சொல்றே? சம்மதமா?” என்றான், இவன் திடீர் உற்சாகத்துடன்.

அவள் நேரடியாகப் பதில் சொல்லாமல், "எனக்கு யோசிக்க அவகாசம் வேணும்" என்றாள். "முதல்லே எனக்கு உங்க குடும்பத்தைப் பார்க்கணும். உங்க வீட்டுக்கு அழைச்சிட்டுப் போங்க."

"ஓ, அதுக்கென்ன, அழைச்சிட்டுப் போறேன் ஒரு நாளைக்கு" என்றான் அவன் சுறுசுறுப்பாக.

"இன்னிக்கே போகலாமே!"

அவளுடைய குரலில் பிடிவாதம் தொனித்தது. அவனுக்கு அது விசித்திரமாக இருந்தது.

"இன்னிக்கேவா?" என்றான் அவன் தயக்கத்துடன்.

"ஏன், போகக் கூடாதா?" என்றாள். அவள் - குழந்தையைப் போல.

"திடீர்னு உன்னை அழைச்சிட்டுப் போனா அவங்களுக்கு எப்படியிருக்கும்?"

"ஏன், அதிலே என்ன?" என்றாள் அவள். "எங்க ஆபீஸ்லே வேலை செய்யறான்னுதானே சொல்லப் போறீங்க!"

"அது சரி" என்றான் அவன் யோசனையுடன். திடும்மென்று இவளை அழைத்துப் போனால் ராஜாவுக்கும், சுமதிக்கும் எப்படியிருக்கும்? இதுவரை எந்த இளம் பெண்ணையும் அவன் வீட்டிற்கு அழைத்துச் சென்றதில்லை. அம்மணியையும், ராஜாவையும் ரூபா பார்க்காமல் இருப்பதே நல்லது. கொஞ்ச நாட்களில் ராஜா அமெரிக்கா கிளம்பிப் போய்விடுவான். அவன் சென்றபிறகு விஷயத்தை அவனுக்கு இரண்டு வரிகளில் எழுதி விடலாம். அம்மணியை இவள் எதற்குப் பார்க்க வேண்டும்? அவள் ஏதாவது கிராமியமாக அசட்டுப் பிசட்டென்று பேச, ஒரு சமையல்காரி என்ன இப்படிப் பேசுகிறாள் என்று இவள் சந்தேகப்பட...

"இதப்பார், உனக்கு என் குழந்தைகளைப் பார்க்கணும்னா ஒரு நாளைக்கு ஓட்டலுக்குச் சாப்பிடப் போகலாம், அவங்களோட. வீட்டுக்குப் போக வேண்டாம்."

“ஓட்டலுக்கெல்லாம் நா வரல்லே” என்றாள் அவள் தீர்மானமாக. “வீட்டுக்கு அழைச்சிட்டுப் போக ஏன் தயங்கறீங்க?”

“தயக்கம் ஒண்ணும் இல்லே” என்றான், அவன் - ரோசத்துடன். “சரி, வா, போகலாம்.”

அவள் உற்சாகமாக அவனுடன் நடந்தாள். அவனுக்குத் திடீரென்று தன்னம்பிக்கை தளர்ந்து போயிற்று.

அவனது தோளுக்கு மேல் உயர்ந்திருக்கும் ராஜாவைப் பார்த்து இவள் கலவரமடையமாட்டாளா? சுமதி வழக்கம் போல அம்மணியுடன் சண்டை பிடித்திருந்தால் உர்ரென்று முகத்தை வைத்திருப்பாள். யார் வந்திருக்கிறார்கள் என்றுகூட யோசிக்காமல் அவனிடம் புகார் சொல்லலாம்.

‘இன்னிக்கு வேண்டாம் இன்னொரு நாளைக்குப் போகலாம்’ என்று தீர்மானமாகச் சொல்லத் தோன்றாமல் அவன் யோசனையுடன் ஓட்டினான்.

“நா அம்மணியைப் பார்க்க வர்றது உங்களுக்குப் பிடிக்கல்லேன்னு நினைக்கறேன்” என்றாள் ரூபா மெல்ல.

அவன் திடுக்கிட்டான். ஆனால் அதுதான் உண்மை என்கிற உணர்வு அவனுக்குத் திடீரென்று ஏற்பட்டது.

✵ ✵ ✵

அத்தியாயம் 22

குருமூர்த்தி சட்டென்று சமாளித்துக் கொண்டான்.

"ஸ்டுப்பிட்!" என்று பெரிதாக(செயற்கையாக)ச் சிரித்தான். "நீ அம்மணியைப் பார்க்க வர்றதைப் பத்தி எனக்கென்ன? அவ பேசறதுகூட உனக்குப் புரியாது. அவளுக்கு இங்கிலீஷ் தெரியாது. அரைகுறை இந்தியும், கேரளக் கிராமத்து பிராம்மணத் தமிழும்தான் தெரியும். அவ இங்க வந்து பத்து வருஷத்துக்கு மேல ஆனாலும் அவ பேச்சு மாறல்லே."

"அவளுக்குச் சொந்தக்காரங்க யாரும் இல்லையா?"

"இல்லேன்னு நினைக்கறேன். இதுவரை அவ ஊருக்குப் போகணும்னு சொன்னதில்லே."

இப்பொழுது அதைப்பற்றி நினைக்கையில் ஆச்சரியமாக இருந்தது. அம்மணியைப் பற்றி அவனுக்கு உண்மையில் ஒன்றும் தெரியாது. தெரிந்துகொள்ள வேண்டும் என்று ஆர்வமும் ஏற்பட்டதில்லை. 'கல்யாணம் ஆயிருக்கு, பேருக்கு!' என்று ஒருநாள் சுருக்கமாகச் சொன்னதோடு சரி. பிறகு அவன் அதைப் பற்றி எதுவும் கேட்டதில்லை, அவள் சியாமளாவைப் பற்றி எதுவும் கேட்காத மாதிரி. எஜமானன் வேலைக்காரி என்கிற உறவை மிகக் கவனமாக அவன் அனுசரித்தது காரணமாக இருக்க வேண்டும் என்று நினைத்துக் கொண்டான். இப்படி எச்சரிக்கையாக இருந்தது ரொம்பவும் புத்திசாலித்தனம் என்கிற

திருப்தியுடன் அவன் ரூபாவின் பக்கம் திரும்பி உல்லாசமாகச் சிரித்தபடி கேட்டான்,

"ஒரு வேலைக்கார பொம்பளையைப் பத்தி இத்தனை துருவித் துருவிக் கேட்கறியே, நீ என்ன பாட்டாளி மக்கள் கட்சியா?"

பிறகு அவளுக்குத் தனது ஹாஸ்யம் புரியாமல் போகலாம் என்று அதை விளக்கினான். அவள் பதிலேதும் சொல்லாமல் மவுனமாகப் புன்னகைத்தாள்.

"உங்களுக்கு என்னை உங்க வீட்டுக்கு அழைத்துக் கொண்டு போக எதனாலே தயக்கம்னு யோசிக்கிறேன்" என்றாள் அவள் சற்று நேரம் பொறுத்து.

"தயக்கம்தான். ஒத்துக்கறேன்" என்றான் அவன் படபடவென்று. "வீட்டை ஒழுங்கா வெச்சிருக்காங்களோ இல்லையோ. திடீர்னு உன்னை அழைச்சிட்டுப் போய் நின்னா வளர்ந்த குழந்தைங்களையும், வீடு இருக்கிற அலங்கோலத்தையும் கண்டு உனக்குக் கலவரமேற்படலாம்."

"உங்களுக்கு வளர்ந்த குழந்தைகள் இருக்காங்கங்கறது எனக்குத் தெரியுமே."

"இருந்தாலும் நேரிலே பார்க்கும்போது உனக்குப் பிரமிப்பேற்படும். எதிரான முடிவு எடுக்கத் தோணும்."

அவள் வியப்புடன் அவனைப் பார்த்தாள். "பின்னே என்ன செய்யணுங்கிறீங்க? உங்க வீட்டையும் உங்க குழந்தைகளையும் பார்க்காமலே நா முடிவுக்கு வருவேன்னு எதிர்பார்க்கிறீங்களா?"

"நோ, நோ. அப்படியில்லே. உன் முடிவுக்கு அதெல்லாம் முக்கியமில்லேன்னு நா நினைச்சேன். சுமதியைத் தவிர கிட்டத்தட்ட எல்லாப் பொறுப்பும் முடிஞ்சு போச்சு. ராஜா இனிமேல் தன் வாழ்க்கையைக் கவனிச்சுப்பான். சுமதி ஹாஸ்டலுக்குப் போயிடுவா. நா யோக்கியமானவனா அயோக்கியமானவனான்னுதான் நீ கவலைப்படணும். அதை இத்தனை நாள் பழக்கத்திலே நீ தெரிஞ்சிண்டிருப்பியே?"

“ஆபீசு வேற உலகம், வீடு வேற உலகம் மிஸ்டர் குருமூர்த்தி!” என்றாள் அவள் லேசாக. “சாரி, நீங்க என்னைத் தப்பா நினைக்கக் கூடாது.”

“இட் இஸ் ஓகே. ஆனா வீட்டிலே நா நிச்சயம் வில்லன் இல்லே” என்றான் அவன் திடமாக.

அவள் பதில் ஏதும் பேசாமல் மவுனமாக இருந்தது அவனுக்குக் கவலையை அளித்தது. வயசு வித்தியாசத்தைப் பற்றி யோசனையில்லை என்கிறாள். (மறைமுகமாக.) வளர்ந்த குழந்தைகள் இருப்பதும் அவளுடைய முடிவுக்குத் தடங்கலாக இருக்காது என்று அவளுடைய பேச்சிலிருந்து அவன் புரிந்து கொண்டிருந்தான்தான். அவனை அவளுக்குப் பிடிக்காமல் இல்லை என்பதும் அவனுடைய உள்ளுணர்வுக்குத் தெரியும். இல்லாவிட்டால் அவன் இந்தப் பேச்சை எடுத்ததுமே ரோசத்தைக் காண்பித்திருப்பாள். கோபத்தைக் காட்டியிருப்பாள். அல்லது சாரி, எனக்குக் கல்யாணம் செய்துகொள்ளும் எண்ணமே இல்லை என்றிருப்பாள். அவள் எதுவும் சொல்லாமல் யோசிக்க எனக்கு அவகாசம் வேணும் என்றதே கிட்டத்தட்ட ஒரு சாதகமான பதில்.

அவளும் கணவனை விட்டுப் பிரிந்திருப்பவள். தனிமையை அனுபவிப்பவள். அவனைப் போலத் தோழமையைத் தேடுபவள். அவளைப் பற்றி, அவளுடைய சரித்திரத்தைப் பற்றி நான் எதுவும் கேட்காதபோது இவள் எதற்கு என்னுடைய வேலைக்காரியை முதற்கொண்டு இன்டர்வ்யூ செய்ய நினைக்கிறாள்? பெண்களே ஒரு புதிர் என்று அவன் தனக்குள் சிரித்துக் கொண்டான்.

ஒரு பாவமும் அறியாத கணவனாக இருந்தவனைத் திடும்மென்று புறக்கணித்து விட்டு மனைவி ஓடிப் போனாள். பூரண சுதந்திரம் அனுபவிக்கும் வேலைக்காரி சுவர்ப் பக்கம் திரும்பிப் படுத்து திடீர் திடீர் என்று இதயம் விண்டு விடுவது போல் அழுகிறாள்.

விவாகரத்தாகி நிற்கும் பெண்ணை ஆயிரம் யோசனையுடன்தான் ஒரு ஆண் மணக்க முன் வருவான்.

நான் எந்த யோசனையும் செய்யாமல் அவளுடைய மாஜி கணவனைப் பற்றியோ அவனோடு அவளுக்கு இருந்த சச்சரவின் காரணத்தையோ கேட்காமல், மணக்க (இத்தனை பெரிய உத்யோகத்தில் இருப்பவன்) விருப்பம் தெரிவித்திருக்கிறேன். இவள் மெதப்பாக யோசித்துச் சொல்கிறேன் என்கிறாள். யோசிக்க யோசிக்க, குருமூர்த்திக்குத் தன்னைப் பற்றி மிக உயர்ந்த அபிப்பிராயம் ஏற்பட்டது. ஆனால் தேவனைப் போல் இருக்கும் தன்னிடம் பெண்கள் என்ன குறை காண முடியும் என்று வியப்பேற்பட்டது. காலம் தலைகீழாகி விட்டது என்று இரண்டு 'பெக்' உள்ளே சென்றதும் ஏற்படும் உண்மையான தருணங்களில் அகர்வாலும் ராமமூர்த்தியும் சொல்வார்களே, அதுதான் காரணமாக இருக்க வேண்டும்.

"சியாமளாவோடு பெரிய சண்டைங்கற மாதிரி ஒரு நாளும் நா போட்டதில்லே" என்றான் அவன் திடீரென்று. ரூபா கங்குலியுடன் அது ஒரு சம்பாஷணை என்பதைவிட அவன் தனக்குத் தானே நியாயம் தேடுகிற பேச்சாகவே இருந்தது.

"உண்மையிலே எங்களுக்குள்ளே அதிகமான வாக்குவாதம் கூட ஏற்பட்டதில்லே. அதுக்கெல்லாம் எனக்கு நேரமே இருந்ததில்லே. அதனாலேதான் அவ திடீர்னு குழந்தைகளை விட்டுவிட்டுக் கிளம்பிப் போனபோது தடுமாறிப் போயிட்டேன்."

"அப்புறம் அவங்களைப் பார்த்திங்களா?"

"இல்லே" என்றான் அவன் தயங்காமல்.

"தொடர்பே இல்லையா? எங்கே இருக்காங்கன்னுகூடத் தெரியாதா?"

"தெளிவாத் தெரியாது. தொடர்பே இல்லே."

"குழந்தைங்க பார்க்கணும்னு சொல்லல்லே?"

"இல்லே."

"அது வினோதமானது இல்லே?" என்றாள்.

"என்ன வினோதம் அதிலே?" என்றான், அவன் - அலட்சியமாக. "குழந்தைகள் வேண்டாம்னு ஓடிப்போன அம்மாகிட்ட எத்தனை குழந்தைகளுக்குப் பிடிமானம் இருக்கும்?"

"அது சரி," என்று ரூபா புன்னகைத்தது அவனுக்கு விசித்திரமாக இருந்தது. "அம்மாவும் ஒரு தனி மனுஷின்னு புரிஞ்சுக்கிற பக்குவம் குழந்தைகளுக்கு இருக்காது."

அவன் வியப்புடன் அவளைப் பார்த்தான்.

"தனி மனுஷின்னாலும் கடமைன்னு ஒண்ணு இருக்கா இல்லியா? கடமையைவிட உன்னுடைய மோகம் பெரிசா போச்சா?" என்றான் அவன் சியாமளாவை நேரில் கேட்பது போல. "நா என்ன தப்பு செஞ்சேன், இப்படி ஒரு தண்டனையைப் பெற? அவ செஞ்சது சரிங்கறியா?"

ரூபாவின் முகத்தில் லேசாக இறுக்கம் தெரிந்தது.

"எனக்குப் பரிச்சயமில்லாத ஒரு மனுஷியைப் பத்தி வெறும் உங்க வாக்கு மூலத்தை வெச்சு நா எந்த அபிப்பிராயமும் தெரிவிக்க முடியாது."

"சரி, என்னைக் கேக்காதே!" என்றான். அவன் படபடப்புடன். "யாரை வேணும்னாலும் கேளேன். அகர்வாலைக் கேளு, ராமமூர்த்தியைக் கேளு!"

"அஹ், அவங்களையா?" என்று அவள் சிரித்தாள், பரிகாசமாக. "ப்ளீஸ். உங்களையே நீங்க இப்படித் தாழ்த்திக்காதீங்க."

"நீ சொல்றது எனக்குப் புரியல்லே" என்றான் அவன் - உண்மையான குழப்பத்துடன்.

"அவங்க ரெண்டும் பேருக்கும் மனைவிகிட்ட மதிப்பு கிடையாது. வீட்டுக்கு வெளியிலே அகர்வாலுக்கு ஏகப் பெண் சினேகிதம். ராமமூர்த்திக்கும் ஒரு சினேகிதி இருக்கா வாஷிங்டன்லே, அதான் அவர் அடிக்கடி அமெரிக்கா போயிடறார்."

அவன் அதிர்ச்சியுடன் அவளைப் பார்த்தான். "யார் சொன்னது உனக்கு?"

"ஆபீஸ்லே அது பகிரங்க ரகசியம். உங்களுக்குத்தான் தெரியல்லே."

அவன் சற்று நேரம் யோசனையில் ஆழ்ந்தான். ராமமூர்த்தியைப் பற்றிய செய்தி வியப்பை அளித்தது. அடிக்கடி அமெரிக்காவுக்கும் ஜெர்மனிக்கும் போகிறவன். முன்பு குருமூர்த்தியும் செல்வான். பிறகு குருமூர்த்திக்கு அலுத்து விட்டன அந்த நெடுந்தூர அவசரப் பயணங்கள். சமீபகாலமாக ராமமூர்த்தியே வலியச் செல்கிறான்.

"அட ராஸ்கல், இதுக்குத்தானா?" என்று வாய்விட்டுச் சொல்லிச் சிரித்தான்.

ரூபா வெடுக்கென்று அவனைத் திரும்பிப் பார்த்தாள். "ஆ, ஆண் பிள்ளை பண்ணும்போது சிரிக்கத் தோணுதில்லே?" என்றாள் ஆக்ரோஷத்துடன். அவளுடைய கோபம் அவனுக்கு வியப்பைத் தந்தது.

"ராமமூர்த்திக்கு ஒரு சினேகிதி இருக்கலாம். ஆனா அதனாலே மனைவியை விட்டுடுவான்னு அர்த்தமில்லே."

"அதான் ஏன்? கூழுக்கும் ஆசை, மீசைக்கும் ஆசை அவருக்கு. சினேகிதியும் வேணும், மனைவி, குடும்பங்கற பாதுகாப்பும் வேணும். கவுரவம் வேணும். மனைவி சம்பாதிக்கிற ஆறு ஆயிரம் ரூபாயும் வேணும்."

அடேயப்பா! இவள் பலே கெட்டிக்காரி என்று குருமூர்த்தி நினைத்துக் கொண்டான். தன் வேலையுண்டு தான் உண்டு என்று இவள் இருப்பதாக நினைத்தது போக எத்தனை விஷயங்கள் தெரிந்து வைத்திருக்கிறாள்!

"ஆனா இந்த விளையாட்டிலே ராமமூர்த்தி ஜெயிப்பார். கூழும் கிடைக்கும். மீசையையும் காப்பாத்திக்குவார். ஏன்னா அவர் ஆண் பிள்ளை."

இவளுடைய கோபம் அவனுக்குக் குழப்பத்தை அளித்தது.

“இதப்பார். ராமமூர்த்திக்கு எத்தனையோ டென்ஷன். வைஃப் எப்பவும் வேலை வேலைன்னு மூழ்கியிருக்கிறதாலே அவனுக்கும் தாம்பத்ய வாழ்க்கை சந்தோஷமானதா இருக்கும்னு எதிர்பார்க்க முடியாது.”

ரூபா சிரிக்க ஆரம்பித்தாள். “அப்ப ராமமூர்த்தி செய்யறது தப்பில்லேன்னா உங்க மனைவி செஞ்சதும் தப்பில்லே. அட்லீஸ்ட் இவங்களையெல்லாம் போல வேஷம் போடாம பிரிஞ்சு போனது ரொம்ப கவுரவமான விஷயம். குழந்தைங்க குழந்தைங்கன்னு சொல்லாதீங்க. எவ்வளவோ காலமா பெத்த தகப்பன் என்கிற நினைவில்லாம பெண்டாட்டியை அம்போன்னு விரட்டியிருக்கான். புருஷன். பண பலம் இல்லாம பெண்கள் குழந்தைகளை வளர்த்திருக்காங்க. அபூர்வமா அந்த நிலை உங்களுக்கு வரும்போது என்னமா பதைச்சுப் போறீங்க!”

பேச்சின் திசை திரும்புவது அவனுக்கு ஏமாற்றமாக, கவலையைத் தருவதாக இருந்தது. சாதாரணமாக அவன் சியாமளாவின் செய்கையை விவரித்து சுயபச்சாதாபத்தில் இறங்கும்போது, கேட்பவர்கள் அவன் பக்கமே பரிந்து பேசுவார்கள். அவன் ஏதும் விளக்கமாகச் சொல்லாமலே அம்மணி அவன் நிலைக்குப் பரிதாபப்படுபவள் போல் குறிப்பறிந்து நடந்து கொள்வாள். தேவனைப் போல இருக்கும் அவனிடம் திருப்தியடையாமல் ஒரு பெண் போவாளா என்ற திகைப்பை உணர்த்துவாள். இந்த ரூபா கங்குலி எதிர்க் கட்சிக்காரியைப் போலப் பேசுவது ஃபெமினிசத்தாலா அல்லது அவனைச் சீண்டுவதற்கா என்று புரியவில்லை.

“சரி, இப்ப என்ன அதைப் பத்திப் பேச்சு? அதெல்லாம் நடந்து எத்தனையோ வருஷம் ஆச்சு. எனக்கு மறந்து கூடப் போச்சு.”

“அம்மணிக்கு தாங்க்சுன்னு சொல்லுங்க.”

அவன் மீண்டும் திகைத்தான். இவள் ராமமூர்த்தி அகர்வால் ஆகியவர்களைப் பற்றி விஷயம் அறிந்ததைப் போலத் தன்னைப் பற்றியும் அறிந்திருப்பாள் என்று தோன்றிற்று. தனக்கும் அம்மணிக்கும் இருக்கும் ரகசிய உறவைப் பற்றியும் அறிந்திருப்பாளோ? யாருக்கும் தெரியாது என்று அவன் தன்னைச் சமாதானப்படுத்திக் கொண்டான். அந்த விஷயத்தில் அவன் பரம ஜாக்கிரதையாக இருந்திருக்கிறான். ஒரு சமயம் அகர்வாலிடம் குடிபோதையில் சொன்னதை அகர்வால் நிச்சயம் வெளியில் விட்டிருக்க மாட்டான். அவன் மற்றவரைப் பற்றிப் பேசினால் அவனைப் பற்றிப் பேச அதிக நேரம் ஆகாது.

“ஆமாம்” என்றான் அவன் நிதானமாக. “அவ்வளவு நல்ல வேலைக்காரி கிடைச்சது ஒரு அதிர்ஷ்டம்தான்.”

‘வேலைக்காரி, வேலைக்காரி’ என்று தான் வலியுறுத்துவது சற்று ஓவராக இருப்பதாக இவள் நினைக்கலாம் என்கிற எண்ணத்தில் அவன் தொடர்ந்து சொன்னான். “அம்மணியை வேலைக்காரின்னு சொல்றது தப்பு. அவதான் வீட்டிலே ‘பாஸ்’. அத்தனை சுதந்திரம் கொடுத்திருக்கேன் நான்.”

அவள் பதில் ஏதும் சொல்லவில்லை. வீடு வந்து விட்டது. அவன் வண்டியை நிறுத்தி கதவைத் திறக்கும் சமயத்தில் - அம்மணி கூடத்துத் திரையை விலக்கி வண்டியைக் கவனிப்பது தெரிந்தது. அவனுக்குக் காரணம் புரியாமல் அடி வயிறு கவலையில் துவண்டது. இயல்பாக இருக்க முயன்று அவன் ரூபாவுடன் நடந்து மெல்லிய புன்னகையுடன் வாசல் மணியை அழுத்துவதற்குள் அம்மணி கதவைத் திறந்தாள். அவனை மட்டும் முதலில் கவனித்து, முகம் பளிச்சென்று மலர, “வாங்கோ! என்ன இத்தன நேரமாச்சு இன்னிக்கு?” என்றாள் கட்டிய மனைவியின் பாணியில்.

மாலையில் குளித்து வேறு புடவை உடுத்தியிருப்பாள் போல இருந்தது. நெற்றியில் குங்குமத்திற்கு மேல் மெல்லிய விபூதிக் கோடு இருந்தது. தூய்மையான ஆரோக்கியமான தோற்றமாக

நெருக்கத்தைக் காண்பிக்கும் பாவனையோடு நிற்கும் அவளை ரூபா ஆர்வத்துடன் பார்ப்பதை குருமூர்த்தி கவனித்தான்.

அப்போதுதான் வேறு யாரோ வந்திருப்பதைக் கவனித்து... "ஓ, யாரு வந்திருக்கா? நா கவனிக்கவேயில்லை!" என்றாள் சகஜமாக. பிறகு, "ஆயியே!" என்றாள், ரூபாவைப் பார்த்து, இந்தியில். குருமூர்த்தியைப் பார்த்து, "தமிழ் தெரியுமா இந்தப் பெண்ணுக்கு? யார் இது சினிமா ஸ்டார் மாதிரி இருக்காளே!" என்றாள்.

குருமூர்த்தி தனக்குள் ஏற்பட்ட எரிச்சலைக் காண்பிக்காமல் சொன்னான். "தமிழ் தெரியாது. எங்க ஆபீஸ்லே வேலை செய்யறா. ரூபா கங்குலி. ரூபா, இதுதான் அம்மணி."

இருவரும் நமஸ்தே சொல்லிக் கொண்டார்கள். ஒருவரை மற்றவர் ஆழம் பார்ப்பதுபோலத் தோன்றிற்று, குருமூர்த்திக்கு.

✲ ✲ ✲

அத்தியாயம்

23

உட்காருங்கள்" என்றாள், அவளைப் பார்த்து, இந்தியில். பிறகு வெள்ளையாகச் சிரித்து, கொச்சை இந்தியில், "நீங்கள் ரொம்ப அழகாக இருக்கிறீர்கள்!" என்றாள்.

இப்படி அவள் மேலே விழுந்து பேசுவது குருமூர்த்திக்குச் சங்கடமாக இருந்தது. ஜாடை காண்பிக்க முடியாமல் ரூபா எதிரில் அமர்ந்திருந்தாள். ஆச்சரியமாக ரூபா ரொம்பவும் சினேகிதத்துடன் அம்மணியைப் பார்த்துப் புன்னகைத்து, "நீங்களும்தான் ரொம்ப அழகாய் இருக்கிறீர்கள்!" என்றாள்.

"அச்சோ, நானா?" என்று கன்னங்குழிய அம்மணி பரவசத்துடன் சிரித்தாள். "தடிச்சுப் போயாச்சு, தலை நரைச்சாச்சு."

"அதனாலே என்ன, இதுவும் ஒரு அழகு."

கிரீடத்தைத் தலையில் சுமப்பது போன்ற பாவனையுடன் அம்மணி நின்று அவனைப் பார்த்து வெட்கப் புன்னகை செய்தாள். அவன் பேச்சின் திசை திருப்ப! "சாப்பிட எதையாவது கொண்டு வா" என்றான்.

அவன் சொன்னதைக் குறிப்பாக உணர்ந்து, ரூபா அவசரமாக, "சாப்பிட எதுவும் வேண்டாம். ப்ளீஸ்., இங்கே உட்காருங்க. பேசுவோம்" என்றாள். - ஒரு வினாடி அவன் பார்வையைச் சந்தித்து, ரூபாவைப் பார்த்துப் புன்னகைத்து, "வேண்டாம்னு

சொல்லக்கூடாது, லைட்டா ஏதாவது கொண்டுவரேன்" என்று விட்டு நகர்ந்தாள்.

அவனைப் பார்த்து ரூபா, "ஷி இஸ் ரியலி ஸ்வீட்!" என்றாள். குருமூர்த்தி ஒன்றும் சொல்லாமல் எழுந்து சுமதியையும் ராஜாவையும் அழைத்து வந்து ரூபாவுக்கு அறிமுகம் செய்தான்.

ரூபாவுடன் என்ன பேசுவது என்று புரியாமல் அவர்கள் விழித்தார்கள். அவர்களைப் பற்றி ரூபா கேட்ட கேள்விகளுக்கு அரை வாக்கியத்தில் பதில் சொன்னார்கள்.

அம்மணி டீயும் தேன்குழலும் கொண்டு வரும்போது சட்டென்று ராஜா எழுந்து அவளிடமிருந்து வாங்கி ரூபாவிடம் நீட்டினான். ராஜா வற்புறுத்தி அம்மணியை சோபாவில் உட்கார்த்தினான்.

குருமூர்த்தி தேநீர்க் கோப்பையை எடுக்கும் போது, "கொஞ்சமா குடிங்கோ" என்றாள், பிறகு ரூபாவைப் பார்த்துச் சிரித்து, "ராத்திரி வேளையிலே டீயோ காப்பியோ குடிச்சா அவருக்குத் தூக்கம் கெட்டுடும்!" என்றாள்.

ரூபா குருமூர்த்தியைப் பார்த்துச் சிரித்தாள். குருமூர்த்தி சங்கடத்துடன் நெளிந்தான். ராஜா எதிரில் அமரவில்லையென்றால் அம்மணியிடம் ஏதாவது குத்தலாகப் பேசியிருப்பான்.

"இது ரொம்ப நன்றாயிருக்கு" என்றாள், ரூபா - தேன்குழலைச் சுட்டிக்காட்டி. "நீங்களா செஞ்சீங்க?"

"ஆமாம்" என்றாள் அம்மணி சந்தோஷமாக.

"நீங்க எது செஞ்சாலும் ரொம்ப ருசியாயிருக்கு."

"எப்படித் தெரியும், உங்களுக்கு?" என்றாள். கன்னம் நன்றாகக் குழிந்தது.

"நீங்க தினமும் அனுப்பற டிபனை நானும் சாப்பிடறேனே!"

"ஓ, நீங்கதானா அது?" அம்மணியின் முகத்தில் சரசரவென்று ஒரு நிழல் படிவதுபோல் இருந்தது. சிரிப்பு மறைந்து கண்களில்

பார்வை மாறிற்று. சற்று நேரம் செயலிழந்தவளைப் போல ரூபாவையே வெறித்துப் பார்த்தாள்.

ரூபா அருந்தி விட்டு வைத்த கப்பை ராஜா உள்ளே எடுத்துப் போனான், "எனக்கு வேலையிருக்கு, எக்ஸ்க்யூஸ் மீ!" என்றபடி.

"நீ ஹோம் வர்க் முடிச்சாச்சா?" என்றாள், சுமதியைப் பார்த்து.

"இன்னும் இல்லே" என்று எழுந்த சுமதி, அம்மணி பக்கம் திரும்பி, 'எனக்கு என் வேலையைப் பார்த்துக்கத் தெரியும்' என்றாள், மெல்லிய குரலில்.

"எனக்கு அது தெரியுமே!" என்றாள், அம்மணி சாதாரணமாக. பிறகு ரூபாவைப் பார்த்து எதிர்பாராமல் சிரித்தாள்.

"ரொம்ப ரோசக்காரி அவள்!" என்றாள் ரகசியக் குரலில். "அவளைக் குழந்தை மாதிரி நடத்தறேன்னு அவ அப்பாகிட்ட எப்பவும் புகார் சொல்லுவா. எனக்கு அவ இப்பவும் குழந்தைதான்."

இந்த அளவுக்கு அம்மணிக்கு இந்தி பேசத் தெரியுமா என்று குருமூர்த்திக்கு வியப்பு ஏற்பட்டது. அவள் பேசிய விதம் நெகிழ்ச்சி ஊட்டுவதாக இருந்தது. ரூபா சுவாரஸ்யத்துடன் அம்மணியைக் கவனிப்பது அவனுக்குச் சுத்தமாகப் பிடிக்கவில்லை. தன் விடுதிக்குச் செல்ல வேண்டும் என்கிற நினைவே இல்லாதவள் போல் ரூபா அமர்ந்திருந்தாள்.

திடீரென்று அம்மணி ரூபாவைக் கேட்டாள். "உங்களுக்குக் கல்யாணமாகியிருக்கா? எத்தனை குழந்தைகள்?"

குருமூர்த்தி மேலும் சகித்துக்கொள்ளப் பொறுமையில்லாமல், "அம்மணி அதெல்லாம் கேக்கறது நாகரிகமில்லே" என்று அதட்டினான்.

அம்மணி லேசாக விழித்துப் பிறகு சமாளித்துக் கொண்டு, ரூபாவைப் பார்த்துப் புன்னகைத்தாள்.

"மன்னிச்சுக்குங்கோ. நா கேட்டிருக்கக் கூடாது."

"அதனாலே என்ன? பரவாயில்லை. கல்யாணமாகி விவாகரத்தும் ஆகிவிட்டது" என்றாள், ரூபா - சாதாரணமாக.

"ஓ, சாரி!" என்றாள் அம்மணி நாகரிகமாக. ஆனால் முகம் தொங்கிப் போயிருந்தது.

குருமூர்த்தி தன் கோபத்தைக் கட்டுப்படுத்திக் கொண்டான். ரொம்ப இடம் குடுத்துக் கழுதைக்கு விவஸ்தையே இல்லாமல் போய்விட்டது என்று எரிச்சல் வந்தது.

ரூபாவின் அதரங்களில் புன்னகை மாறவேயில்லை. அதனுடைய அர்த்தம் என்னவாக இருக்கும் என்று அவன் குழம்பினான். இவளை வீட்டிற்கு அழைத்து வந்தது முட்டாள்தனம் என்று தன்னையே சபித்துக் கொண்டான்.

அவள் ஒரு வழியாக எழுந்திருந்து, "நான் கிளம்பறேன்" என்றாள்.

"நா கொண்டு விடறேன்" என்று அவன் எழுந்தான். "கதவைத் தாழ்ப்பாள் போட்டுக்கோ!" என்று அம்மணியிடம் சொன்னதும்,

"வர நாழியாகுமா?" என்றாள், அவள் - தயக்கத்துடன். "இப்பவே ஒன்பது மணியாச்சே!"

"அதானாலே என்ன?" என்றான் அவன் எரிச்சலுடன். "வழக்கம் போல டேபிள் மேல சாப்பாட்டை மூடி வை," என்று விட்டு அவன் கடுகடுப்பான முகத்துடன் வெளியே வந்து ரூபா இருப்பதை உணர்ந்து உடனே தோற்றத்தைப் பிரசன்னமாக்கி அவள் வண்டியில் உட்கார உதவினான்.

சற்று தூரம் வரை இருவரும் பேசவேயில்லை. அவன் சற்றுப் பொறுத்து, "வெல்?" என்றான்.

"என்ன?" என்றாள் ரூபா - கனவிலிருந்து விழித்துக் கொள்பவள் போல.

"வீட்டுக்கு வரணும்னு ஆசைப்பட்டே. என் வீட்டைப் பார்த்து உனக்கு ஏமாற்றமா இருக்கும். கலை அழகோடு வீட்டை வைக்கத் தெரியாது அம்மணிக்கு."

"அதனால் என்ன? அம்மணியை எனக்கு ரொம்பப் பிடித்தது. ரொம்ப சுவாரஸ்யமான பெண்."

"எருமை மாடு மாதிரி உழைக்கத்தான் தெரியும், அவளுக்கு. மத்தப்படி யார்கிட்ட என்ன பேசணும்னு தெரியாது. எதாவது உளறி வைப்பா."

"அந்த வெகுளித்தனம்தான் அவளுடைய வசீகரம், ரொம்பப் பிரியமான மனுஷின்னு தெரிகிறது."

"அது கிடக்கட்டும்" என்றான் அவன், பொறுமையில்லாமல். "ராஜாவையும் சுமதியும் பார்த்தியே, பிடிச்சுதா?"

"ஓ யெஸ். சாதாரண டீன் ஏஜ் குழந்தைகளைப் போலத்தான் அவங்களும் இருக்கிறாங்க."

"அவங்களைக் கண்டு நீ மிரண்டு போகல்லியே?"

"ஓ, காட், நோ, எதுக்கு மிரண்டு போகணும்?"

அவள் அப்படிப் பேசிய விதம் அவனுக்குச் சந்தோஷத்தை அளித்தது. வளர்ந்த குழந்தைகள் ஒரு தடை இல்லை, அவளைப் பொறுத்தவரை.

"நல்ல வேளை. பிழைத்தேன்!" என்று அவன் சிரித்தான். "குழந்தைகளோட இருக்கிற புருஷன்னாலே நிறையப் பெண்களுக்குக் கல்யாணத்தைப் பத்தி யோசிக்கவே பயமாயிருக்கும். நீ வித்தியாசமாயிருக்கே. சாதகமா பதில் சொல்லுவேன்னு நினைக்கிறேன்."

"சீக்கிரம் பதில் சொல்லுவேன்னு நீங்க எதிர்பார்க்கக் கூடாது. குழந்தைகளைப் பத்தி எனக்கு அப்ஜெக்‌ஷன் ஒண்ணுமில்லேன்னாலும் எனக்கு இதிலே நிறைய யோசிக்கணும் போல இருக்கு. இரண்டு மூணு மாசத்துக்கு நீங்க இதைப்பத்தி எங்கிட்ட பேசக்கூடாது".

"அக்ரீட்!" என்றான், அவன் - உற்சாகமாக. "தாராளமா யோசனை பண்ணு. மூணு மாசமென்ன, ஆறுமாசம் எடுத்துக் கோயேன்."

அவன் அவசரமாக மனக் கணக்குப் போட்டான். அதற்குள் ராஜா அமெரிக்கா கிளம்பிப் போய் விடுவான்.

சுமதியை ஹாஸ்டலில் சேர்த்து விடலாம். ரூபாவைக் கல்யாணம் செய்து கொண்ட பிறகு அவர்களுக்குத் தெரிவித்தால் போதும் - அம்மணி உள்பட.

அவளுடைய ஹாஸ்டல் வாசலில் அவளை இறக்கி விட்டபோது அவள் ஒரு விநாடி நின்று அப்பொழுது நினைவு வந்ததைப் போலச் சொன்னாள்.

"ஒரு விஷயம் மட்டும் நான் முன்கூட்டி உங்களிடம் சொல்லணும். உங்க குழந்தைகளையும் கன்சல்ட் செய்யுங்கள். நா உங்களைக் கல்யாணம் செய்துக்க முடிவு செஞ்சேன்னா அம்மணிக்கு அந்த வீட்டிலே இடமிருக்காது!"

அவன் சட்டென்று திகைத்தான். நடுத்தெருவில் நிர்வாணமாகப் பிடிபட்டாற்போல் தடுமாறினான். இவளுடைய பார்வை ரொம்பவும் கூர்மை என்கிற பிரக்ஞை ஒரு வினாடி அவனை அசத்திற்று.

"அவ இருந்தா உன்னை என்ன பண்ணப்போறா?" என்றான், மேலுக்குச் சிரித்தபடி. "அவளை உனக்குப் பிடிச்சுப் போச்சுன்னு நினைச்சேன்."

"பிடிச்சிருக்கு, ஆனா அதுக்கும் இதுக்கும் சம்பந்தமில்லே."

அவன் சற்று யோசித்துப் பதில் சொல்லும் முயற்சியில் இருக்கையிலேயே, அவள், "குட் நைட்!" என்று சொல்லி விட்டுத் திரும்பிப் பாராமல் ஹாஸ்டல் கட்டடத்துக்குள் நுழைந்து விட்டாள்.

அடி வயிற்றில் ஏதோ கழண்டது! போலிருந்தது. அம்மணியை அனுப்பிவிட வேண்டியிருக்கும் என்கிற யோசனை தனக்கு எப்படித் தோன்றாமலிருந்தது என்று ஆச்சரியம் ஏற்பட்டது. அம்மணிக்கும் தனக்கும் இருக்கும் உறவு ஒரு சவுகரியத்தை முன்னிட்டு என்று ரூபாவிடம் சொல்வது அபத்தமாகப்படும்.

தாசி சினிமாவில் வருவது போல அம்மணி அவனுடன் படுத்துக்கொள்வது அவளுடைய வேலைகளில் ஒன்று என்று அவன் அவளிடம் வாதாடுவது அதிக அபத்தமாக இருக்கும். அவனுக்கு எதிராகவும் போகும்.

அம்மணியின் ஸ்டேட்டஸ்சைப் பற்றி அவளுக்கு ஏதோ சந்தேகம் இருந்ததாலேயே நேரில் பார்க்கவேண்டும் என்று பிடிவாதம் பிடித்திருக்கிறாள். கட்டிய பெண்டாட்டியைப் போலக் கிராமியமாக உளறிக் கொட்டும்போது கெட்டிக்காரப் பெண்ணான அவளுக்கு வேறு எந்த விளக்கம்தான் தேவை?

அம்மணியின் கவனிப்பில் பழக்கப்பட்டுப் போன வாழ்க்கை அவள் இல்லாமல் எப்படியிருக்கும் என்று சில நிமிஷங்கள் யோசித்தான். 'வாட் தி ஹெல்!' என்று தன்னையே உலுக்கிக் கொண்டான். கட்டின பெண்டாட்டி அம்போ என்று விட்டு விட்டுச் சென்றபோது வானம் இடிந்து விழுந்ததா? இப்போதும் அம்மணி கிளம்பிச் சென்றால் ஒன்றும் குடிமுழுகிப் போகாது.

சரியான தருணத்தில்தான், அவனுடைய வாழ்க்கையில் அநேகமாக எல்லாப் பொறுப்புகளையும் நிறைவேற்றிய பிறகுதான் ரூபாவின் பரிச்சயம் ஏற்பட்டிருக்கிறது. அவள் அவனுடைய மனைவியாக வந்துவிட்டால் ஒரு பகுதி நேர வேலைக்காரியே போதும். நான் வேண்டுமென்றால் அம்மணி இருக்கக் கூடாது என்று ரூபா திட்டவட்டமாகத் தெரிவித்து விட்ட பிறகு அம்மணியை ஊருக்கு அனுப்பி விடுவதைத் தவிர வேறு வழியில்லை என்று அவன் முடிவுக்கு வந்தான்.

ஊரில் அவளுக்கு யாரும் இல்லை என்று அவள் சொன்னது நினைவுக்கு வந்தது. அவள் தைரியசாலி. தனியாக வாழ்வது அவளுக்கு ஒன்றும் பிரச்னையாக இருக்காது. இத்தனை காலமாகக் கொடுத்து வந்த அவளுடைய சம்பளப்பணம் கணிசமாக வங்கியில் இருந்தது. அதிலிருந்து வரும் வட்டியே அவள் ஒருத்தியின் ஜீவனத்துக்குப் போதும்.

மனத்தில் எல்லாவற்றிற்கும் ஒரு கணக்கும் திட்டமும் போட்டு அவன் தன்னைச் சமாதானப்படுத்திக் கொண்டான்.

கொஞ்ச நாளைக்குப் பேசாமல் இருப்பது நல்லது - ராஜா அமெரிக்காவுக்குக் கிளம்பும் வரை. தனது வயோதிக காலத்தில் அம்மணி ஊரில் வசிக்க ஆசைப்பட்டாள் என்று சொல்லிக் கொள்ளலாம், அவன் சென்ற பிறகு.

சிறிது புத்திசாலித்தனம் இருந்தால் எல்லாச் சிக்கலையும் தீர்த்து விடலாம் என்கிற திருப்தியுடன் அவன் வீட்டை அடைந்தபோது அம்மணி அவனுக்காகக் காத்திருந்தாள்.

"சாப்பாட்டை மேஜை மேலே வைக்கச் சொன்னேனே, நீ படுத்துக்கப் போறதுதானே?" என்றான், அவன் - மெல்லிய எரிச்சலுடன்.

"ஓ, சாரமில்லே!" என்றாள், அவள் - புன்னகையுடன், "எனக்கு இன்னிக்குத் தூக்கம் வரல்லே."

அவள் சூடாக்கிக் கொண்டு வந்து வைத்த பதார்த்தங்களைச் சாப்பிட ஆரம்பித்தான். இத்தனை ருசியாக ரூபா சமைப்பாளா என்று எட்டிப் பார்த்த கேள்வியை ஒதுக்கிவிட்டு, அவன் சற்றே படபடப்புடன் சொன்னான். "எல்லார் எதிரவும் என்ன பேசறதுன்னே தெரியாம பேசறே, அம்மணி நீ."

"ஓ, சாதாரணமாத்தான் சொன்னேன். தப்பாச்சா?" என்றாள், அவள் - கவலையுடன்.

"தப்புதான், நீ அப்படிப் பேசறதைப் பார்க்கிறவங்க நம்ம உறவைப் பத்தித் தப்பா நினைப்பாங்க."

"இனிமே பேசல்லே, போதுமா?" என்றாள், அவள் - சிரம் தாழ்த்தி. பிறகு சரேலென்று அங்கிருந்து அகன்று அவன் பார்வையிலிருந்து மறைந்தாள். கபடு சூது இல்லாத இவளை அதிகம் தண்டிக்க முடியாத தனது இயலாமையைக் கண்டு அவனுக்கு ஆயாசமேற்பட்டது.

சாப்பிட்டு முடித்ததும், அவன் வலியச் சென்று, "அம்மணி! சாப்பாடு, சாம்பார் ஏ ஒன்!" என்று விட்டுப் படுக்கச் சென்றான். இரவு வெகுநேரம் புரண்டு புரண்டு படுத்துத் தூக்கம் வராமல்

கடைசியில் ராஜாவும் தூங்கச் சென்றுவிட்டான் என்று நிச்சயப்படுத்திக் கொண்டு, அவன் அம்மணியின் அறைக்குச் சென்று அவளை எழுப்பினான். அவள் தூங்கவில்லை என்பது விருக்கென்று எழுந்து அமர்ந்ததிலிருந்து தெரிந்தது.

"எங்கிட்ட வராதீங்கோ" என்றாள் தீர்க்கமாக.

"நான் பேசறது தப்புன்னா, நீங்க தினம் கள்ளனைப் போல இப்படி வர்றதும் அதைவிடத் தப்பு."

"இதப்பார், இதானே வேண்டாங்கறது!" என்றான், அவன் சரசமாக. "பேசக்கூடாத சமயத்திலே நீ பேசுவே."

அவன் மூர்க்கமாக அவளைத் தன் பக்கம் திருப்ப முனைகையில் அவள் சரேலென்று கட்டிலை விட்டு இறங்கி எட்டிப் போனாள்.

"வேண்டாம். எங்கிட்ட வராதீங்கோ. எனக்கு அலுத்துப் போச்சு, இப்படி வாழறது. நா ஒரு மனுஷிங்கற நினைப்பு எனக்கே மறந்துடும் போல இருக்கு."

அவள் ஓசைப்படாமல் அழ ஆரம்பித்ததும், அவன் அலுப்புடன் எழுந்தான். இவளுடன் எந்த வாக்குவாதமும் இந்த நேரத்தில் செய்வது மடத்தனம் என்று தன் அறைக்குத் திரும்பினான். இத்தனை வருஷங்களில் இன்றுதான் அம்மணி தன்னை நிராகரித்தாள் என்கிற நினைப்பு, காரணம் புரியாத நமைச்சலை ஏற்படுத்திற்று.

✷✷✷

அத்தியாயம் 24

ரூபா கங்குலியிடம் ஒரு மாறுதல் தெரிந்ததைக் குருமூர்த்தி கவனித்தான். மத்தியான வேளையில் அவனுடன் லஞ்ச்சைப் பகிர்ந்துகொள்வதைத் தவிர்த்தாள். "பாஸ்! செகரட்டரி லெவல்லேயே நாம இப்போதைக்கு இருக்கிறது நல்லது" என்றாள். "சுத்தி இருக்கிற ஜனங்கள் முட்டாள்கள் இல்லே. எந்தப் பேச்சுக்கும் இடமளிக்கக் கூடாது. பிறகு அவங்க பேச்சே நம்ம முடிவை நிர்பந்தப்படுத்தற மாதிரி ஆயிடும்."

அவள் யோசனையை அவன் ஆமோதித்தான். 'எப்ப முடிவு எடுக்கப் போறே?' என்று அவளைப் பார்க்கும் போதெல்லாம் கேட்கத் தோன்றும். கேள்வியைக் கேட்காமல் தன்னைக் கட்டுப்படுத்திக் கொண்டான்.

ராஜாவுக்கு அமெரிக்க யூனிவர்சிடியில் இடம் கிடைத்தது. ஆனால் உபகாரச் சம்பளம் கிடைக்கவில்லை, அமெரிக்கா போய்விட்டால் மூன்று நான்கு மாதங்களில் உபகாரச் சம்பளத்திற்கு வழி ஏற்படுத்திக்கொள்ளலாம் என்று அவனை விட அனுபவமுள்ள பெற்றோர்கள் குருமூர்த்தியிடம் சொன்னார்கள். ஆனால் உடனடியாக இரண்டு லட்சத்துக்கு வழி செய்ய வேண்டியிருந்தது. ராதிகாவின் கல்யாணம் முடிந்த கையுடன் பணம் புரட்டுவது சிரமமாயிருந்தது.

"பணத்துக்குக் கஷ்டமானா வேண்டாம்ப்பா. நா அடுத்த வருஷம் போய்க்கறேன்" என்றான் ராஜா.

“பரவாயில்லே, எப்படியோ புரட்டிப்பிடலாம். சீட் கிடைச்சபோது போயிடணும். இல்லேன்னா நேரம் வீணாயிடும்” என்றான் குருமூர்த்தி.

ராஜா இந்தியாவில் இருந்தால் ரூபாவைக் கல்யாணம் செய்துகொள்ளத் தனக்குத் தைரியம் வராது என்று அடிமனத்தில் ஒரு பயம் அவனது சிந்தனையைப் பைசாசமாக ஆட்டிக் கொண்டிருந்தது.

இன்னும் ஒரு முப்பதினாயிரத்துக்குப் பணம் உதைத்தது. ஏற்கெனவே அகர்வாலிடமிருந்தும் ராமமூர்த்தியிடமிருந்தும் கைமாற்றாக வாங்கியாகி விட்டது. இனிமேல் யாரைக் கேட்பது என்கிற யோசனையுடன் அவன் அன்று சீக்கிரமாக வீட்டிற்கு வந்தான். சியாமளாவின் அம்மாவிற்குக் கடிதம் எழுதலாம் என்று யோசனை தோன்றிற்று. பெற்ற பெண் செய்து விட்டுப் போன அநியாயத்திற்குப் பரிகாரமாக இப்போது பண உதவி செய்யட்டுமே என்று அவனுள் ஒரு எண்ணம் எழுந்தது.

“என்ன அதிசயம் இன்னிக்கு, வேகம் வந்தாச்சே” என்ற அம்மணிக்குப் பதில் சொல்லாமல், அவன் படுக்கையறைக்குச் சென்று உடையை மாற்றிக் கொண்டு கடிதம் எழுத உட்கார்ந்தான். தாளில் பேனா நகர மறுத்தது. கிட்டத்தட்ட பத்து வருஷங்களாகச் சியாமளாவின் பிறந்தகத்துடன் அதிகத் தொடர்பு வைத்துக் கொள்ளாமல் ஒரு வீம்புடன் இருந்து வருகிறான். ராதிகாவின் கல்யாணத்திற்குக் கூடத் தாமதமாக அழைப்பிதழ் அனுப்பினான். யாரும் கிளம்பி வர அவகாசம் கொடுக்காமல். இப்போது திடுதிப்பென்று பணம் எப்படிக் கேட்பது என்று தயக்கமேற்பட்டது. அதைத் தவிர எல்லாரும் மத்திய வகுப்பு அன்றாடங்காய்ச்சிகள். சொத்து என்று ஏதும் இருப்பதாக அவனுக்கு நினைவில்லை. எழுதியதைக் குப்பைக் கூடையில் போட்டு விட்டு,

“அம்மணி! காபி கொண்டா!” என்று குரல் கொடுத்தான்.

“இதோ, கொண்டு வந்தாச்சே!” என்றபடி அவள் உள்ளே நுழைந்தாள்.

அவன் நன்றியுடன் அதை வாங்கிக் கொண்டான்.

"என்னவாக்கும் மூஞ்சி இப்படி வாடிக் கிடக்கு?" என்றாள், அவள் - பரிவுடன். "ஏதானும் ப்ராப்ளம்மா?"

அவனுக்கு அவளுடைய பரிவு எதிர்பாராமல் இதமாக இருந்தது. அவள் இப்பொழுதெல்லாம் ஒன்றிரண்டு இங்கிலீஷ் வார்த்தைகளைக் கலந்து பேச ஆரம்பித்திருந்தாள். அன்று அவள் அவனைக் 'கிட்ட வராதீங்கோ!' என்று சொன்ன பிறகு அவன் அவளருகில் செல்லாமல் இருந்தான். அது நினைவுக்கு வர,

"எனக்கு என்ன ப்ராப்ளம்மா இருந்தா உனக்கென்ன?" என்றான், அவளைப் பார்க்காமல். "உனக்குத்தான் எல்லாம் அலுத்துப் போச்சே!"

"எங்கே, என்னைப் பார்த்து அந்த வார்த்தை சொல்லுங்கோ!"

அவன் தன்னை அறியாமல் திரும்பினான்.

சுத்தமாக, புஷ்டியாகப் பவித்திரமாகத் தெரிந்தாள். அதரங்கள் சிரித்தன. கன்னத்தில் குழி - விரலை நுழைக்கலாம் போல.

"அய்யோ, கஷ்டம்!" என்று அவள் சுவாதீனமாகத் தலையில் அடித்துக் கொண்டாள். "சரி, சொல்லவேண்டாம். அம்மணிக்கு மனக்கஷ்டம்னா சுவத்துக்கிட்ட சொல்லி அழுவேன். உங்களுக்கும் யார் இருக்கா? சுவத்துக்கிட்டயே சொல்லுங்கோ."

அவனுக்குச் சிரிப்பு வந்தது. அவள் எதிரிலேயே நின்றிருந்தாள், நகராமல்.

"ராஜா அமெரிக்காவுக்குப் போறதுக்காகப் பணம் புரட்டியிருக்கேன். அப்படியும் கொஞ்சம் பணம் குறையுது. யாரைக் கேக்கறதுன்னு தெரியல்லே."

"எத்தரப் பணம் குறையறது?"

"முப்பதினாயிரமாவது வேணும் இன்னும்."

அவள் ஒரு வினாடி பேசாமல் நின்றாள். "அம்படத் தானே!" என்றாள், சாதாரணமாக. "கவலைப்படண்டாம். பணம் நாந்தரேன்."

அவன் திடுக்கிட்டு அவளைப் பார்த்தான். "பணமா? நீயா?"

"ஆமாம், இருக்கு பணம், எங்கிட்ட. பதிமூணு வருஷமா நீங்க கொடுக்கற சம்பளப் பணத்தை அப்படியே பாங்க்கிலே போட்டு வெச்சிருக்கேன். முழுசா ஐநூறு ரூபாய் தரேளே, மாசம்?"

"இருக்கட்டுமே! அது உன் பணம். நீ எதுக்குத் தரணும்?"

"எதுக்குத் தரணும்?" என்றாள் அவள் திருப்பி - அழகு காண்பிப்பது போல. "ராஜா நா வளர்த்த குழந்தையாக்கும். எனக்கு செய்ய பாத்யதை இல்லையா? சமயத்துக்கு உதவாத பணத்தை வெச்சுண்டு நா என்ன செய்யப் போறேன்?"

குருமூர்த்தி திக்கு முக்காடிப் போனான். "வேண்டாம், உங்கிட்டேந்து நா வாங்க மாட்டேன்" என்றான் நெகிழ்ந்து. "உனக்கே சமயத்துக்கு வேண்டியிருக்கும்."

"எனக்கெதுக்கு? எனக்கு வேணும்ங்கறபோது உங்ககிட்ட வாங்கிக்கறேன். ஒரு விஷயம் என்னைப் பத்திப் புரிஞ்சுக்குங்கோ. நா சம்பளத்துக்காக இங்கே இல்லே, தெரிஞ்சுதா? அந்தப் பணத்தை சேமிச்சு வெச்சா சமயத்துக்குக் குடும்பத்துக்கு உதவும்னு பாங்க்கிலே போட்டு வைக்கறேன்."

புதுசாக அவளைப் பார்ப்பது போல் குருமூர்த்தி அவளைப் பிரமிப்புடன் பார்த்தான்.

"இருந்தாலும்" என்றான் தயக்கத்துடன். "நா கொடுக்கற அந்தப் பணம்கூட நீ செய்யற வேலைக்குக் குறைவு -" அவன் வார்த்தைகள் வராமல் தடுமாறினான்.

அவள் திடீரென்று கண்களில் நீர் தளும்ப, குரல் தழுதழுக்கச் சொன்னாள்

"ஆமாம், உங்களுக்கு அந்த நினைப்புதான் எப்பவும். அதனாலேதான் கிட்ட வராதீங்கோன்னு அன்னிக்கு சொன்னேன்.

நா தாசியில்லே. வேசியில்லே. மனுஷி. என்னிக்காவது புரிஞ்சுப்பேள், ஆனா நான் செத்தப்புறம்."

அவள் கண்களிலிருந்து நீர் வழிவதை அவன் பார்க்கச் சங்கடப்பட்டு ஜன்னல் பக்கம் பார்வையைத் திருப்பிக் கொண்டான்.

"அசட்டுப் பிசட்டுன்னு பேசாதே, உன்னை நான் வேலைக்காரி மாதிரி நடத்தல்லே. எங்கிட்டேந்து ரொம்ப எதிர்பார்க்காதே. லிமிட்டுக்கு மேலே"

அவள் அதற்குமேல் பேசவில்லை. அவள் பணம் கொடுக்கிறேன் என்று சொன்னது அவனை நெகிழ வைத்தது. தன்னைப் பற்றிய யோசனையே இல்லாமல், பெற்றவளைப் போல இயல்பாகச் செயல்பட்டது நம்பமுடியாததாக இருந்தது. அவனைத் தர்மசங்கடத்தில் ஆழ்த்திற்று. அவளுடைய எதிர்காலத்துக்கு அந்தப் பணம் அவளுக்குத் தேவை. வெகு சீக்கிரத்தில் அவளை ஊருக்கு அனுப்ப வேண்டியிருக்கும். அதற்குள் பணத்தைத் திரட்டி அவளுக்குத் திருப்ப வேண்டும்.

"என்னிக்காவது புரிஞ்சுப்பேள் - நான் செத்தப்புறம்."

கடவுளே, இவளை என்ன சொல்லி ஊருக்கு அனுப்புவேன்?

"இந்தாங்கோ."

அவன் திரும்பினான்.

அவள் ஒரு காசோலையை நீட்டினாள். அவன் பெயருக்கு, முப்பதினாயிரத்துக்குக் கையொப்பமிட்டிருந்தாள்.

அவன் தயக்கத்துடன் வாங்கிக் கொண்டான்.

"கடனாத்தான் வாங்கிப்பேன்!" என்றான் மெல்ல.

அவள் முகம் மாறிற்று. அதரங்களில் ஒரு கண்டிப்பு அமர்ந்தது.

"கடன் கிடன்னு சொல்லி என்னை அவமானப்படுத்தாதீங்கோ, சரியா? அவன் என் குழந்தை."

மீண்டும் அழுவாள் போலிருந்தது.

இந்தக் கிறுக்கை என்ன செய்வது என்று ஆற்றாமையோடு அவன் சொன்னான்.

"அவன் மேல உனக்கு இருக்கிற பிரியம் எனக்குப் புரியுது, ஆனா முப்பதினாயிரம் என்கிறது சின்னத் தொகையில்லே, இப்படிக் கொடுக்கறதுக்கு."

"நீங்க ரெண்டு லட்சத்தைத் தூக்கிக் கொடுக்கல்லே? ஏன் கொடுத்தேள்? கேள்வி கேட்காதீங்கோ. வாங்கிக்குங்கோ. ராஜாகிட்ட இந்த விஷயத்தைச் சொல்லவேண்டாம். என் பிரியத்துக்காகக் கொடுக்கறேன். பிரியத்துக்கு சர்டிபிகேட் வேண்டாம், கேட்டேளா?"

அவன் ஏதும் சொல்லுமுன் அவள் செக்கை மேஜை மேல் வைத்துவிட்டுப் போய்விட்டாள். இவள் ரொம்பவும் அதிசயமான பெண் என்ற எண்ணம் வளர வளர அடி மனத்தில் ஒரு குற்ற உணர்வு காரணம் புரியாமல் அதனூடே வளர்ந்தது.

ராஜா அமெரிக்கா கிளம்புவதற்கான ஆயத்தங்களில் நாட்கள் வெகு துரிதமாக நகர்ந்தன. தன் பங்கிற்கு மிளகுப்பொடி, வடகம், வற்றல் என்று பொட்டலங்கள் செய்து கொடுத்தாள். "உடம்பைப் பாத்துக்கோ, படிப்பு படிப்புன்னு உடம்பைக் கெடுத்துக்காதே!" என்று அவள் சொல்வதைக் குருமூர்த்தி அடிக்கடி கேட்டான். "வாரா வாரம் அம்மணிக்கும் கடிதாசு போடணும், கேட்டியா? கருத்தா படிக்கணும் கேட்டியா? அப்பாவுக்கும் மேல பெரிய மனுஷனாகணும்" என்பாள் ஒரு தரம்.

ராஜாவுக்கும் அவளுக்கும் இடையே இருக்கும் அதிசய உறவு அவனுக்குக் கவலையை அளித்தது. பயத்தை ஏற்படுத்திற்று. ராஜா அமெரிக்காவில் ஐந்து வருஷங்கள் இருந்தால் இந்த உறவு பலவீனப்பட்டுப் போகும் என்று நொண்டிச் சமாதானம் செய்துகொள்ள வேண்டியதாயிற்று.

ராஜா கிளம்பும் போது குருமூர்த்தியை நமஸ்கரித்த கையுடன் அம்மணியின் காலில் விழுந்து நமஸ்கரித்தான். அவனை அணைத்துக் கண்ணீர் விட்டாள்.

“அம்மணியை மறக்கமாட்டியேடா, கோந்தே?”

ராஜா அவள் கையைத் தன் கைகளில் பொத்தினான்.

“உன்னை மறந்தேன்னா நா மனுஷனில்லே”

“அம்மணியோட பேசிட்டிருந்தேன்னா ப்ளேன் கிளம்பிடும்” என்றாள், சுமதி - அலுப்புடன்.

ஏர்போர்ட்டுக்கு அம்மணியும் வந்தாள். கண்ணில் நீர் மல்க அவள் ராஜாவுக்கு விடை கொடுத்தபோது குருமூர்த்திக்கும் கண்ணில் நீர் நிறைந்தது.

“சுமதி, நல்ல பெண்ணாயிரு!” என்றான், ராஜா. “அம்மணியைக் கஷ்டப்படுத்தாதே!”

“அந்தக் கவலையே வேணாம் உனக்கு. நா ஹாஸ்டல்லே சேர்ந்துடப் போறேன்” என்றாள், சுமதி - அலட்சியமாக.

குருமூர்த்தி சில நாட்கள் முன்பு அவளிடம் அதைப் பற்றிச் சொல்லியிருந்தான்.

“ஹாஸ்டலா?” என்றான் ராஜா. அம்மணியின் முகத்தில் வியப்புடன் அதிர்ச்சியும் தெரிந்தது. “ஹாஸ்டல் எதுக்கு?” என்றாள் வீடு திரும்பும்போது.

“தனியா உங்கிட்டே அகப்பட்டுக்கிட்டேன்னா நா செத்துடுவேன். அதுக்காகத்தான்” என்றாள் சுமதி.

“ஆமாமாம். எல்லாம் செய்யறேனோ இல்லையோ, அதான் நா பொல்லாதவ. ஹாஸ்டல்லே இருந்து பாரு, அப்பத்தான் தெரியும் - வீட்டு அருமை.”

“நா ஒண்ணும் உனக்காக ஏங்கிட மாட்டேன், அம்மணி.”

இவர்கள் சண்டையில் தலையிடக் கூடாது என்று குருமூர்த்தி பேசாமல் இருந்தான். சுமதியின் பேச்சுக்கு ஒரு முற்றுப் புள்ளி போட வேண்டும் என்ற எண்ணத்தில் மெல்லச் சொன்னான்.

“நீ ஏங்கினாலும் ஏங்காட்டாலும் ஹாஸ்டல்லே இருந்தா ஒரு டிசிப்ளினுக்கு வருவே. எனக்கு அதுதான் முக்கியம்.”

அம்மணி பிறகு வழி நெடுகப் பேசாமல் வந்தாள். சுமதியின் பேச்சுக்காக இவள் நாளை முழுவதும் முகத்தைத் தூக்கிக் கொண்டு வைத்திருப்பாள் என்று அவன் தனக்குள் சொல்லிக் கொண்டான்.

அம்மணி அனுப்பப்படுவதைப் பற்றி சுமதி நிச்சயம் கவலைப்படப் போவதில்லை. ராதிகாவுக்கும் ராஜாவுக்கும் வருத்தமாக இருக்கும். ஆனால் அவர்கள் எப்பொழுது வேண்டுமானாலும் அம்மணி இருக்கும் இடத்துக்குச் சென்று வரலாம். அதிகபட்சம் அவன் செய்யக் கூடியது - அம்மணிக்காக ஒரு சிறிய வீட்டை அவள் இருக்கப் போகும் கிராமத்தில் வாங்கி அவளைக் குடி வைப்பது. பென்ஷனைப் போல ஒரு குறிப்பிட்ட தொகையைக் கூட மாதா மாதம் அனுப்பலாம் - ரூபாவுக்குத் தெரியாமல்.

ரூபா இன்னும் பிடிகொடுத்துப் பேசாமலே இருந்தாள். மறுநாள் அவன் நினைவுபடுத்தியபோது, “ப்ளீஸ், எனக்கு இன்னும் டயம் வேணும்” என்றாள். அவனுக்குக் கோபம் வந்தது. இவள் தன்னை ரொம்பவும்தான் அலைக்கழிப்பதாக எரிச்சல் வந்தது. அன்று இரவு அகர்வால் அவனை ட்ரிங்சுக்கு அழைத்தபோது, “நீதான் என் ஆப்த நண்பன்” என்றான். “மனசை அறிஞ்சு நடந்துகொள்கிற உண்மையான நண்பன்.”

ஐந்து நட்சத்திர ஓட்டலில் கம்பெனி செலவில் கணக்குப் பார்க்காமல் மெதப்பாக உயர்ரக ட்ரிங்க்சுக்கும், முந்திரிப் பருப்புக்கும், சீஸ் பக்கோடாவுக்கும் ஆர்டர் கொடுக்கும்போது மெதப்பாக இருந்தது. இரண்டு பெக் உள்ளே சென்றதுமே மனசு லேசாயிற்று.

“ரொம்பத் தனிமையாயிருக்கு, அகர்வால்” என்றான் வருத்தத்துடன்.

“எனக்குப் புரியறது” என்றான் அகர்வால். “பிள்ளை வெளிநாடு போனா கொஞ்ச நாளைக்கு அப்படித்தான் இருக்கும்.”

“உனக்குப் புரியாது, என்னுடைய தனிமை. உனக்குப் பெண்ஜாதி இருக்கா. அவ தோள்மேல சாஞ்சு அழலாம். நா எங்க போவேன்?”

“எனக்குப் புரியறது” என்றான், அகர்வால் - மீண்டும். “கல்யாணம் பண்ணிக்கோ!”

“ஆமாம். அதான் நானும் நினைக்கிறேன். ஆனா ஒரு பிராப்ளம். கல்யாணம் பண்ணிக்கணும்னா அம்மணியை அனுப்பிச்சுடணும். அவளை எப்படி அனுப்புவேன், அகர்வால்?”

“கஷ்டம்தான்” என்றான், அகர்வால். “கிட்டத்தட்ட ஒரு மனைவியைப் போல இருந்திருக்கா.”

“அதனாலெதான் அவ கிளம்பிப் போயிடணும். இல்லேன்னா என்னைக் கல்யாணம் பண்ணிக்க யாரும் சம்மதிக்க மாட்டாங்க.”

“பாவம் அம்மணி!” என்றான் அகர்வால். “அவகிட்ட சொல்லிட்டியா?”

“இன்னிக்கு சொல்லிடுவேன், புரிஞ்சுப்பா.”

அவன் கார் ஓட்டும் நிலையில் இல்லாததால் அகர்வால் தன் டிரைவரைக் கொண்டுவிடச் சொன்னான்.

வராந்தா விளக்கை ஏற்றி வைத்துப் படிக்கட்டில் உட்கார்ந்தபடி அம்மணி காத்திருந்தாள். டிரைவர் நடத்தி வருவதைக் கண்டு அவசரமாகச் சென்று குருமூர்த்தியைத் தாங்கிக் கொண்டாள்.

“நீ - எதுக்குக் காத்திண்டிருக்கே? எனக்குக் கட்டின பெண்டாட்டியா நீ?” என்றான், குருமூர்த்தி. வாயே திறக்கவில்லை. படுக்கையில் அவனைக் கிடத்தியதும் டிரைவர் கிளம்பிப் போனான். அம்மணி மவுனமாக அவனுடைய ஷூவைக் கழற்றினாள்.

“நீ என் பெண்டாட்டியில்லே. இனிமே உனக்கு இங்கே வேலையில்லே. நீ ஊருக்குக் கிளம்பிப் போகலாம். உனக்குச் சீட்டுக் கிழிஞ்சு போச்சு!”

“வீட்டைப் பாத்துக்க யாரும் வேண்டாமா?” என்றாள், அம்மணி மெல்ல.

“வேண்டாம். நா ரூபா கங்குலியைக் கல்யாணம் செஞ்சுக்கப் போறேன். சாரி!” என்று தலையணையில் முகத்தைப் புதைத்துத் தூங்கிப் போனான்.

✵ ✵ ✵

அத்தியாயம் 25

காலையில் கண் விழித்தபோது சுரீரென்று தலையை வலித்தது. ஒரு நிமிஷம் எங்கிருக்கிறோம் என்று குருமூர்த்திக்குப் புரியவில்லை.

“சூடாகக் காபி குடியுங்கோ, சரியாயிடும்” என்ற அம்மணியின் குரல் யட்சிணியைப் போல் ஒலிக்க, அவன் திடுக்கிட்டுத் திரும்பினான்.

தலை குனிந்து நெற்றியில் பளிச்சென்ற பொட்டுடன் அம்மணி நின்றிருந்தாள். கண்களில் மித மிஞ்சிய சோர்வு தெரிந்தது. அழுதிருப்பாள் போல் இருந்தது. முந்தைய இரவு எப்படி வந்தோம் என்ன பேசினோம் என்றே மறந்து விட்டது. எதிரில் இருந்த கண்ணாடியில் முகம் பயங்கரமாகத் தெரிந்தது. ஆரோக்கியமாக சுத்தமாக நிற்கும் அம்மணியின் முன்பு இன்று கூச்சமேற்பட்டது. முந்தைய இரவைப் பற்றி ஏதும் கேட்க வெட்கப்பட்டு அவன் பாத்ரூமுக்குச் சென்று பல் விளக்கி விட்டு வந்தான். மணியைப் பார்த்தான். ஆறரை.

அம்மணியின் கையில் இருந்த காப்பியை வாங்கிக் கொண்டபோது, தரையைப் பார்த்தபடி சொன்னாள்.

“நாதான் உங்களை எழுப்பினேன்.”

“ஏன்?” என்கிற பாவனையுடன் அவளைப் பார்த்தபடி அவன் காப்பியை ஒரே விழுங்கில் குடித்தான். நேற்று என்ன பேசினோம்

என்று நினைவில்லை. அதற்குப் பதில் தயாரித்திருப்பாள். சீக்கிரம் கதையை முடிப்பது நல்லதுதான் என்று நினைத்துக் கொண்டான்.

"நேத்து சாயங்காலத்திலேந்து உங்களுக்குத் தகவல் சொல்லணும்னு தவிக்கறேன், நீங்க எங்கே இருக்கேள்னே தெரியல்லே. ஆபீஸ்லே நீங்க இல்லே. ராத்திரியும் பன்னிரண்டு மணிக்கு மேலே நீங்க வந்து நிக்கறேள், நினைவில்லாம. நான் என்ன விஷயத்தை அப்பச் சொல்ல முடியும்?"

"விஷயத்துக்கு வா!" என்று அவன் எரிந்து விழுந்தான்.

அவள் ஒரு கடிதத் துண்டை அவனிடம் நீட்டினாள். கண்களில் நீர் தளும்பச் சொன்னாள், "சுமதி அவ அம்மாவைத் தேடிண்டு போயிட்டா, இந்தக் கடிதாசு மட்டும் எழுதி வெச்சுட்டு."

"என்னது?" என்றான், அவன் - அதிர்ந்து. "எத்தனை சாவகாசமா சொல்றே?" என்று இரைந்தபடி ஆங்கிலத்தில் எழுதியிருந்த அந்தக் கடிதத்தைப் படித்தான்.

"என்னுடைய அம்மா எங்கிருக்கிறாள் என்று எனக்குத் தெரிந்துவிட்டது. நான் அவளைப் பார்க்கப் போறேன். கவலைப்பட வேண்டாம். உங்களை அனுமதி கேட்டால் கிடைக்காது என்று எனக்குத் தெரியும். பயணச் செலவுக்கு பீரோவிலிருந்து பணம் எடுத்தேன். சாரி."

"ஷிட்!" என்றான் குருமூர்த்தி, ஆத்திரத்துடன். "அவளுக்கு எப்படித் தெரிஞ்சுது சியாமளா எங்கே இருக்கான்னு" என்றான், தனக்குள் பேசிக் கொள்பவன் போல். எதிரில் நிற்கும் அம்மணிக்கும் தனக்கும் ஸ்டேட்டஸ் வித்தியாசம் இருப்பது மறந்து போயிற்று.

"நேத்து ஒரு கடிதாசு கோவாவிலேந்து வந்திருக்கு. அதைப் பிரிச்சுப் படிச்சுண்டிருந்தா."

“யார் எழுதின லெட்டர்?” என்றான், படபடப்புடன்.

“உங்க ஃபர்னாண்டஸ் கிட்டேந்து.”

அவள் நீட்டிய கடிதத்தை அவன் அவசரமாய்ப் படித்தான். கோவாவுக்கு அவனை மீண்டும் அழைத்து. விட்டு ஃபர்னாண்டஸ் நான்கு வரிகள் பின்குறிப்பில் சேர்த்திருந்தார்.

“உன் மனைவி சியாமளாவை நான் அடிக்கடி சந்திக்கிறேன். வெரிஃஃபைன் லேடி. அவளுடைய அருமை தெரிந்துகொள்ளாதவன் நீ. அவள் உன்னை விட்டுப் பிரிந்தது அவளுக்கு நல்லது. சந்தோஷமாக இருக்கிறாள். ஆனால் குழந்தைகளின் ஞாபகம் அவளுக்கு இல்லாமல் இல்லை.”

அவனுக்கு மார்பு படபடத்துக் கொண்டு வந்தது. “டாம் ஹர்!” என்று கத்தினான்.

கடிதத்தின் கடைசி வரிக்கு என்ன அர்த்தம் என்று அவனுக்குப் புரியவில்லை. அந்த வரியைப் படித்துவிட்டுத் தான் இந்தப் பெண் ஓடியிருக்க வேண்டும். பெற்றவளிடம் அவளுக்கு இருந்த பிரமையினால்தான், ராதிகா ராஜாவுக்கு ஏற்பட்டது போல, அவளுக்கு அம்மணியிடம் அபிமானம் ஏற்படவில்லை. கைகளால் முகத்தைப் பொத்திக் கொண்டு அவன் சற்று நேரம் யோசனையில் துவண்டான்.

“அடுத்து என்ன செய்யணும்னு யோசிங்கோ. குழந்தை மேல வீணாக் கோபப்படண்டாம்.”

அவன் நிமிர்ந்தான். அவனை விட அம்மணிக்குதான் அதிக வருத்தம் என்று தோன்றிற்று. அவள் கண்களிலிருந்து நீர் வழிந்து கொண்டிருந்தது. அதைக் கண்டு அவனுக்கும் கண்ணில் நீர் நிறைந்தது.

“இந்த அசட்டுப் பெண் இப்படிப் பண்ணுவான்னு நான் நினைக்கவேயில்லே” என்றான் கரகரத்த குரலில். “அந்தப் பெண்ணுக்குச் செல்லம் குடுத்து ஏமாந்து போனேன்.”

“நான்தானாக்கும் ஏமாந்து போனது!” என்றாள். “இரண்டு வயசுக் குழந்தையா இந்த இடுப்பிலே தூக்கி வெச்சு வளர்த்தேன். சத்தியமாச் சொல்றேன். நா பெத்த குழந்தையா நினைச்சு பாசத்தை வெச்சேன். அதுக்குப் புரியல்லே. என்மேல துவேஷந்தான் வந்தது. பிரியம் காட்டினது என் தப்பு. அதுக்கு நான் கஷ்டப்படத்தான் வேணும்.”

அவள் சுவரில் சாய்ந்து கீழே அமர்ந்து முழங்காலில் முகத்தைப் புதைத்து விசித்து விசித்து அழுதாள். அவள் வேறு எதற்காகவோவும் அழுவதாகப்பட்டது. வழக்கமாக ஏற்படும் எரிச்சலுக்குப் பதில் அவளது நிதர்சனத் துக்கம் மனத்தை உலுக்கிற்று. அவன் குனிந்து அவள் தோளைத் தொட்டு, “அழாதே” என்று விட்டு போன் இருக்கும் இடத்துக்குச் சென்றான்.

நம்பரைச் சுழற்றி ஃபர்னாண்டஸ்சின் குரல் கேட்டதும், அவன் சுருக்கமாக விஷயத்தைச் சொன்னான்.

“இங்கிருந்து பம்பாய் போய் அங்கிருந்து பஸ்சிலே போவான்னு எனக்கு அனுமானம். உங்கிட்டத்தான் வருவா. எனக்கு உடனே தகவல் குடு” என்றான்.

“என் லெட்டர் இப்படி ஒரு ப்ராப்ளத்தை உண்டு பண்ணும்னு நா எதிர்பார்கல்லே, சாரி” என்றார், ஃபர்னாண்டஸ். “நீ என்ன சொல்றே? சியாமளாகிட்ட சுமதியை அழைச்சிட்டுப் போகட்டுமா? அம்மாவோட தங்கணும்னு ஆசைப்பட்டானா நீ அதுக்கு சம்மதிப்பியா?”

“மாட்டேன்” என்றான், குருமூர்த்தி - ஆத்திரத்துடன். “எடுத்துக் கொண்டு போன குழந்தையை வேண்டாம்னு விட்டுட்டுப் போனா - சியாமளா. உனக்கு ஞாபகமில்லையா? இத்தனை வயசு வளர்த்தப்புறம் அவளுடைய உறவு இனிமே எதுக்கு?”

"பெண் ஆசைப்பட்டான்னா நீ தடுக்க முடியுமா? ஏதாவது ஒரு காம்ப்ரமைசுக்கு ஒத்துப்போறதுதான் நல்லது."

"பார்ப்போம்" என்றான் குருமூர்த்தி, கடைசியில். "அப்படி அங்கதான் இருப்பேன்னு அடம் பிடிச்சான்னா, கைகழுவி தலை முழுகிடுவேன். அவ்வளவுதான்."

"நீ இங்கே வரல்லியா?" என்றார், ஃபர்னாண்டஸ்.

"வரேன், உன் போன் வந்ததும்."

அவன் போனைக் கீழே வைத்ததும், அம்மணி சண்டை போடும் குரலில் கேட்டாள்.

"என்ன இப்படி விவஸ்தையே இல்லாம பேசறேள், தலை முழுகிடுவேன்னு? என்ன இருந்தாலும் நம்ம குழந்தை அல்லவா? அப்படிச் சொல்லப்படுமா?"

அவன் ஆங்கிலத்தில் பேசியது அவளுக்கு எப்படிப் புரிந்தது என்கிற வியப்புடன் கூடவே அவள் பேசிய விதம் அவனுக்கு இதத்தை அளித்தது, ஆப்த நண்பன் பேசுவதைப் போல.

"எத்தனை நன்றி கெட்டதனம், பாத்தியா!" என்றான், அவன் – ஆதங்கத்துடன். "வேண்டாம்னு உதறிட்டுப் போனவ பெரிசாப் போயிட்டா பாரு, அந்த மக்குக்கு."

"என்ன இருந்தாலும் பெத்தவ இல்லையா?" என்றாள், அம்மணி – கம்மிய குரலில்.

"பெத்தவ என்கிறதெல்லாம் விபத்து, வெறும் விபத்து. அதுக்கெல்லாம் அர்த்தமேயில்லே."

தனக்குத்தானே பேசுவது போல அம்மணி தரையைப் பார்த்தபடி பேசினாள். "எல்லாமே விபத்துதான். எதுக்குமே அர்த்தமில்லே. அர்த்தமிருக்குன்னு நினைச்சோம்னா நமக்குத்தான் சங்கடம். வருத்தம்."

எதுவுமே பேசத் தோன்றாமல் குருமூர்த்தி அமர்ந்திருந்தான். தன்னுடைய தற்போதைய சங்கடத்தில் தான் தனியாக இல்லை

என்கிற உணர்வு சற்றுத் தெம்பைத் தந்தது. தன்னைச் சமாதானப்படுத்தவே அம்மணி அப்படிப் பேசுவதாகத் தோன்றிற்று. ஆனால் அதில் தொனித்த நெருக்கம் உண்மையானதாக இருந்தது - உன்னுடைய வருத்தம் என்னுடைய வருத்தமும்கூட என்கிற மாதிரி. அடிமனத்தில் மீண்டும் காரணம் புரியாத ஒரு குற்ற உணர்வு நமைச்சல் எடுத்தது. அவன் மேற்கொண்டு எதுவும் பேசாமல் அலுவலகத்துக்குத் தயாராகி அவள் வழக்கம் போல் கட்டிவைத்திருந்த டிபனை எடுத்துக்கொண்டு கிளம்பினான். அவள் தயங்கிக் கொண்டு சொன்னாள்.

"நா ஒண்ணு சொன்னா தப்பா நினைக்கப்படாது. குடிச்சாலும் நிதானமா குடிங்கோ, நினைவு தப்பற மாதிரி குடிக்கவேண்டாம். உடம்பு கெட்டுப் போகும். எனக்குக் கவலையாயிருக்கு."

அவன் சடக்கென்று நிமிர்ந்து பார்த்தான்.

"நா இங்கே இருக்கிற வரை கவலைப்படுவேன்" என்றாள், அவள் - எங்கேயோ பார்த்தபடி.

"ஓ.கே. தாங்க் யூ!" என்றான், அவன் - கூச்சத்துடன். காரில் செல்லும்போது இவளை ஒரு சராசரி வேலைக்காரியைப் போலப் பாவிக்க முயல்வது எத்தனை பைத்தியக்காரத்தனம் என்று தோன்றிற்று. தன்னைவிட அவளுக்குத்தான் குழந்தைகளிடம் பாசம் அதிகம் என்ற உணர்வினால் அன்று ஏற்பட்ட மனச்சஞ்சலத்தில் ரூபா கங்குலியிடம் கூட கவனம் செல்லவில்லை என்பது வீட்டுக்குத் திரும்பும் போது வியப்பை ஏற்படுத்திற்று.

அவன் வீட்டிற்குள் நுழைந்த போது அம்மணி சுவாமிக்கு விளக்கேற்றி வைத்து நாராயணீயம் சொல்லிக் கொண்டிருந்தாள். இவள் நிச்சயம் தனக்காகப் பிரார்த்திக்கவில்லை என்று அவன் நினைத்துக்கொண்டான். அவளை அந்த நிலையில் பார்த்தது இனம் புரியாத நிறைவைத் தந்தது. அவள் அவனைத் திரும்பிப் பார்த்து, "அந்த குருவாயூரப்பன்தான் எல்லாரையும்

ரட்சிக்கணும்!" என்றாள். அவள் எதிரில் அவன் மிகமிக அற்பமாகிப் போனதுபோலத் திகைப்பேற்பட்டது. அன்றிரவு அம்மணியே அவனிடம் வந்தாள். பத்து நாட்களாக பாராமுகமாக இருந்ததற்காக வருந்தியவள் போல அன்பைப் பொழிந்தாள். அன்று புதிய அனுபவம் ஏற்பட்டது போல் அவனுள் சிலிர்த்தது.

மறுநாள் ஃபர்னாண்டஸிடமிருந்து போன் வந்தது. "சுமதி வந்திருக்கிறாள். நீ நேரிலே வா, அம்மணியையும் கூட்டிக்கொண்டு, அப்பப் பேசலாம்" என்றுவிட்டு, போனை வைத்து விட்டார். என்ன விஷயமோ என்று குருமூர்த்திக்குக் கவலையாக இருந்தது.

"சுமதி போய்ச் சேர்ந்தாச்சா?" என்றாள், அம்மணி – நிம்மதியுடன். "ஜாக்கிரதையாப் போய்ச் சேரணும்னு குருவாயூரப்பனை வேண்டிண்டிருந்தேன். நா வாய்விட்டுச் சொல்லல்லே. ரொம்ப பயந்து போனேன்."

"நம்ம ரெண்டு பேரையும் அங்கே வரச் சொல்றார், ஃபர்னாண்டஸ்" என்றான் குருமூர்த்தி. "பேக் பண்ணி ரெடியாயிரு. சாயந்திர ப்ளைட்லே போலாம்."

அவள் சற்று நேரம் பேசாமல் இருந்தாள். பிறகு 'சரி' என்பதுபோல் தலையாட்டினாள்.

அவன் டிக்கெட்டுடன் வீடு திரும்பியபோது அவள் தன்னுடைய துத்தநாக டிரங்கில் தன்னுடைய சாமான்களை அடுக்கி வைத்து அவனுக்கும் நான்கு நாட்களுக்கு வேண்டிய உடுப்புகள் ஷேவிங் செட் ஆகியவற்றை அவனது சின்ன அட்டாச்சியில் எடுத்து வைத்திருந்தாள்.

அவன் அவளுடைய பெட்டியைப் பார்த்து, "எதுக்கு இந்தப் பெட்டி?" என்று முகத்தைச் சுழித்தான்.

"இந்தப் பெட்டியோடத்தானே நான் வந்தேன்?" என்றாள்.

"அதனாலே? ப்ளேன்லே போகப் போறோம், இந்தப் பெட்டியெல்லாம் அசிங்கம்."

"பின்னே அம்மணியோட பெட்டி அப்படித்தான் இருக்கும். என்னோட வந்தது என்னோட போகண்டாமா? கோவாவிலேந்து ஊருக்குப் போயிடறேன். நீங்கள் சங்கடப்படண்டாம்."

அவன் அதிர்ந்து அவளைப் பார்த்தான். "ஊருக்கா?"

"ஆமாம்" என்றாள், அவள் - தலையைக் குனிந்து. "என்னிக்கிருந்தாலும் நான் போகத்தானே வேணும்? நீங்க சொன்ன மாதிரி, நா வந்த வேலை முடிஞ்சாச்சு. சுமதியும் அவளுடைய அம்மாகிட்ட போயிட்டான்னா, எனக்கு அப்புறம் என்ன வேலை?" வாக்கியத்தை முடிப்பதற்கு முன் அவள் உடைந்து போனவள் போல அழ ஆரம்பித்தாள்.

அவன் தன்னையறியாமல் அவளருகில் சென்று அவளுடைய தோளைப் பற்றினான்.

"அழாதே!" என்றான், சமாதானமாக.

அவள் சட்டென்று அவனுடைய மார்பில் முகத்தைப் புதைத்து விசும்பினாள்.

"உங்களுடைய குட்டிகளைப் பாத்துக்கத்தான் வந்தேன். கடைசியிலே என்னுடைய சகலத்தையும் உங்களுக்குக் கொடுத்தேன். நானாத்தான். உங்களைத் தப்புச் சொல்லல்லே. என் தப்புத்தான். வயத்திலே முளைச்சதைக்கூட அழிச்சுக்க சம்மதிச்சேனே, பாவி. அந்தப் பாவத்தை நான் அனுபவிக்கண்டாமா? நான் பெத்தாதானா, அதான் மணி மணியா குட்டிகள் இருக்காளேன்னு நினைச்சேன். நா வேலைக்கு வந்தவன்னு மறந்து போச்சு."

அவன் அவளை மெல்ல விடுவித்தான். "நீ இப்படியெல்லாம் பேசி என்னைச் சங்கடப்படுத்தாதே. நீ இவ்வளவு சீக்கிரம் ஊருக்குக் கிளம்ப வேண்டியதில்லே. நீ எங்கேயிருந்தாலும் நீ சாகறவரைக்கும் நான் உன்னைக் கவனிச்சுப்பேன்."

சொல்லும் வார்த்தைகள் எல்லாம் அர்த்தமற்றவையாக அவனுக்கு வெட்கமேற்பட்டது.

"வேண்டியதில்லே" என்றாள் அவள், உத்வேகத்துடன். "அம்மணிக்கு எங்க போனாலும் பிழைச்சுக்கத் தெரியும்."

"ரொம்ப சரி" என்றான், அவன் - சோர்வுடன்.

"ஆனால் நீ இப்பப் போக வேண்டியதில்லே. அப்புறம் போகலாம்."

"வேண்டாம், என்னைத் தடுக்கண்டாம். நான் கிளம்பறேன். என்னை விட்டுடுங்கோ."

அவளைக் கிளப்புவது பிரச்னையாகப் போகும் என்று நினைத்திருந்தவனுக்கு, இப்போது அவளாகவே போய்விடத் தீர்மானித்தது அவனை நிலைகுலைய வைத்தது. காலுக்கடியிலிருந்த ஆதாரம் நழுவியது போலத் தடுமாற்றம் ஏற்பட்டது. இவளுக்காக நாம் இதுவரை எதுவுமே செய்யவில்லை என்கிற உணர்வில் அடிவயிற்றில் ஒரு நிரந்தரச் சங்கடம் குடிகொண்டது.

"என்னுடைய சகலத்தையும் உங்களுக்குக் கொடுத்தேன்."

அது உண்மைதான் என்று அவன் நினைத்துக் கொண்டான். அதற்குப் பிரதியாக நான் என்ன கொடுத்தேன்? அவளுடைய சீட்டைக் கிழித்தேன். கேவலம் ஒரு நல்ல சூட்கேஸ் கூட வாங்கித் தரவில்லை.

"போதும், இந்தத் தகரப் பெட்டி போதும், அம்மணியுடைய பவுசுக்கு."

கிண்டலா துக்கமா என்று புரியவில்லை.

ஏரோபிளேனில் அவனருகில் உட்கார்ந்திருந்த அம்மணியிடம் நிச்சயம் அவன் இதுவரை கண்டு கொண்டிராத ரூபாவின் மயக்க வைக்கும் அழகு இவளிடம் இல்லை. சியாமளாவின் லாவண்யமும் இல்லை. ஆனால் இவளிடம் ஒரு தெய்வீக அழகு இருந்தது. காருண்யம்தான் என் பாஷை என்று கன்னம் குழிவிழச் சிரித்தது. சம்பந்தமே இல்லாதவர்கள் மீது இப்படிப்

பிரியம் வைக்க வேண்டுமானால் அதற்கு வேறு விளக்கம் இருக்க முடியாது.

ராஜாவும் ராதிகாவும் சுமதியும் கிளம்பிச் சென்றது ஏற்படுத்திய தாக்கத்தை விட இவள் கிளம்புவதன் தாக்கம்தான் அதிகமாக இருக்கும் என்று அவன் நினைத்துக் கொண்டான். வீட்டை விட்டுக் கிளம்பிய பிறகு அம்மணி அதிகம் பேசவில்லை. கண்ணீரும் விடவில்லை.

விமான நிலையத்துக்கு ஃபர்னாண்டஸ் வந்திருந்தார். அம்மணியைப் பார்த்துக் கைகூப்பி, "நீங்கள் வந்தது எனக்கு ரொம்ப சந்தோஷம்" என்றார் இந்தியில். "சுமதி சவுக்கியமாயிருக்கா, கவலை வேண்டாம்."

"என்னை விட அவள்தான் ரொம்பக் கவலைப்படுகிறாள்" என்றான், குருமூர்த்தி.

"ஆமாம், அவள்தானே வளர்த்திருக்கிறாள்!"

"சுமதி எங்கேயிருக்கா?" என்றாள், அம்மணி.

"அவளைப் பார்க்கத்தான் உங்களை அழைச்சிட்டுப் போறேன்" என்ற ஃபர்னாண்டஸ்சின் வார்த்தைகள் குருமூர்த்தியைக் குழப்பின. சியாமளாவின் வீட்டிற்கா என்ற கேள்வியைக் கேட்க முடியாமல் தவித்தான்.

✲ ✲ ✲

அத்தியாயம்

26

அம்மணியின் எதிரில் ஏடாகூடமாக ஃபர்னாண்டஸ் ஏதாவது சொல்லி விடுவாரோ என்ற கூச்சத்தில் அவன் தன்னைக் கட்டுப்படுத்திக் கொண்டான்.

ஃபர்னாண்டஸ்சின் வீட்டிற்குத்தான் வண்டி சென்று நின்றது. அவருடைய மனைவி வண்டிச் சத்தம் கேட்டு வெளியில் வந்து வரவேற்றாள். உள்ளே சென்று குரு சோபாவில் அமர்ந்ததும் நின்று கொண்டிருந்த அம்மணியையும் அவனருகில் அமர்த்தினாள்.

"அம்மணி!"

குருமூர்த்தி நிமிர்ந்தான். சுமதி உள் பக்க அறையிலிருந்து வரவேற்பறைக்கு நுழைந்தாள். அவள் முகத்தில் இருந்த சோகத்தைக் கண்டு குருமூர்த்திக்கு அதிர்ச்சியாக இருந்தது.

"கோந்தே!" என்று அம்மணி முகம் மலர்ந்து எழுந்தாள். சுமதி ஓடி வந்து அம்மணியை அணைத்துக் கொண்டு விசித்து விசித்து அழ ஆரம்பித்தாள். ஏன் அழுகிறாய் என்று கேட்காமல் அம்மணி அவள் முதுகை வருடியபடி, "சாரமில்லே கோந்தே, அழாதே, சாரமில்லே" என்று கண்களில் நீர் மல்கச் சொன்னாள். எல்லாரும் திகைத்துப் போய் மவுனமாக அமர்ந்திருக்கையில் சுமதி திரும்பத் திரும்ப, "சாரி! சாரி!" என்று புலம்பிக் கொண்டிருந்தாள்.

"இதப் பார், நீ குழந்தையில்லே இப்போ, கேட்டியா? அழக்கூடாது. அப்பாவும் வந்திருக்கா பாரு" என்று அம்மணி

சொன்னதும், அணைப்பை விடுவித்து, முகத்தைத் துடைத்தபடி, சுமதி குருமூர்த்தியின் எதிரில் வந்து அமர்ந்தாள்.

குருமூர்த்திக்குத் திடீரென்று கோபம் வந்தது. “என்னம்மா இதெல்லாம் டிராமாவா? உனக்கென்ன வயசுன்னு நினைச்சு இப்படி ஒரு காரியம் பண்ணினே? சொல்லாம கொள்ளாம வீட்டை விட்டு ஓடறதெல்லாம் என்ன ஸ்டண்டு? யாரண்டை போகணும்னு வந்தியோ, போறதுக்கென்ன? இங்கே ஏன் உட்காந்திருக்கே?”

சுமதி முகத்தைப் பொத்திக் கொண்டு ‘ஓ’ வென்று அழுதாள்.

விருக்கென்று அம்மணி அவளை அணைத்துக் கொண்டாள். குருமூர்த்தியைப் பார்த்து, “என்ன ஏதுன்னு கேட்கண்டாமா? அழறாளே சாரின்னுட்டு, பாவமாத் தோணல்லியா?” என்று அதட்டினாள்.

குருமூர்த்தி சற்றுப் பேசாமல் இருந்தான். பிறகு ஃபர்னாண்டஸ்சிடம், “நீங்க சொல்லுங்க, என்ன விஷயம்னு” என்றான்.

“சியாமளாவைப் பார்த்தாளா?”

“சுமதி சொல்லுவா” என்றார் ஃபர்னாண்டஸ். அவர்களுடைய பொறுமையை நிறையச் சோதித்துவிட்டு சுமதி மெல்லச் சொன்னாள்.

“நா பார்த்தேன், அம்மாவை. அதோடு கதை முடிஞ்சுது.”

“அப்படின்னா?” என்றான், குருமூர்த்தி - படபடப்புடன்.

“அம்மாவைப் பார்க்கணும்னு எனக்கு ரொம்ப ஆசையா இருந்தது. எத்தனை ஆசைன்னு உங்களுக்கெல்லாம் தெரியாது!” சுமதியின் தொண்டை அடைத்தது. “தூக்கம் வராது, அம்மாவை நினைச்சுண்டு. அம்மாவுடைய இடத்திலே அம்மணியிருக்கான்னு ரொம்ப ஆத்திரம் வரும். ஆனா அம்மா எங்கே இருக்கான்னு தெரியல்லே. அங்கிளுடைய லெட்டரைப் பார்த்ததும், என்னாலே

கட்டுப்படுத்திக்க முடியல்லே. உங்களுக்கு அம்மாமேல ரொம்பக் கோவம்னு தெரியும். அதனாலெதான் ஓடி வந்தேன்."

"சரி, இதையெல்லாம் உன்னுடைய அம்மாகிட்ட சொல்ல வேண்டியதுதானே!" என்றான், குருமூர்த்தி மீண்டும் படபடப்புடன்.

"சொன்னேன். ஆனா அம்மா புரிஞ்சுண்டாங்களான்னு எனக்குத் தெரியாது. அம்மா ரொம்ப அழகு. பெரிய மனுஷியா பெரிய வீட்டிலே இருக்காங்க. நான் யாருன்னு சொன்னதும் அதிர்ச்சியாயிட்டது. ரொம்ப வருஷத்துக்கு முந்தியே நான் உறவு வேண்டாம்னு விட்டுட்டு வந்துட்டேன். இப்ப நா எப்படி உன்னை இங்கே வெச்சுக்க முடியும் - அது அநாவசியப் பிரச்னைகளைக் கிளப்பும் அப்படின்னாங்க. அப்ப அம்மாவுடைய புருஷன் வந்தார். என் பிரண்டோட மகள்னு என்னை அறிமுகப்படுத்தினாங்க. எனக்கு ரொம்ப ஷாக் ஆயிட்டது."

குருமூர்த்திக்குப் பகபகவென்று ஆத்திரம் வந்தது. "நல்லா வேணும் உனக்கு!" என்று சுமதியைப் பார்த்து இரைந்தான். "இப்ப உங்கம்மாவுடைய உண்மை சொரூபம் தெரிஞ்சுதா? அம்மணியைக் கண்டா கரிப்பயே!"

சுமதி தலையைக் குனிந்து கொண்டாள். "சாரி!" என்று முணுமுணுத்தாள். "நான் கிளம்பும்போது அம்மா சொன்னாங்க. அம்மணி ரொம்ப நல்லவ, அவகிட்ட நீ இருக்கிறதுதான் நல்லதுன்னாங்க."

"அவளுடைய சர்டிபிகேட் இங்கே யாருக்கும் வேண்டியதில்லே" என்று மீண்டும் குருமூர்த்தி கத்தினான். "அவ சொல்லித்தான் அம்மணி நல்லவன்னு உனக்குத் தெரியணுமா?"

அம்மணி தலையைக் குனிந்தபடி தீவிர யோசனையில் அமர்ந்திருந்தாள்.

"என்னப் பத்தி என்ன விவாதம் இப்போ?" என்றாள், அலுப்புத் தொனிக்கும் குரலில். "ஆக வேண்டிய காரியத்தைப் பத்தி யோசியுங்கோ. கெட்டவா யாருமில்லே, கேட்டியளா?"

அவளுடைய பேச்சில் மித மிஞ்சிய களைப்போ, வெறுப்போ, சலிப்போ இருந்தது, அவனைக் கவலைக்குள்ளாக்கிற்று. சியாமளாவைக் குறை சொல்லாதே என்று அவள் மறைமுகமாகச் சொல்கிறாள். சியாமளாவின் மேல் அவளுக்கு எந்த வகையிலோ பச்சாதாபம் தோன்றியது போல் இருந்தது. அது உண்மையானால் இவள் ஒன்று, அசாதாரணமான பெண்ணாக இருக்கவேண்டும் அல்லது படுமுட்டாளாக இருக்க வேண்டும்.

சுமதியின் அசட்டுச் செய்கையை நினைத்து நினைத்து அவனுக்குக் கோபம் வந்தாலும், அவளைப் பொறுத்தவரை இது ஒரு திருப்பு முனை என்று அவன் நினைத்துக் கொண்டான். 'அம்மா' என்கிற பிரமையிலிருந்து விடுபட வைத்த அனுபவம். ஆனால் இந்த அனுபவம் அதிர்ச்சியானது கூட. அவள் இன்னும் குழந்தை. பதினைந்து வயது இன்னும் முடியவில்லை. இப்போது அவளை அரவணைத்து அன்பு காட்டவில்லையானால் அவள் நொறுங்கிப் போவாள். அவள் உள்ளிருந்து வந்ததும் நேராக அம்மணியிடம் சென்று அவளை அணைத்துக் கொண்டு அழுதது நினைவை விட்டு அகலாமல் நின்றது.

அம்மணியிடம் தெரிந்த புதிய சோர்வும், தூரப் பார்வையும் அவனைக் கலவரப்படுத்தின. தான் அற்பமாகி நிற்பதுபோல அவனுக்குப் பிரமையேற்பட்டது.

"வந்தது வந்தே, இரண்டு நாள் தங்கிவிட்டுப் போகலாம், குருமூர்த்தி!" என்றார், ஃபர்னாண்டஸ்.

"எனக்கொண்ணும் அப்ஜெக்ஷன் இல்லே. இரண்டு நாள் லீவு போட்டுதான் வந்திருக்கேன். என்ன அம்மணி சொல்றே?" என்றான், குரு.

"நீங்க இருங்கோ, நா கிளம்பறேன்" என்றாள், அம்மணி, மெல்லிய குரலில்.

"இரண்டு நாளைக்கு அப்புறம் அதைப்பத்தி முடிவெடுக்கலாம், ப்ளீஸ்!" என்றான் அவன், கெஞ்சும் குரலில்.

"சரி" என்றாள், அவள் - யோசித்து. "ஓட்டல்லே தங்கறதானா இருக்கேன்." அவள் சட்டென்று ஃபர்னாண்டஸ்சைப் பார்த்து, "எனக்கு நீங்கள் ஒரு உதவி செய்யணும்" என்றாள். எனக்கு சியாமளாவைப் பார்க்கணும்."

குருமூர்த்திக்குத் தூக்கிவாரிப் போட்டது.

"எதுக்கு?" என்றான், ஆத்திரத்துடன். "உனக்குப் பைத்தியம் பிடிச்சிருக்கா? சுமதியை வெச்சுக்குங்கோன்னு கெஞ்சப் போறியா?"

"இல்லே, எனக்கு அவளைப் பார்க்கணும். அம்படத்தான்."

"எனக்கு அது இஷ்டமில்லே!" என்றான், அவன் - கண்டிப்பாக.

அவள் வியப்புடன் அவனைப் பார்த்தாள். அவனுக்கு அவள் எஜமானி போன்ற தோரணையில்.

"நா சுதந்திர மனுஷியா அவளைப் பார்க்கறதிலே உங்களுக்கு என்ன ஆட்சேபம்?"

அவன் புரிந்து கொண்டான். அதாவது நான் உங்கள் கட்டின பெண்டாட்டியும் இல்லை, இனிமேல் உங்கள் வேலைக்காரியும் இல்லை என்கிறாள்.

என்ன சொல்வது என்று புரியாத சங்கடத்தில் ஃபர்னாண்டஸ் அமர்ந்திருந்தார், பிறகு மெல்லச் சொன்னார்.

"பார்க்கட்டுமே, குரு! அதனாலே ஒண்ணும் தப்பில்லே. உண்மையிலே சியாமளா ஒரு ஃபைன் லேடி. ஒரு பெண்ணுன்னா இப்படி இப்படி இருக்கணும்னு சமூகம் எதிர்பார்க்கிறது. சட்ட திட்டம் போடுகிறது. ஆணுக்கு எதுவும் கிடையாது. அதனால்தான் சியாமளா ஓடிப்போனது குத்தம், நீ கஷ்டப்பட்டது தியாகம்னு நீயே நம்பறே."

"அப்ப சியாமளா செஞ்சது குத்தமில்லேங்கறே! எத்தனை சுயநலத்தோட அவ குழந்தைகளை விட்டுட்டுப் போனா. இப்ப

சுயநலத்தாலேதானே இனிமே உறவு ஒட்டுமான்னு அவளைத் தேடி வந்த குழந்தையைத் திருப்பி அனுப்பிச்சா?"

"நீ குற்றமற்றவனா? நீ சுயநலமில்லாதவனா?" என்றார், ஃபர்னாண்டஸ்.

அவன் தடுமாறினான். அம்மணி அவனையே கூர்மையாகப் பார்ப்பதுபோல் இருந்தது.

"நீ சொல்லு, இதுக்குப் பதில்."

அவள் சிரித்தாள்.

"நான் என்னத்தைச் சொல்ல? அதிகாரம் ஏதும் இல்லாதவள் அல்லவோ நான்?" பிறகு பர்னாண்டஸ்சைப் பார்த்து, "எனக்கு வீட்டைக் காட்டிக் கொடுத்தா போதும், நானே போய்க்குவேன்" என்றாள், அந்தக் கேள்விக்குப் பதில் சொல்ல இஷ்டமில்லாதது போல.

"நீ எதுக்குப் போகணும்?" என்றாள், சுமதி. "அம்மாகிட்ட இருக்கணும்ங்கற ஆசை இப்ப எனக்கு இல்லே."

"உன்னைப் பத்திப் பேச மாட்டேன், கோந்தே. கவலைப்படாதே. எனக்கு அவளைப் பார்க்கணும்."

அம்மணியின் பிடிவாதம் குருமூர்த்திக்கு வினோதமாக இருந்தது. என்ன கேட்கப் போகிறாள் சியாமளாவிடம்? புருஷனிடம் என்ன குறை கண்டாய் என்றா? கேட்டு இவளுக்கு என்ன ஆகப் போகிறது?

அம்மணி மேற்கொண்டு ஏதும் பேசவில்லை. ஓட்டலுக்குச் சென்றதும் முகத்தைக் கழுவிப் பொட்டிட்டுக் கொண்டு வேறு புடவை உடுத்திக் கொண்டாள். சுமதியிடம், "பட்டிக்காடாட்டம் தெரியறேனாடி, கோந்தே?" என்றாள்.

"கொஞ்சம்" என்று சுமதி சிரித்தாள். "ஆனா அம்மாவை விட நீதான் அழகு."

அம்மணியின் முகம் மாறிற்று. "இதப் பார், அம்மாவைப் பத்தித் தப்பா பேசக் கூடாது."

"நீ ரொம்ப நல்லவ!"

"அதெல்லாம் ஒண்ணுமில்லே. எனக்கு அத்தர சாமர்த்தியம் இல்லே. அம்படத்தான்."

பாராட்டைக் கூட வாங்கிக்கொள்ளத் தெரியாத இவள் மக்குதான் என்று குருமூர்த்தி நினைத்துக் கொண்டான். சியாமளா இவளை எப்படி வரவேற்பாள் என்று யோசனையாக இருந்தது. இவளை அவள் அவமானப்படுத்தினால் தனக்குத் தாங்காது என்று அவனுக்குத் திடீரென்று தோன்றிற்று.

சட்டென்று அவனுக்கு ஒரு விஷயம் புலப்பட்டது. அம்மணி வெறும் வேலைக்காரி இல்லை. அவனுடைய வாழ்வின் அங்கமாகிப் போனவள். அதை அங்கீகரிக்க மறுத்து வர்க்க வித்தியாசத்தை முன்னிறுத்தித் தன்னையே ஏமாற்றி வந்திருப்பது புரிந்தது. வர்க்க வித்தியாசம் அவனது சுயமதிப்புக்குச் சவாலாக இருந்த விஷயம். அதை வைத்து அவளை அவமானப்படுத்த அவன் தயங்கவில்லை. சுயநலமில்லாமல் அவள் காட்டிய அன்பைத் துச்சமாகப் புறக்கணிக்கத் தயங்கவில்லை.

"என்னை மனுஷியா நீங்க நினைக்கல்லே. நான் செத்தப்புறம்தான் புரியும்."

இதைத்தான் முன்பு சியாமளா சொன்னாள். அடிக்கடி சொன்னாள். அவன் அலட்சியமாகச் சிரித்தான். அவள் தனது கோபத்தை மூர்க்கமாகக் காண்பித்தாள். உன்னைப் பழி வாங்குவேன் ஆயுசுக்கும் என்று அவன் காரணமாக இருந்த வித்துக்களை அவனிடமே விட்டுச் சென்றாள். ஆனால் அவன் அதிர்ஷ்டக்காரன். அம்மணி என்கிற அற்புதம் வந்து சேர்ந்து, பாலைவனமாகப் போயிருக்கக் கூடிய வாழ்வைச் சோலையாக்கிற்று. புனிதமாக்கிற்று. அவனுக்குப் பித்துப் பிடிக்காதபடி பார்த்துக் கொண்டது. இவையெல்லாமே தன்னால்தான் சாத்தியமாயிற்று என்கிற பைத்தியக்கார மெதப்பில் அவன் தொடர்ந்து தப்பு செய்தான்.

பெண் பாவம் பொல்லாதது. அவனை மன்னிக்காது. வாங்கிக்கோ, வாங்கிக்கோ என்று ஆண் கொடுக்கும் சாட்டையடிகளைப்

பெண் புழு கூடத் திரும்பத் திரும்ப வாங்கிக்கொள்ளாது. ஒரு நாள் திமிரும். உலகம் எக்கேடும் கெட்டுப் போகட்டும் என்று வீட்டை விட்டு ஓடும். உங்க வேலைக்காரி இல்லே இனிமே, சுதந்திர மனுஷி என்று உழைத்துச் சம்பாதித்த காசையும் தத்தம் கொடுத்துத் துத்தநாகப் பெட்டியோடு 'போறேன்' என்று கிளம்பும்.

பெண் வர்க்கத்திற்கு அதைப் பீடித்திருக்கும் நோயும் அவமானமும் பாம்பின் காலைப் போலப் புரியும் - ரூபா கங்குலி அதனால்தான் துருவித் துருவிக் கேட்டாள், அம்மணியைப் பற்றி. எனக்கு அவகாசம் வேணும் என்று மழுப்புகிறாள். உன் குணம் மாறாது என்று சந்தேகப்படுகிறாள் - அவனுடைய தராசில் அம்மணியின் துலாபாரத்துக்கு எந்தப் பெண்ணும் வர மாட்டாள் என்று தோன்றிற்று.

அம்மணி திரும்பி வரும் வரை அவன் தவிப்புடன் காத்திருந்தான். அவள் கம்பீரமாக உள்ளே நுழைந்தாள், புதிய பிறவி எடுத்தது போல.

“என்ன, பாத்தியா சியாமளாவை? உன்னை அவமானப்படுத்தல்லியே?” என்றான்.

“இல்லையே” என்றாள், அம்மணி - சலனமில்லாமல். “ரொம்ப சினேகிதமாப் பேசினாள்.”

“என்ன பேசினாள்?”

அம்மணி அவனைப் பார்த்து வினோதமாகச் சிரித்தாள்.

“என்னமோ பேச்சு. உங்களுக்குப் புரியாதது.”

“நீ புரியும்படியாச் சொல்லேன்.”

“எப்படி? எத்தனையோ ஜன்மமாப் புரியாதது இப்ப எப்படிப் புரியும்?”

“என்னவோ தத்துவம் போலப் பேசாதே”

“தத்துவம்தான். பெண் தத்துவம். நீங்க புரிஞ்சுக்க விரும்பாதது. பெண்ணுக்கு மனசிலே படற அடியிலேர்ந்து பிறக்கிற தத்துவம். அடிச்சவனுக்கு எப்படிப் புரியும்?”

“அடிச்சவன் நானா? அவ அப்படிப் போனது சரிங்கறியா? மூணு குழந்தைகளை அம்போன்னு விட்டுட்டுப் போனது சரியா?”

“போனது சரியா தப்பாங்கறது இப்ப அர்த்தமில்லாத கேள்வி. சியாமளாவுக்கு மனசிலே எப்படிப்பட்ட ஏக்கம் இருந்திருக்கும்னு எனக்குப் புரியறது. மனைவி என்கிற அந்தஸ்தைக் கொடுத்தும் அதை மறந்து நீங்க ஏற்படுத்தின நிராகரிப்பு எப்படிப்பட்ட வேதனைன்னு உங்களுக்குப் புரியாது. மனசு ஒரு பிசாசு. ஆதரவா பேச ஆள் கிடைச்சா, மனுஷியா மதிக்கிற துணை கிடைச்சா, அதுக்குப் பின்னாலேதான் மந்திரம் போட்ட மாதிரி போகும். மூணு குழந்தையை விட்டுட்டுப் போனா, பொறுப்பில்லாமேன்னு உங்களுக்குக் கோபம். குழந்தையைப் பெத்தவ என்கிறதாலே அவளுக்கு அதிகப் பொறுப்பு இருக்கணும்னு உங்க எண்ணம். பவுதிக வித்தியாசத்தாலே பொண் சுமக்கறா. ஆணுக்கும்தானே அதே பொறுப்பு? நீங்க மூணு தடவை என் கருவைக் கலைச்சேளே, அது எதிலே சேத்தி?”

“அதெல்லாம் இப்ப எதுக்கு?” என்று அவன் முணுமுணுத்தான்.

“ஆமாம், அதெல்லாம் உங்களுக்கு வேண்டாத கதை. ஆனா என் நெஞ்சிலே ஆறாத புண். நான் ஒரு போக்கத்தவ. தைரியமில்லாதவ. அதனாலதான் சியாமளாவைப் பார்க்கணும்னு ஆசைப்பட்டேன்.”

குருமூர்த்திக்குச் சுரீரென்று கோபம் வந்தது.

“ஏன் நீயும் ஓடறதுதானே, யாரையாவது இழுத்துண்டு?”

அவள் ஒரு வினாடி அவனைப் பார்த்துத் திகைத்துப் பிறகு சிரித்தாள்.

“என்னாலே அப்படி செஞ்சிருக்க முடியாது. சியாமளாவுக்கும் எனக்கும் ஒரு முக்கிய வித்தியாசம் இருந்தது. உங்கமேல எனக்கு மூடத்தனமான பிரியம் ஏற்பட்டுப் போயிருந்தது. ரொம்ப அசடுன்னு ஊரிலே சொல்லுவா. அது நிஜந்தானாக்கும்!”

அவன் அசையாது அவளையே பார்த்தபடி அமர்ந்திருந்தான். இவளுடைய கால் தூசுக்கு நாம் பெற மாட்டோம் என்று நினைத்துக் கொண்டான்.

"கிடக்கட்டும், விடுங்கோ!" என்று அவள் சிரித்தாள்.

"கிளம்பற சமயத்திலே உங்களைச் சொல்லிக் காண்பிக்கக் கூடாது. நாளைக்கு நா கிளம்பறதுக்கு ஏற்பாடு பண்ணுங்கோ."

அவன் சட்டென்று உணர்ச்சிவசப்பட்டு அவளுடைய தோளைப் பற்றினான்.

"நீ எங்கூடவேதான் எப்பவும் இருக்கணும், உன்னை நா கிளம்ப விட மாட்டேன்."

"வேண்டாம். விடுங்கோ. நா ரொம்ப களைச்சுப் போயிட்டேன். எனக்கு இனிமே எதையும் தாங்கிக்க சக்தி கிடையாது. நான் தீர்மானம் பண்ணிட்டேன்."

அவன் செய்வதறியாமல் திகைத்து, சுமதியிடம் விஷயத்தைச் சொன்னான். சுமதி அம்மணியின் கழுத்தைக் கட்டிக்கொண்டு 'ஓ' வென்று அழுதாள்.

"நீ என்னை விட்டுட்டுப் போகக் கூடாது. சொந்த அம்மாதான் இல்லே. நீயும் கிளம்பிப் போனா நா வீட்டை விட்டு ஓடிடுவேன். ராதிகாவைப் பாத்துண்ட மாதிரி என்னைப் பாத்துக்க மாட்டியா?"

"உன்னைப் பாத்துக்க வேற யாராவது இருப்பாடி, கோந்தே. நாதான் இருக்கணுமா என்ன?" என்றாள், அம்மணி, பலவீனமாக.

"அப்ப நா உன்னோடு வந்துடறேன். என்னைத் தனியா விடாதே." சுமதியின் கண்ணீர் அடங்காததாக இருந்தது, அம்மணியைப் பிரமைக்குள்ளாக்கியது.

அன்றிரவு அம்மணியைத் தனியாகச் சந்தித்தபோது அவன் சொன்னான்.

"ஒரு விஷயம் சொல்ல மறந்து போனேன். நான் ரூபா கங்குலியைக் கல்யாணம் செய்துக்கப் போறதில்லே."

"ஏன்?" என்றாள், அவள் - ஆர்வத்தைக் காண்பிக்காமல்.

"வயசு வித்தியாசம் அதிகம்" என்று அவன் சிரித்தான். "எனக்கு இப்பப் புரிஞ்சு போச்சு. எனக்கு அம்மணிதான் வேணும்."

அவள் பதில் பேசவில்லை. "நான் உன்னை மனைவியா ஏத்துக்கறேன், வர மாட்டேன்னு சொல்லாதே, ப்ளீஸ்."

அம்மணியின் முகத்தில் ஒரு திகைப்பு படர்ந்தது. நம்பமாட்டேன் இந்தக் கதையை என்பதுபோல் தலையை அசைத்தாள்.

"வேண்டாம். நா இப்படியே இருந்துட்டுப் போறேன். நீங்க அன்னிக்குக் குடிச்சுட்டு வந்து கத்தினேளே, 'உன் சீட்டுக் கிழிஞ்சு போச்சு'ன்னு, அன்னிக்கே என் மனசிலே சன்யாசம் ஏற்பட்டுப்போச்சு. எனக்கு இனிமே இத்தனை வயசுக்கு மேலே மனைவிங்கற பட்டம் வேண்டியதில்லே. என்னை இப்ப மனுஷியா பார்க்கறேளே, அதுவே போதும். நா ஊரிலேயே இருக்கேன். நீங்க சமயம் கிடைச்சபோது குட்டிகளை அழைச்சிண்டு வந்து என்னைப் பாருங்கோ."

"சுமதிக்கு உன்னுடைய கவனிப்பு வேணும்" என்றான், அவன் - பலவீனமாக.

"இனிமே அவளுக்குத் தேவையில்லே. ஹாஸ்டல்லே விடுங்கோ."

அவளுடைய பிடிவாதம் அசைக்க முடியாததாக இருந்தது.

"நான் ரூபாவைக் கல்யாணம் செய்துக்கப் போறதில்லே."

"சொன்னேளே!" என்று அவள் சிரித்தாள்.

ரூபா இல்லாவிட்டால் ஒரு தீபா வருவாள் என்று அவள் சொன்னதாக அவன் கற்பித்துக் கொண்டான்.

அம்மணி என்கிற மனுஷியுடன் வாழ்ந்த பிறகு இனிமேல் யாருடனும் வாழ்வது இயலாத காரியம் என்று தோன்றிற்று.

“எனக்கு நீ தேவை, ஆனால் இதுவும் சுயநலமான ஆசைதான். நான் உன்னை வற்புறுத்த மாட்டேன்” என்றான்.

அவள் பேசவில்லை.

மறுநாள் காலை அம்மணி தன் துத்தநாகப் பெட்டியோடு கிளம்பிப் போயிருந்தாள், அவன் எழுந்திருப்பதற்குள்.

முற்றும்